# इंद्रधनुष्य

notionpress.com

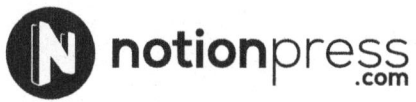

# इंद्रधनुष्य

## एक आभास

शरद आढाव

notionpress.com

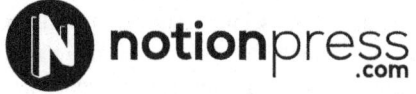

## Notion Press

Old No. 38, New No. 6
McNichols Road, Chetpet
Chennai - 600 031

First Published by Notion Press 2017
Copyright © Sharad Adhav 2017
All Rights Reserved.

ISBN 978-1-946515-57-5

“तुवा भोगल्या प्रेम यातना

दु:सह दारुण विरह वेदना

यज्ञी रुपयौवना होमुनी

दिव्य “इंद्रधनू” निर्मिले हासुनी”

– सुरेखा आढाव

!!समर्पण!!

ज्यांच्यामुळे मी आज जो आहे तो आहे, त्या माता
पित्यास, सहचारिणीस,

व माझ्या जीवनात तितकेच महत्वपूर्ण स्थान
असलेल्या मित्र मैत्रिणीस समर्पित!

# वाचकांच्या प्रतिक्रिया

नायक, नायिकाची प्रेमकहाणी, खलनायक आणि त्याच्याबरोबर येणार थर्रार अशा

पठडीतील कथा या संगणकाच्या कृत्रिम युगात हरवलीच होती. इंद्रधनुष्य-एक

आभास, शरद आढाव यांची ही कादंबरी मला पंचवीस वर्षे मागे घेऊन गेली.

कादंबरीची चौकट जरी विसाव्या शतकातील असली तरी बांधणी नवी, कोरी...

सुरुवातच ठोका चुकवणारी... बाप समोर आणि मुलाच्या हातात पिस्तूल....पुढे

येणाऱ्या घटनांची नांदीच.

नंतर एकापाठोपाठ घडणारे आक्रीत....खून, त्याच्या संशयाची सुई वेगवेगळ्या

लोकांकडे. निसर्गाचे वर्णन तर अप्रतिम आणि त्याला दिलेला रोमँटिक फील.

इंद्रजीत, शलाका, अर्चना, शंतनू, श्वेता, प्रतापराव ही कथेतील

पात्रे आपली भूमिका व्यवस्थित वठवतात. कुठेही कादंबरीचा वेग कमी झाला

नाही की विस्कळीत झाला नाही. मूळ गाभा सस्पेन्स असला तरी शंतनू

--श्वेता -- शलाकाचा प्रेम त्रिकोण त्याबरोबर छान रंगत जातो.

शेवट मात्र अकस्मात होतो...आणि धक्कादायक.

प्रेमकहाणीचा अंत सुद्धा जरा आगळाच...

एकदा हातात घेतली की खाली ठेवता येत नाही हेच या कादंबरीचे यश आहे.

अतिशय उत्कंठावर्धक, फास्ट पेस्ड, सुंदर भाषाशैली आणि प्रत्येक पात्राला

यथोचित न्याय देणारी ही इंद्रधनुष्य-एक आभास ही कादंबरी.

– प्रिया प्रभुदेसाई, मुंबई.

पात्रांची निवड व त्यांची गुंफण यांची भट्टी मस्त जमून गेली आहे. त्यामुळे उत्कंठा वाढवत नेण्यात व शेवटपर्यंत टिकवून ठेवण्यात लेखक यशस्वी झालायं...

एक नविन सस्पेन्स लेखक जन्माला येऊ घातलायं हे ह्या कादंबरी निमित्ताने सूचित करावेसे वाटते.

लेखणी सतत उत्तमोत्तम लेखन करवून घेवो तुमच्याकडून ही सदिच्छा व लेखनकार्यास मनापासून शुभेच्छा.

– स्वाती कुलकर्णी. मुंबई.

I have read your novel.

At the outset I congratulate you for this. Well done.

Language is good. Flow of thoughts is very good.

At no point of time the novel becomes boring.

It has many characters like prataprao, indrajeet his wife his conduct.

Wine, women, wealth, mystery, lust, greed, revenge.

It will become a successful social novel. Specially people of 18 to 35 will like this novel.Those who like more serious may not.

With this note and wishing you a success I sign off. bye

– Sanjeev Gadgil

Belgaum

प्रिय श्री शरद आढाव.

आपण लिहिलेली "इंद्रधनुष्य -एक आभास" ही कादंबरी वाचली. कादंबरी वाचकांची उत्कंठा वाढवेल अशी लिहिली आहे. आपल्या उत्कृष्ट लेखनाबद्दल अभिनंदन.

खास नमूद करण्यासारखी गोष्ट म्हणजे या कादंबरीतील पात्रे अत्यंत नैसर्गिकरीत्या वाचकांसमोर येतात. त्यामुळे त्यांच्या दैनंदिन वागण्यामध्ये एक जवळीक निर्माण होते.

आपण प्रस्तावनेत सांगितल्या प्रमाणे या कादंबरीचा शेवट मला तरी वास्तवपूर्ण वाटला.फक्त एकच सांगावेसे वाटते कि हि गोष्ट आपण दूरचित्रवाणी मालिकेसाठी मनात योजल्यामुळे काही ठिकाणी पटकथेच्या च्या स्वरूपात मांडली गेली आहे. ही एक छोटीसी उणीव वगळता कादंबरी खरोकारच रसपूर्ण झाली आहे.

भविष्यातही आपल्याकडून अशाच दर्जेदार साहित्याची निर्मिती व्हावी हि अपेक्षा.

– मनोहर भा.पारळकर.
(माजी विभागीय व्यवस्थापक)
(ॲडमिनिस्ट्रेशन)
टाटा मोटर्स. पुणे

# प्रस्तावना

शरद आढाव यांची, एक रसरशीत कथानक असलेली कादंबरी "इंद्रधनुष्य-एक आभास" वाचायला मिळाली आणि त्यात खरोखर रंगून गेले.

इंद्रधनुष्य, हे खरं तर निसर्गातलं लोभस पण आभासी रूप आहे, कादंबरीतील घटना, प्रसंग वास्तव, पात्रे, व्यक्तिरेखा यांच रूप तसेच लोभस, सुंदर आहे.

पण स्वप्न-वास्तवाच्या धूसर रेषेवर तरंगणारे हे विश्व मनाला चटका लावतं.क्वचित मोहित करतं.

यात कै.विनय आपटे सारख्या कुशल दिग्दर्शकाला हिंदी सिरीयलची बीजे दिसली यात नवल वाटू नये. यातील नात्यांची, घटनांची गुंफण उत्कांठावर्धक आहे.

लेखकानं अजूनही ही कादंबरी मालिका स्वरूपात लिहावी व पडद्यावर सादर व्हावी, इतकं प्रभावी घटनाक्रमांचं हे कथानक आहे. व ते अत्यंत सुसूत्रपणे मांडले गेले आहे.

यातली इंद्रजित या महत्वाकांक्षी, निर्दय व्यक्तीच्या संबंधातल्या माणसांची जीवनमूल्यं हि कशी वाऱ्यावर पाचोळ्या सारखी विखुरतात हे चित्रण हे रहस्यमय पद्धतीने गुंतवून ठेवते.

शंतनू, श्वेता, शलाका, अर्चना, प्रतापराव सरदेसाई या व्यक्तिरेखा, त्यांची आयुष्यं, परस्परसंबंध, याचं एक नाट्य मुळातून वाचाव असं आहे.

डॉ.मोहन अगरवाल सारख्या अजातशत्रू व्यक्तीच्या मृत्युभोवती असलेलं गूढ वलय एका अंतिम मानवी नाते संबंधाचा, भावनांचा वेध घेऊनही अधिक गडद होत जाते.

लेखकाला सावंतवाडी, गोवा, आंबोली या निसर्गसंपन्न पार्श्वभूमीची निवड करावीशी वाटली आणि 'इंद्रधनुष्य, एक आभास 'या कथानकाच बीज त्यात तरारून आलं आहे.

लेखकानं ते लिहिताना मालिका रूपाने सादर करण्यासाठी सलग लिहीलं तरी त्यात उत्कंठावर्धक विराम दिले आहेत.ते फार रोचक आहेत.

लेखक साहित्य व चित्रपटाचे चाहते व अभ्यासक आहेत. व्हीडियोग्राफिचे तंत्र व कला अवगत असणारे आहेत.उत्कृष्ट संकलक आहेत त्याचं स्पष्ट प्रतिबिंब लेखनात पडलेले दिसते.

काही दृश्यानंतर तर त्या मध्ये संगीतासाठी जागा ठेवली आहे अशी जाणीव होते.

निसर्ग, गुढरम्यता, नाट्यमयता, संगीत, नि:शब्दता आणि अस्सल जीवनानुभव म्हणजे "इंद्रधनुष्य, एक आभास"

सुलभा तेरणीकर पुणे -२५

नोव्हेंबर - २०१६

# मनोगत

**"इंद्रधनुष्य - एक आभास"** ही कादंबरी वाचकांच्या हातात देताना मला काही गोष्टी कबूल कराव्याश्या वाटतात. खरंतर प्रत्येक गोष्टीचा काळ, वेळ ठरलेली असते. अन्यथा कित्येक वर्ष मनात घोळणारं हे कथानक इतक्या उशिरा पण अत्यंत देखण्या स्वरूपात तुमच्यापुढे येण्यामागे नियतीच्या मनात काहीतरी आहे हे नक्की आणि हे जे काहीतरी आहे ते नक्कीच उज्ज्वल असेच आहे.

स्वर्गीय विनय आपटे यांना मी या कथानकाची वन लाईन ऐकवली होती आणि ते चांगलेच प्रभावित झाले होते आणि त्यांनी मला प्रॉमिस केले की यावर आपण नक्कीच एखादी हिंदी सिरीयल काढू. बऱ्याच वेळा चर्चा करून नियोजन करून ते प्रत्यक्षात येउच शकले नाही. व्याप आणि वेळेचा अभाव यामुळे हा प्रकल्प मागे राहिला तो राहिलाच; हा त्यांचा कबुलीजबाब. शेवटी नियतीने डाव साधलाच.

**'इंद्रधनुष्य -एक आभास....!** घेऊन श्री.शरद आढाव, माझ्याकडे आले होते. त्याची 'वन लाईन ' वाचल्यावर त्यावर छान हिंदी सिरीयल होवू शकेल असं मला वाटलं होत होतं. आणि कालांतराने त्यावर काही करायचं मी नक्कीही केलं होतं.

पण माझ्या इतर व्यापांमुळे **'इंद्रधनुष्य -एक आभास....'** बाबत माझी थोडी दिरंगाईच झाली.

आज ही कादंबरी आपल्या हाती देताना या गोष्टी मला कबुल कराव्याश्या वाटतात...... असो.

**'इंद्रधनुष्य -एक आभास....'** कादंबरी रूपाने जन्माला येणं हेच विधिलिखित असावं.

वाचकांचा प्रचंड प्रतिसाद याला लाभो हि सदिच्छा!!

विनय आपटे

जरी माणूस हा नियतीच्या हातातलं बाहूला आहे; हा संवाद वापरून वापरून गुळगुळीत झाला असला तरी ते त्रिकालबाधित सत्य आहे. आपल्या जीवनात पुढे घडणाऱ्या घटनांपासून आपण अनभिज्ञ असणे हा थरार आहे. म्हणूनच या कथानकातील नायिका - शलाका आणि अर्चना त्यांच्यात असामान्यत्व दर्शवणाऱ्या सगळ्या क्षमता असूनसुध्दा असाहाय्य झालेल्या आहेत का? तर त्यांचं प्रारब्ध; आणि प्रारब्ध कोण ठरवतं? नियती! म्हणूनच त्या कळसूत्री बाहुलीच **जिणं** जगताहेत. एका क्षणी त्यांच्या जीवनाचा लगाम त्यांच्या हातून निसटला तो कायमचा आणि त्याचं जीवन सावरता सावरता त्यांची त्रेधा तिरपिट झालीय. या प्रारब्धामुळेच रामायण, महाभारत यातील सर्वच पात्रे आपापल्या वैशिष्ट्यांसह आपल्याला मोहवतात.

कुणी काहीही म्हणा, स्त्री असो वा पुरुष; प्रत्येकाला कधी ना कधी आपल्या जीवनाचं सारथ्य कुणाच्या तरी हाती सोपवावंच लागतं. ते सोपवताना प्रत्येक जण त्यावेळचं जे उत्कृष्ट आहे **म्हणजे अगदी** उत्कृष्ट नाही म्हणता येणार, पण त्या परिस्थितीत जे योग्य आहे ते बघूनच सोपवतो. हे कधी कधी तात्पुरतं असतं. विवाहासारख्या बाबीमध्ये ते आयुष्यावर फार मोठा परिणाम घडून आणणारं असतं; आणि यातूनच कधी फसगत होते, कधी यश लाभते. यश लाभायचे प्रमाण खूप कमी असतं. फसगतच जास्त वेळा होते.... या यश आणि फसगतीच्या उन्ह - सावलीच्या लपंडावात आपली वाटचाल होत असते.

यातील पात्र अर्चना, शलाका, श्वेता आणि शंतनू अत्यंत स्वाभाविकपणे एकमेकांच्या जीवनावर परिणाम घडवून आणतात. तुम्ही कुठेही जा; तुमच्या कार्यालयात, हौसिंग सोसायटीत, जीवनाच्या प्रत्येक पायरीवर एक असं व्यक्तिमत्त्व भेटतं जे अत्यंत उलट्या काळजाचं असतं. ते आपल्याशी असं का वागत याला उत्तर नसतं पण ते सगळी लय बिघडवून टाकतं. या कथानकातील इंद्रजित हे असंच उलट्या काळजाचं व्यक्तिमत्त्व आहे. त्याने अर्चना आणि शलाका यांना वेठीस धरलं आहे. त्यांच्या जिवनाची पार फरफट केली आहे. त्या अनुषंगानेच श्वेता आणि शंतनू त्यात भरडले जातात.

माझ्या मते रहस्याची गुंफण असलेली **ही** एक तरल प्रेमकथा आहे. प्रेम फुलायला सहवास आवश्यक असतो. शलाका आणि शंतनू एका वेगळ्या स्तरावर एकमेकांच्या सहवासात येतात. संकटात सापडलेली शंतनूपेक्षा वयाने मोठी असणारी शलाका आणि तिच्याबद्दल सहानुभूती बाळगणारा शंतनू. या सहानुभूतीचे प्रेमात रुपांतर होते पण या प्रेमाची जातकुळीच वेगळी आहे. ते जेवढे तरल आहे तेवढीच त्याची वीण घटत आहे. त्यामुळे जीवन आणि मरणाच्या सर्व सीमा ओलांडून त्यांचे शेवटी होणारे अपूर्व, अनोखे मिलन मनात घर करून राहाते.

सिडने शेल्डन यांच्या नायिका प्रधान कादंबऱ्याप्रमाणे **ही** कादंबरीसुद्धा नायिका प्रधान आहे. अर्चना, शलाका, श्वेता या नायिका पूर्णपणे भारतीय संस्कृतीचे प्रतिनिधित्व करतात.

**ही** एक रहस्यकथा आहे की प्रेमकथा आहे हा निर्णय मी तुमच्यावर सोडून देतो.

**ही** कादंबरी लिहीण्यास प्रेरणा देणारी नयना पिकळे; तिच्यामुळेच **ही** कादंबरी आज तुमच्यासमोर येत आहे. तिचा पाठ पुरावा, प्रत्येक वेळी प्रकरण वाचून योग्य त्या सुचना सुधारणा, चर्चा, प्रसंगी ते प्रकरण लिहून देणे या **सगळ्याचा** फार मोठा वाटा आहे. अन्यथा मी फार आळशी माणूस आहे.

प्रिया प्रभुदेसाई, स्वाती कुलकर्णी, संजीव गाडगीळ आणि माझी पत्नी सुरेखा यांच्या बहुमोल सुचना, प्रोत्साहन हे सुद्धा माझ्यासाठी

बहुमोलाचे आहे. संजय पेठे यांनीसुद्धा अमेझॉनचे नाव सुचवून एक वेगळा मार्ग दाखवला आणि प्रकाशनाचा मार्ग सुकर केला.

शरद आढाव.

चिंचवड, पुणे.

Shantanu.adhav@gmail.com

9765942878

तळ्याकाठची ती देखणी वास्तू स्तब्ध उभी होती.

त्या वास्तूच्या किचनच्या खिडकीतून दूरवर दिसणाऱ्या तलावाकडे एकटक बघत अर्चना उभी होती. शरद ऋतुला नुकतीच सुरूवात झाली होती. जिकडे पाहावे तिकडे हिरवीगार, सुस्नात वनश्री. वर निरभ्र निळे आकाश, मुक्तपणे विहरणारी पाखरे, हवीशी वाटणारी उन्हे, खिडकीतून, तलावावरून येणारा झुळूझुळू वाहाणारा सुखद वारा, झाडांची सळसळणारी पाने.

गॅसवरच्या दुधाच्या पातेल्यातले दूध उकळत होतं आणि त्याबरोबरच तिच्या मनातही तसेच असंख्य विचार खदखदत होते. इतक्यात थोडंसं दूध उतू गेलं आणि त्याचा तापलेल्या स्टीलवर पडल्यावर होणाऱ्या आवाजाने ती भानावर आली. सांडशीनं पातेलं उचलून तिने ते दूध ग्लासात ओतलं. त्यात थोडी साखर घातली आणि ग्लास ट्रेमध्ये ठेवून हॉलमध्ये प्रवेश केला. हॉल रिकामा होता. शार्दूलचा पत्ता नव्हता. शार्दूल तिथे असणे अपेक्षित होते. समोर टी.व्ही.च्या भव्य स्क्रीनवर कोणत्यातरी इंग्रजी चित्रपटातील गोळीबारीचे दृश्य चालू होते. माणसे धडाधड मरत होती.

हाय फिड्यालिटी, हाय वॅटेज स्पीकरच्या कानठळ्या बसवणाऱ्या आवाजाने खिडकीची तावदाने फुटतील की काय अशी भीती वाटल्याने पुढे होऊन तिने आवाज कमी केला व टीव्ही बंद केला. त्याला - शार्दूलला हे असे खून मारामारी असलेले चित्रपट बघायची आवड कशी निर्माण झाली या प्रश्नाचे उत्तर तिच्याकडे खरंच नव्हतं; आणि असे चित्रपट पाहून त्याच्या खेळण्याच्या कपाटात मशिन गन्स, पिस्तूल व तत्सम खेळण्यांचा भरपूर भरणा झाला होता. त्याच्याकडचे कॉम्प्युटर गेम्ससुद्धा तसेच रक्तरंजित होते. तिने जेवढे त्याचे हे वेड कमी करायचे प्रयत्न केले होते तेवढे त्याचे ते वेड वाढीस लागले होते आणि त्याचे ते वेड बघून शेवटी आता तिलाच वेड लागायची पाळी आली होती. तो असा का बरे झाला? उत्तर म्हटले तर सोपे होते तसे पण कधी कधी माणसे परिस्थितीपुढे हतबल होतात हे तिला पुरेपूर माहीत होते. त्याच अवस्थेतून तर ती सध्या जात होती.

“शार्दूल. ए बेटू....”

दुधाचा ग्लास टिपॉयवर ठेवून तिने त्याला हाक मारली, पण प्रतिसाद आला नाही.

तिने खिडकीबाहेर नजर टाकली. बाहेर रखरखीत उन्ह पसरले होते. सकाळचे दहाच वाजले होते तरी बारा वाजल्याचा आभास होत होता. बाहेर वास्तूच्या आवारात लावलेली नारळाची, आंब्याची व इतर अनेक प्रकारची झाडे एखाद्या शिल्पासारखी सरळसोट उभी होती. पावसाळ्यात तिच कशी हिरव्यागार टवटवीत पानांनी भरून जात. एखाद्या गंभीर स्वभावाच्या माणसाने सारंकाही हृदयात साठवून ठेवावे तसे हे वृक्ष. अनुभवलेले हिवाळे, पावसाळे, उन्हाळे या सगळ्याचा हिशेब कसा ठेवत असतील? त्यांना भलेबुरे अनुभव येत असतील का? तिच्या मनात सहज अनाहूतपणे विचार येऊन गेला.

**पुन्हा** तिचे विचार आत्मकेंद्रित झाले. तिने एक दीर्घ निश्वास सोडला. किती आणि कोणाकोणाची काळजी करायची आपण? **असा प्रश्न** तिच्या मनात येऊन गेला.

वास्तविक पाहाता सगळी सुखे तिच्यापुढे हात जोडून उभी होती. कमतरता अशी कसलीच नव्हती. कुबेराला हेवा वाटावा असे ऐश्वर्य, असामान्य, लावण्य.

अहमदाबादच्या झरिवाला या कापड व्यापाऱ्याची ती मुलगी. आई वडील आणि एकुलती एक लहान बहीण श्वेता. अत्यंत लाडाकोडात वाढलेल्या दोन मुली. आठ वर्षांपूर्वी तिचे इंद्रजितशी अत्यंत रीतसर पद्धतीने लग्न झाले होते. इंद्रजित हा वसंतवाडीच्या प्रतापराव सरदेसाई या बडया प्रस्थाचा एकुलता एक मुलगा.

प्रतापराव तसे खरंच प्रेमळ आणि कर्तबगार होते. असा सासरा लाभायला पूर्व पुण्याई लागते. सासरे नाही **तर** वडीलच होते जणू ते तिचे दुसरे.

लग्नापूर्वी तिला खूप वाटायचे. आपला पती अत्यंत देखणा असायला हवा. तिला तसा तो मिळालाही पण त्यातला फोलपणा लग्नानंतर काही दिवसातच तिच्या लक्षात यायला लागला होता. कल्पना आणि वास्तव यातली तफावत किती घातक ठरू शकते

याची कल्पना आता तिला आली होती. इंद्रजित अत्यंत देखणा होता. पण त्या देखणेपणाला कर्तबगारीची जोड असायला हवी होती. नुसता देखणेपणा काय कामाचा?

ठीक आहे! एक वेळ कर्तबगारी नसती तरी चालले असते. पण **ही** बेपर्वाई, हा बाहेरख्यालीपणा, बेजबादार वृत्ती, अहंकार, हो! वडिलांनी कमवलेली अमाप संपत्ती मदिरा, मदिराक्षी, रेस जुगार, शिकार यात उडवण्यात मात्र तो नक्कीच कर्तबगार होता.

तिने त्याच्यापुढे हात टेकले होते.

तिनेच का, प्रतापरावांनी, दस्तूरखुद्द त्याच्या वडिलांनीही त्याच्यापुढे हात टेकले होते. एक कापड कारखाना, दोन पेट्रोल पंप, एक सिनेमागृह आणि एक "इंद्रधनुष्य" नावाचे दैनिक वर्तमानपत्र काढणारा मोठा छापखाना. संपूर्ण वसंतवाडीत एक मुत्सद्दी राजकारणी उद्योजक म्हणून त्यांचा दरारा होता.

त्यांचा प्रत्येक शब्द झेलायला सारे शहर हात जोडून सदैव उभे असायचे त्यांच्यापुढे. पण ते स्वतः मात्र आपल्याच लाडक्या लेकापुढे पूर्णपणे हतबल झाले होते. इंद्रजितचे कशातही लक्ष नव्हते.

ऐषाराम आणि विलास यात तो मश्गुल होता.

तितक्यात पायाला झालेल्या कसल्यातरी लुसलुशीत स्पर्शाने ती विचारातून भानावर आली. रोव्हर तिच्या पायाला आपले अंग घासत होता.

"रोव्हर! शार्दूल कुठं आहे?"

शार्दूल एकटाच असल्याने तोदेखील वडिलांसारखा होऊ नये आणि त्याला कुणाचा तरी लळा लागावा म्हणून अर्चनाने शार्दूलच्या एका वाढदिवशी हे अल्सेशिअन कुत्र्याचे पिल्लू त्याला गिफ्ट दिले होते. आता ते चांगलेच मोठे दिसत होते. तिने खाली वाकून त्याच्या पाठीवरून हात फिरवला. तोही लगेच लाडात आला.

**"Hands up...!!"** मागून शार्दूलचा आवाज आला. खेळण्यातले पिस्तूल घेऊन तो तिला नेहमीच चोर बनवत असे व स्वत: पोलीस बनत असे...

“हं! शार्दूल, आधी दूध पी बरं. तिने दुधाचा ग्लास उचलला व ती शार्दूलकडे वळली. अचानक तिचे लक्ष त्याच्या हातातल्या पिस्तुलाकडे गेले आणि तिच्या सर्वांगाला कापरे भरले.

त्याच्या हातात खेळण्यातले पिस्तूल नव्हतेच.

ते इंद्रजितचे तिच्या नवऱ्याचे खरेखुरे. १२ कॅलिबरचे पिस्तूल होते जे नेहमीच लोडेड असायचे.

त्या पिस्तुलाची नळी थेट तिच्या काळजाचा ठाव घेत होती.

“**Hands up…!!** तिच्यावर पिस्तूल रोखून तो पुन्हा उद्गारला.

अर्चनाच्या हातातून दुधाचा ग्लास सुटला व खाली पडून फुटला. त्या आवाजाने रोव्हर घाबरला व तोंडातून एक विचित्र आवाज काढून. शेपूट घालून बाहेर पळून गेला. अर्चनाच्या गोऱ्यापान सुंदर चेहऱ्यावर घर्मबिंदू तरळले. घामाने तिची पाठ भिजून गेली.

“शार्दूल. बेटा! ते पप्पांचे पिस्तूल आहे. पप्पा ओरडतील. मी तुला दुसरे त्याच्यापेक्षा छान पिस्तूल देते. आण इकडे ते….दे माझ्याकडे’’ सावधपणे हळूहळू त्याच्याकडे सरकत ती अजिजीने म्हणाली.

तो अंतर राखून मागे सरकत होता. पिस्तूल अजून तिच्यावरच रोखले होते.

“बेटा.शहाणा आहेस ना…….दे इकडे….”

“मी नाही देणार. मला हेच हवंय खेळायला.” असे म्हणून त्याने ते आपल्या छातीशी धरले. आता त्या पिस्तुलाची नळी त्याच्या स्वत:कडे रोखली गेली होती.

क्षणभर पुढच्या अभद्र कल्पनेने तिच्या काळजाचे पाणी पाणी झाले.

“शार्दूल ssssssssssss!!”

“काय चाललंय इथे……?” मागून अचानक आलेल्या इंद्रजितने विचारलं.

अर्चनाच्या मुखातून शब्द फुटत नव्हता. थरथरत तिने फक्त शार्दूलकडे बोट दाखवलं.

शार्दूलच्या हातात स्वत:चे पिस्तूल बघून इंद्रजित हादरला.

"शार्दूल!" तो गरजला." इकडे आण ते पिस्तूल, खेळणे आहे का ते....?"

आणि तो त्याच्या आततायी स्वभावाला अनुसरून अविचाराने शार्दूलवर धावून गेला. त्या गडबडीत शार्दूलचे बोट ट्रिगरवर दाबले गेले आणि गोळी सुटली.... थोडक्यात निभावले. इंदजितने त्याच्यावर झडप टाकून त्याच्या हातातले पिस्तूल काढून घेतले व त्याला अर्चनाकडे ढकलले. गोळी इंद्रजितच्या कानाला चाटून गेली होती.

"मूर्ख मुलगा...!" तो ही हादरला होता. त्याच्या कानातून रक्त येत होते. कानावर रुमाल दाबून त्याने रागाने अर्चनाकडे पाहिले आणि तो ओरडला."हेच हवे आहे ना तुला? दे त्याच्या हातात खरेखुरे पिस्तूल आणि शिकव बापावर गोळी चालवायला....वाटच बघत असशील माझ्यापासून कधी सुटका होतेय तुझी.त्याची......"

अर्चनाने शार्दूलला ह्रदयाशी कवटाळून धरले...तिच्या डोळ्यात पाणी होते.

"त्याच्या हातात कसे गेले हे पिस्तुल"?

ती काय उत्तर देणार होती. गलथानपणा तर त्याचाच होता. पण ती तसे बोलली असती तर त्याने कांगावा केला असता.

"मला माहीत नाही." ती मुसमुसत म्हणाली.

"काय होणार आहे या घराचं देव जाणे. त्याची ती सगळी भयंकर खेळणी फेकून दे आणि त्याला चांगले काहीतरी खेळायला दे.

अर्चना गुपचूप शार्दूलला घेऊन आत गेली.

इंद्रजित ते दोघे गेले तिकडे रागाने पाहात उभा राहिला आणि मग त्याने हातातल्या पिस्तुलाकडे बघितले.

पावसाळ्यात आंबोली घाटात रस्त्यावर ठीकठिकाणी बरेच वेळा दरडी कोसळून पडल्याने ही वाट बंद होत असे; परंतू पावसाळ्यात या मार्गाने जाणे हा मोठा आनंद असे. प्रतापराव सरदेसाई वरचेवर इथले सौंदर्य पाहायला. धकाधकीच्या वातावरणातून विश्रांतीसाठी इथं येत आणि इथल्या रम्य वातावरणात आपल्या सर्व चिंता विसरून जात.

जिकडेतिकडे आभाळ आलेलं असलं की झिरझिरीत ढगांच्या पडद्याआडून श्रावणात खालील खोल हीरवळीचे अलौकिक सौंदर्य त्यांना मोह घाले. वरून पाऊस रिमझिम बरसत असे. वारं इतकं की छत्र्या उलट्या होऊन जात असत. इंद्रजित लहान असतानाच त्याची आई वारली. शक्य असूनही त्यांनी दुसरे लग्न करायचं कटाक्षानं टाळलं आणि स्वत:ला कामात झोकून दिलं. त्याचीच फलश्रुती म्हणून आज ते या पदाला पोहोचले होते. आंबोली इथे अति उंच अशा ठिकाणी त्यांनी एक टुमदार, सुरेख बंगला बांधला होता व अर्चनाच्या एका वाढदिवसाला त्यांनी तो बंगला तिला भेट म्हणून दिला होता. 'इंद्रप्रस्थ' का कोण जाणे प्रतापरावांना देवांचा राजा इंद्र. त्यांनी लहानपणी ज्या काही कथा वाचल्या होत्या त्यामुळे त्याबद्दल आकर्षण वाटे. तसा इंद्र काही पराक्रमी नव्हता पण त्याचे देवावरचे प्रभुत्व. सगळे देव त्याच्या वर्चस्वाला मानत होते ना, म्हणून त्यांनी आपल्या वर्तमानपत्राचे नाव 'इंद्रधनुष्य' ठेवले होते. मुलाचे नाव इंद्रजित ठेवलं होतं. शार्दूलचे नाव पण त्यांना इंद्रनील ठेवायचं होतं. पण मग हाक मारताना गडबड झाली असती म्हणून शार्दूल ठेवलं गेलं आणि या बंगल्याचे नाव 'इंद्रप्रस्थ.' बंगल्याची सगळी कागदपत्र अर्चनाच्या नावावरच होती. त्याच्या आजूबाजूला काही तुरळक बंगले होते. बंगल्याच्या व्हरांडयात उभं राहिलं की आजूबाजूला हिरव्या रंगाच्या कितीतरी वेगवेगळ्या छटा दिसत.त्या शब्दात व्यक्त करता येत नसत.दूरवर कड्यावरून शुभ्रवर्णाचे जल प्रपात खाली वाहाताना दिसायचे.तशा काळ्या कातळावर उगवलेल्या झुडपांची पाने हवेत डोलत असतं. जल प्रपातातील काळ्या कातळावरील कपारीत रान कबुतरे व घारीसारख्या पक्ष्यांची घरटी होती. ते पक्षी इकडेतिकडे उडताना अत्यंत मनोहर दिसत. बंगल्याच्या बाहेर हीरवेगार गवत होते आणि त्यात बाहेर एके ठिकाणी एक छोटासा रंगीबेरंगी तंबू होता. तो तंबू त्यांनी खास आपल्या एकुलत्या एक नातवासाठी

शार्दूलसाठी बांधला होता. त्या तंबूत जवळजवळ सर्व सुखसोयी होत्या. परीकथेची पुस्तके होती. टेबललॅम्प होता.छोटासा एक फ्रीझर होता. ते एक शार्दूलचे अनोखे वेड होते. ते जेव्हा कधी इकडे सगळे राहायला येत. शार्दूल त्या तंबूत झोपायचा आग्रह धरी. त्याच्यासोबत कधी रोव्हर, कधी स्वत: प्रतापराव तर कधी रामलाल. त्यांचा विश्वासू नोकर झोपत असे. क्षणभर प्रतापरावांना त्याच्या त्या वेडाचे हसू आले. शार्दूलवर - आपल्या एकुलत्या एक नातवावर त्यांचे अतोनात प्रेम होते.

तर अशाच एका रमणीय संध्याकाळी प्रतापराव आणि ॲडव्होकेट पारेख व्हरांडयात समोरासमोर बसले होते. समोर उंची मद्य होते. चिकन टिक्का व उत्तम माशाचे फ्राय केलेले तुकडे होते. आतून स्वयंपाकघरातून रुचकर जेवणाचा सुवास दरवळला होता. थंड हवा अंगावर शिरीशिरी आणत होती.

“आज एका अत्यंत.महत्त्वाच्या आणि नाजूकं मुद्‌द्यावर मला तुमच्याशी बोलायचंय. बोलायचंय म्हणजे एक अत्यंत कठोर निर्णय घ्यायचाय. अं.... कशी सुरूवात करावी हा प्रश्न मला पडलाय खरा. पण तुम्ही काही मला परके नाही. आज इतक्या वर्षांचे आपले संबंध आहेत.आमच्या घरातील सर्व कायदेशीर बाबी तुम्ही सांभाळता. सगळी परिस्थिती तुम्हाला चांगलीच ठाऊक आहे आणि त्यामुळे मी त्या बाबतीत अत्यंत बिनधास्त असतो.”

त्यांनी स्कॉचचा एक घोट घेतला. काट्याने माशाचा एक तुकडा उचलला व तोंडात घातला व तो रुचकर पीस तोंडात घोळवत ते पुढे बोलू लागले.

“इंद्रजितला तर तुम्ही लहानपणापासून पाहाता. त्याचा स्वभाव तुम्हाला माहीतच आहे. सध्या इंद्रजितचे बेताल वागणे हा माझ्यासाठी अत्यंत चिंतेचा विषय झाला आहे. तुम्हाला पण हे माहीत आहे. आपण यापूर्वी जे एक माझे मृत्यू पत्र बनवलंय त्यात माझं जे काही आहे ते सगळे त्याच्या नावावर करून मोकळे झालो आहोत खरं आणि खरंतर त्यात गैर काहीच नाही कारण तो माझा एकुलता एक मुलगा व वारस आहे. पण जर त्याने त्याचे वागणे बदलले नाही तर पुढे काय होईल याचे दारुण चित्र माझ्या डोळ्यासमोर दिसते आहे.”

पुन्हा त्यांनी लांबवर एका उडणाऱ्या पक्षावर नजर केंद्रित केली.

“त्याने माझ्या व्यवसायात लक्ष घालावे व हा रामरगाडा पुढे समर्थपणे ओढावा अशी माझी इच्छा आहे. मध्ये मी एक कादंबरी वाचली होती. “THE ALMIGHTY” त्यातली कल्पना मला भावली व ती मी राबवणार आहे.”

ॲडव्होकेट ग्लास हातात धरून त्यांच्याकडे अपेक्षेने बघत राहिले.

“एखादा व्रात्य मुलगा असेल वर्गात तर त्याला वर्गप्रमुख केले जाते. त्याच्यावर जबाबदारी आली की तो हळूहळू सुधारतो. अगदी तेच तत्त्वज्ञान मला इंद्रजितच्या बाबतीत वापरायचे आहे. रतिलालजी!. पहिले मृत्यूपत्र बाद करा. आणखी नवीन एक मृत्युपत्र बनवा आणि त्यात मी सांगतो तशी अट घाला.” रतिलाल पारीखांना जाणवले की ते पूर्णपणे विचार करूनच आले होते.

त्यांनी ग्लास रिकामा करून खाली ठेवला नि तो तत्परतेने भरण्यासाठी बाटली उचलली पण प्रतापरावांनी खूणेने तसे न करण्याचे सुचवले. मग ते उभे राहिले आणि व्हरांडयाच्या कडेला गेले.

“रतिलालजी. आपले जे वर्तमानपत्र आहे.'इंद्रधनुष्य' नावाचे. त्यामध्ये आपण खूपच बाजी मारली आहे. गोमंतकीय परिसरात खूप चांगली मागणी आहे त्याला. चांगला रेपो आहे आपला. माझा असा विचार आहे की इंद्रजितला त्याचा सर्वेसर्वा करून. त्या वर्तमानपत्राची सगळी **जबाबदारी** त्याला सांभाळायला द्यायची. मात्र त्याचबरोबर एक अट अशी घालायची. की जर त्याने आपल्या वर्तमानपत्राचे सर्क्यूलेशन १% ने का होईना पहिल्या तीन महिन्यात जर वाढवले तरच तो माझ्या सर्व संपत्तीचा वारस म्हणून नियुक्त होईल. अन्यथा सर्व संपत्ती शार्दूलच्या नावावर करून. तो वयात येईपर्यंत त्याची दखल अर्चना घेईल. तिचं ट्रस्टी म्हणून राहील. मृत्यूपत्रात असा बदल करायचा”

त्यांनी मागे वळून रतिलाल पारेखच्या डोळ्यात त्यांच्या उत्तराची अपेक्षा करत सरळ पाहिले.

“कसे वाटतंय तुम्हाला.? माझी एवढीच अपेक्षा आहे **की** त्याने आतातरी. **ही** सगळी उठाठेव सोडून कारभारात लक्ष घालावे.”

"खरेतर मी फक्त कायदा जाणतो. मानवी मनाचा अभ्यास करणे. हा माझा काही प्रांत नाही. तरी यात कायद्याच्या दृष्टीने मला तरी यात काहीच गैर वाटत नाही. शिवाय तुमच्या मृत्यूपत्रात तुम्हाला हवा तसा बदल करून देणं हे माझं इतिकर्तव्य आहे. पण मी एवढेच सांगू इच्छितो की यातून नक्की काय निष्पन्न होईल हे मात्र फक्त तो वर बसलेलाच सांगू शकेल." त्यांनी प्रथमच चर्चेत भाग घेतला होता. आत्तपर्यंत ते फक्त श्रोत्याच्या भूमिकेत होते व उंची मद्य आणि रुचकर माशाची चव घेत होते.

"रतिलाल, इंद्रजितला पैसा आणि सत्ता याचा जबरदस्त मोह आहे. अर्थात तो कुणाला नसतो. पण जोपर्यंत तो योग्य मार्गाने राबवला जातो आहे तोपर्यंत ठीक आहे. मला वाटते, या अशा अटीमुळे त्याच्यावर थोडा अंकुश बसेल आणि तो सरळ मार्गावर येईल." त्यांनी थांबून थोडा दम घेतला." हा.... हा माझ्यासमोर आता शेवटचा पर्याय उरला आहे. लवकरात लवकर मृत्यूपत्र बनवून आणा. मी लवकरच इंद्रजितशी या संदर्भात बोलतो."

थोडा वेळ शांततेत गेला.

"चला भूक लागली आहे. जेवून घेऊ या. रामलालच्या हातचे रूचकर जेवण मलातरी नेहमी मोह घालते. तशी अर्चना पण चांगलं जेवण बनवते.पण तिला किचनसाठी फार वेळ देता येत नाही."

दोघे उठून आत गेले व प्रशस्त सजवून ठेवलेल्या डायनिंग टेबल वर बसले.

तळ्याकाठच्या रस्त्याने जात असता आजूबाजूच्या रान फुलांचा मंद गंध नाकाला सुखावत होता. बारीक फुलांचा सडा पायवाटेवर पडला होता. प्रतापराव आणि अर्चना पायवाटेवरून निशब्द चालले होते. तेवढ्यात काहीतरी खळबळ माजली. झुडपातून एक साप व एक मुंगुस त्यांच्या समोरच अचानक बाहेर पडले. दोघांच्यात तुंबळ लढाई चालू होती. दोघे बाजूला झाले आणि जरा लांबून ते दोघांची ती जीवन - मृत्यूची लढाई पाहू लागले.

त्या अनपेक्षित प्रसंगाने अर्चना एकदम दचकली. पण स्वत:ला सावरून तिने विचारलेच.

"का भांडताहेत ते. काय झाले असेल...?"

"साप आणि मुंगुस यांचे हाडवैर प्रसिद्ध आहे. परमेश्वराने वा निसर्गाने निर्माण करतानाच त्यांना एकमेकांचे वैरी केले आहे... का कशासाठी. याची अनेक कारणे आहेत. सापाच्या वंश विस्तारावर अंकुश ठेवण्यासाठी असेल कदाचित. पण निसर्गात जे काही चालू असते त्यातल्या बऱ्याच का व कसे. या प्रश्नांना आपण काही ठोस उत्तरे देऊ शकत नाही. कधीच."

ते क्षणभर थांबले. "कधी कधी हे असेच आहे म्हणून सोडून द्यावे लागते. जेथे आपण काहीच करू शकत नाही तिथे हे असेच चालायचे म्हणून सोडून द्यायचे.पण जेथे आपल्याला स्कोप आहे. तिथे मात्र कधी कधी परिश्रमाने परिस्थिती बदलावी लागते."

भांडता भांडता ते मुंगुस व तो साप.दोघे झुडपाआड गेले व दिसेनासे झाले.

"त्यातल्या एकाचे मरण आज निश्चित आहे." प्रतापराव पुढे म्हणाले."इथे सुष्ट-दुष्ट कुणीच नसतं. ही अस्तित्वासाठीची लढाई आहे व हे त्यांना करावेच लागते. आता माणसातसुध्दा असेच असते. **MIGHT IS RIGHT** माणसामधली सूड प्रवृत्ती अत्यंत भयानक. ती नसती तर नक्कीच माणूस देव या संज्ञेला पात्र ठरला असता. वाईट या गोष्टीचे वाटते की माणसांची प्रवृत्ती आता अशीच अधिकाधिक हीन, जंगली आणि रानटी होऊ लागली आहे. त्यांना भलेबुरे. चांगले वाईट याची तमा राहिलेली नाही. बरे ते असे का याचेही ठोस उत्तर सापडत नाही. कलियुग आहे म्हणायचं. बाकी काय."

दोघे चालत होते.......

"आपण मूळ विषयाकडे वळू ज्यासाठी मी तुला इथे घेऊन आलोय. तुझ्याकडे इंद्रजितबाबत खूप महत्त्वाची चर्चा करायची आहे. घरात शार्दूल असतो. नोकरचाकर असतं. काही गोष्टी उघड उघड नाही बोलता येत."

तिला कळून चुकले आता काल शार्दूलच्या हाती अचानक लागलेले इंद्रजितचे भरलेले पिस्तूल या प्रसंगावर गाडी घसरणार आहे...

“अर्चना तुला माहीतच आहे. इंद्रजित पाच वर्षांचा असताना त्याची आई हे जग सोडून गेली. त्याला त्रास होऊ नये म्हणून मी दुसरा विवाह करायचे टाळले. सावत्र मुलावर कोणतीही स्त्री कधीच पोटच्या मुलासारखे प्रेम करू शकत नाही असं माझं तरी मत आहे आणि असं प्रेम केल्याची दुर्मिळ उदाहरणं असतीलसुद्धा कदाचित. पण मला ती पटली नाहीत. केवळ म्हणूनच मी दुसरं लग्न केलं नाही. आईची माया सोडून मी इंद्रजितला सर्व काही दिलं. अर्थात आईची माया ती आईचीच माया.”

ते थोडेसे भावनाप्रधान झाले असे तिला वाटले. ते फार क्वचित तसे भावनाप्रधान दिसत.

“एक उमदे व्यक्तिमत्त्व. प्रेम आणि जिव्हाळा न मिळाल्याने चुकीच्या मार्गाला गेल्याची खंत मला आहेच. तो असा का झाला याची अनेक कारणे असू शकतील. आता त्याचा विचार करून काहीही उपयोग नाही. असो. जे झाले ते झाले. पण आता आपल्याला मात्र पुढचा विचार करायलाच हवा. मी आता थकलोय. खरंच थकलोय. हा सगळा भार कोणावर तरी सोपवून मला निश्चित व्हायचंय. पण इंद्रजित तर हा असा बेफाम वागायला लागलाय. त्याला कसा मार्गावर आणायचा हा माझ्यापुढे मोठा प्रश्न आहे आणि यात आपल्याला दोघांनाच काहीतरी करावे लागणार. मी माझ्याकडून एक पाऊल उचललंय ज्यात मला तुझा सहभाग हवाय.”

“माझी काहीही करायची तयारी आहे त्यांच्यासाठी.”

“गुड! ऐक. मी एक योजना आखली आहे व त्यानुसार मृत्युपत्रात बदल करून मी एक नवीन अट टाकायचे ठरवले आहे. त्या अटीमुळे इंद्रजित आपल्या उद्योगक्षेत्रात नाईलाजाने का होईना लक्ष घालेल अशी माझी अपेक्षा आहे आणि तो जर तसा वागला तरच त्याला माझ्या इस्टेटीचा वारस हक्क मिळेल. उद्या मी त्याला हे सांगणार आहे. त्यावर त्याची प्रतिक्रिया काय असेल मला माहीत नाही कदाचित तो जास्त बेफाम होऊ शकतो.”

मृत्यूपत्रातील बाकीचे बदल वगळून त्यांनी तिला फक्त महत्त्वाचं कलम सांगितले.

“मला माहीत आहे. इंद्रजितमध्ये एक **‘Killing instict’** आहे. तो सापांप्रमाणे डूख धरतो. त्याचा स्वभाव आहे तो.” त्यांनी थोडा वेळ इकडेतिकडे बघितले मग ते पुढे म्हणाले.”पण ठीक आहे हे ही करून बघू.”

“मी खरंतर खूप निराश झालीय बाबूजी.”

“तू इथेच चुकतेस. काही बाबतीत तू फार लवकर हार मानतेस. खरंतर तुझे लग्न ज्या दिवशी त्याच्याशी मी लावून दिले तेव्हा मला आशा होती की तो सुधारेल. किंबहुना तू त्याला सुधारशील. स्त्रीच्या प्रेमात प्रचंड ताकद आहे, असते. असायलाच हवी पण माझी ती आशा फोल ठरली. तू कुठेतरी कमी पडलीस किंवा तशी अपेक्षा करणे हा माझा वेडेपणाच होता असेही असू शकेल कदाचित.”

“बाबूजी, मी त्यांना डोळ्यासमोर नको असते. माझ्याविषयी असलेला तिरस्कार त्यांच्या डोळयात सतत धगधगताना दिसतो मला आणि तो का, तर मी त्यांना वारंवार चांगले वागण्याविषयी बोलत असते म्हणून. त्यांचे शब्द तापलेल्या सळईप्रमाणे माझ्या जिव्हारी लागतात.”

“स्त्री **ही** क्षणकालची पत्नी व अनंतकालची माता आहे असे वचन कुठेतरी वाचलंय मी. स्त्रीच्या सौंदऱ्यापुढे मेरुमणीही टिकाव धरू शकत नाही. तर माणूस काय चीज आहे? तू कुठेतरी कमी पडलीस हे मात्र शंभर टक्के खरं.”

“असे नका म्हणू बाबूजी! मी असे म्हणत नाही की मी सर्व गुणसंपन्न आहे. पण मी येण्यापूर्वीच परिस्थिती एवढी हाताबाहेर गेली होती की ती सावरणे मलाच काय कुणालाही शक्य नव्हते.

तिच्या डोळ्यात पाणी तरळले.

“कालचीच गोष्ट. ते पिस्तूल शार्दूलच्या हाती कसं लागलं? त्याच्यापूर्वी तुझी नजर का नाही गेली त्यावर आणि तू का उचलून ठेवलं नाहीस?”

“शार्दूलची नजर पडण्यापूर्वी काही क्षणच त्यांनी ते बाहेर काढलेलं असावं. अन्यथा माझे लक्ष काटेकोरपणे असतं सगळीकडे.”

“ते काहीही असो. काल काही दुर्घटना घडली असती तर ती केवढयाला पडली असती? मला बाहेर भरपूर व्याप असतं. घराची संपूर्ण जबाबदारी तुझ्यावर आहे. तुम्ही जर एकमेकांना डोळ्यासमोर धरत नसाल तर काय उपयोग आहे. एका छताखाली राहाण्याचा? इन मीन आपण साडेतीन माणसे. पण कुणाचा कुणाला मेळ नाही.”

ते थोडे चिडल्यासारखे दिसले.

“तुझा हा तटस्थपणा आणि त्याचा निर्विकार बेजबाबदारपणा याचा मला अत्यंत कंटाळा यायला लागला आहे. मी आज त्याला निक्षून सांगणार आहे. पण तू **ही** थोडे आत्मचिंतन करायला शिक. परमेश्वर करो आणि यातून काहीतरी मार्ग निघो. मी आता कंटाळलोय.”

समोरच पांढरी शुभ्र अलिशान गाडी उभी होती. आणि ड्रायव्हर त्यांचीच वाट पाहात होता......

“चला आता घरी जाऊ या.डोळ्यातले पाणी पूस. ड्रायव्हर च्या लक्षात येता कामा नये की काहीतरी गंभीर बाब आहे म्हणून. आणि मागचे सगळे विसरून एका नव्या जोमाने नव्या दमाने इथून पुढची. जीवनाची वाटचाल सुरू कर. सगळे सुरळीत होईल.”

प्रतापरावांची अलिशान केबिन.

प्रताप्ररावांच्या समोर राजबिंडा इंद्रजित बसला होता. एखाद्या चित्रपटातला नायक शोभावा इतका देखणा. तांबूस थोडेसे कपाळावर आलेले न विंचरलेले भरदार केस. धारदार नासिका. त्यावर शोभणारी मिशीची कोरीव रेष. सहा फुट उंची. एखादा ॲथलेट असावा तशी भरदार पण लवचीक शरीरयष्टी. त्याच्या चेहेऱ्यावरचे बेदरकार भाव बघून त्यांना थोडी चीड आली पण अत्यंत संयमी आणि शांत शब्दात ते बोलू लागले.

"हे बघ इंद्र! ही सगळी अफाट संपत्ती हे जे काही मी उभे केलंय हे सगळं तुझंच आहे. पण त्यासाठी तुला आता यात काहीतरी जबाबदारी घ्यायलाच हवी. तीस वर्षांचा होत आला आहेस आणि मी आता थकलोय. लवकरच मी या सर्व गोष्टीतून निवृत्त होणार आहे. त्यामुळे तुला आता यात लक्ष घालायला सुरूवात करायलाच हवी." त्याची प्रतिक्रिया काय होतेय हे पाहाण्यासाठी ते थोडे थांबले. पण त्याचा चेहरा निर्विकार होता. "उद्यापासून तू ऑफिसमध्ये यायला सुरूवात करावीस अशी माझी इच्छा आहे. आपल्या 'इंद्रधनुष्य' या वर्तमानपत्राच्या ऑफिसमध्ये तुझ्यासाठी एक अलिशान केबिन तयार करून ठेवली आहे. तू तिथे बसायला सुरूवात कर. त्या वर्तमानपत्राची संपूर्ण जबाबदारी उद्यापासून तुझी. तू जो निर्णय घेशील ती पूर्व दिशा. मी सगळ्या स्टाफला तशा सुचना दिल्या आहेत."

त्याच्या देखण्या चेहेऱ्यावरचे भाव फारसे बदलले नाहीत. पण त्यांना नापसंतीची एक रेष त्यावर अस्पष्ट हललेली प्रतापरावांना दिसली. पण त्याकडे दुर्लक्ष करून ते पुढे बोलू लागले.

"पण ते जितकं वाटतं तितकं सोपं पण नाही. तुला खूप मेहनत घ्यावी लागणार आहे. आजपर्यंत मी तुला खूप मोकळीक दिली. तुला जसं हवं तसं वागू दिलं. पण तिथेच मी चुकलो बहुदा. आता नाईलाजाने का होईना तुझ्या बाबतीत मी एक निर्णय घेणार आहे; किंबहूना घेतला आहे म्हणायला काहीच हरकत नाही. मला नाईलाजाने म्हणावे लागतंय की माझ्या जीवनातलं सर्वात मोठं आणि एकमेव अपयश आहेस तू."

इंद्रजितच्या डोळ्यात थोडी उत्सुकता दिसली आणि लगेच विझली.

"मी काय सांगतो ते नीट ऐक. आत्तापर्यंत **तुझं** सर्व म्हणणं मी मान्य केलं. तू म्हणालास मला चित्रपट बनवायचाय तिथेसुद्धा पाण्यासारखा पैसा ओतलास. मी एक शब्द बोललो नाही. पण फल निष्पत्ति? शून्य. सर्व पैसा अक्षरश:पाण्यासारखा उधळलास. कधीतरी कुठेतरी हे थांबायलाच हवं. मी म्हणतो विलासीपणा जरूर करावा माणसाने पण हातचं राखून. **ही** शेवटची विनंती मान्य कर आता माझी. त्यानंतर मी कधीच. कोणतिचं ढवळाढवळ तुझ्या आयुष्यात करणार नाही."

त्याच्या चेहेऱ्यावर थोडीतरी अपराधीपणाची भावना यावी ही त्यांची अपेक्षा फोल ठरली. त्यांच्या चेहेऱ्यावरच्या रेषा ताठ झाल्या. आतापर्यंत बापाच्या भूमिकेत ते होते. ती भूमिका एका धुरंदर राजकारणी असलेल्या एका उद्योगपतीने घेतली.

"मी माझ्या मृत्यूपत्रात काही बदल केले आहेत. ही सर्व इस्टेट तुला सहजासहजी मिळणार नाही तर तुला त्यासाठी आता हातपाय हालवावे लागणार आहेत. आपल्या 'इंद्रधनुष्य' या दैनिकाची जबाबदारी घेऊन एक महिन्याच्या आत तुला त्याचे सर्क्युलेशन कमीत कमी 2% ने वाढवावे लागणार आहे. सध्याचे आपले सर्क्युलेशन आहे १२.५०.९७० आहे. ते तुला १२. ७५००० प्लस काहीतरी odd फिगर येतेय. समज १२.७६००० करायचे आहे."

त्याच्या मनात थोडी चलबिचल झाली व त्याने आपली बसण्याची पद्धत बदलली. आता तो पुढे झुकून हनुवटीवर हात टेकून एकाग्रतेने ऐकू लागला.

"मुदत एक महिन्याची आहे. तुला वाटलं तर मुदत अजून एका महिन्याने वाढवता येईल. पण तू किती प्रामाणिक इनपुट देतोस त्यावर ते अवलंबून राहील. त्याचा निर्णय एक महिना झाल्यावर घेतला जाईल."

पुन्हा एकदा एका धुरंदर राजकारण्याचा मुखवटा जाऊन चेहेऱ्यावरील रेषा मृदू झाल्या व एक बाप बोलू लागला.

"बेटा इंद्र, मी खूप वाट बघितली. आज नाही तर उद्या परिस्थिती सुधारेल याची. पण तुझ्यात काहीच बदल होतं नाही म्हणून मी हा कठोर निर्णय घेतलाय. आता तू आणि तुझे नशीब. To be or not to be हे तू ठरवायाचंस. पण एक लक्षात घे. यात जर तू यशस्वी झाला नाहीस म्हणजे सर्क्युलेशन जर वाढलं नाही तर तू या सगळ्या इस्टेटीपासून बेदखल केला जाशील. तेव्हा योग्य तो निर्णय घे." ते थोडे थांबले. "देव तुला योग्य निर्णय घेण्यात सदबुद्धी देवो."

त्यांनी त्याच्या मागे जाऊन त्याच्या खांद्यावर हात ठेवला.

"सो बी सिन्सियर and गेट गोइंग. ऑल द व्हेरी बेस्ट माय सन!"

"मी करेन मनापासून प्रयत्न बाबूजी." प्रथमच त्याच्या मुखातून शब्द बाहेर पडले. त्यात किती प्रामाणिकपणा होता या बाबत प्रतापराव साशंक होते. पण त्या क्षणापासून इंद्रजितच्या डोक्यात मात्र असंख्य विचारचक्र सुरू झाली होती. हे कसे जमवायचे या बद्दल. कारण आता त्याच्यापुढे जीवन मरणाचा प्रश्न होता.

वडिलांकडे न बघता तो उठला आणि केबिनचे दार उघडून बाहेर पडला. बाहेर स्टाफमधल्या सगळ्यांच्या नजरा त्याच्याकडे लागल्या. त्याच व्यक्तिमत्त्व होतंच तसं आकर्षक! तो कॉरीडॉरमधून चालू लागला.

कोणी कोणी आगाऊ मुली. त्याला "गुड मॉर्निंग सर." म्हणत होत्या. काहीजण मान तुकवून आपला आदर दर्शवत होते.

पण त्याचे लक्ष कॉम्प्युटर रूममधील एका आकर्षक तरुणीकडे गेलं. खरंतर आत्तापर्यंत त्याची आवड उत्तान. नखरेल मुली अशीच होती आयुष्यात प्रथमच या साध्या मुलीने त्याचे लक्ष वेधून घेतलं होतं. काहीतरी खास होतं या मुलीत.

आज शलाकाने गुलाबी रंगाचा वन पीस. स्लिवलेस ड्रेस घातला होता.

आपल्या काळ्याभोर कुरळ्या खांद्याखाली थोडेसे रुळणाऱ्या केसांची तिने आज आकर्षक पोनी बांधली होती. त्यामुळे ती आज अधिकच सुंदर दिसत होती. मेकअप करायचा तिला फार सोस नव्हता. तिची त्वचा तशी **ही** अगदी नितळ आणि गुलाबी होती. बदामी चेहरा. निमुळती हनुवटी. मत्स्याकृती डोळे आणि सर्वात महत्त्वाचे तिच्या चेहेऱ्यावरचे पारदर्शक मोहक भाव समोरच्याला जिंकून घेत. तिच्या दोन्ही गालांवर मोहक खळी पडत असे. तिची उंची पाच फूट पाच इंच होती. सडपातळ कमनीय शरीर. तिचे वक्ष तिच्या प्रमाणबद्ध शरीराला छेद देत. ते थोडे प्रमाणापेक्षा मोठे होते आणि त्याची तिला पूर्ण जाणीव होती. म्हणून ती नेहेमीच स्टोल अथवा अन्य प्रवस्त्र वापरत असे.

तिला वडील नव्हते. आई आणि भाऊ लांब गोव्यात वाळपईला राहात. तिथे त्यांची थोडी शेती व एक किराणा मालाचे दुकान होते. ती

लहानपणापासून येथे वसंतवाडीत आपल्या आजोबांकडे शिक्षणासाठी राहात होती कारण वाळपईमध्ये उत्तम शाळा कॉलेज यांची वानवा होती. तिचे आजोबा. ती त्यांना आबा म्हणत असे - आईचे वडील. हे वसंतवाडीमधील एक प्रस्थ होते. त्यांचे बरेच वय झाले होते. आबांना दोन मुले होती. पैकी एक राजकारणात होता व दुसरा मुलगा पोलीस खात्यातून नुकताच निवृत्त झाला होता. त्याचा मुलगा महेश म्हणजेच आबांचा नातूही पोलीस खात्यातच होता. नाशिकमध्ये ट्रेनिंग घेऊन तो सब इन्स्पेक्टरच्या पोस्टवर रुजू झाला आणि तीन वर्षात लगेच इन्स्पेक्टर म्हणून त्याला बढतीसुद्धा मिळाली. आबांचीसुद्धा वसंतवाडीत बरीच मालमत्ता होती. त्यांचाही एक पेट्रोल पंप. अनेक बागायती व घरे होती. गावाबाहेर. गोव्याच्या वाटेवर. त्यांची एक मोठी बागायत होती. त्यात असंख्य. नारळाची पोफळीची. आंब्याची. पेरूची झाडे तर होतीच पण भातशेतीसुद्धा होती. त्या प्रचंड मोठ्या जागेत मधोमध काही कौलारू घरे होती जी त्यांनी भाडयाने दिली होती व तिथे काही लोक भाडयाने राहात होती. ज्यात एक फॉरेस्ट ऑफिसर. आपल्या कुटुंबीयांसमवेत राहात होते. शलाका बरेच वेळा सुट्टीच्या दिवशी आजोबांबरोबर तिथले नारळ. इतर उत्पन्न आणायला जात असे. तिथे बरेच नोकरचाकर देखभालीसाठी ठेवले होते. त्या वेळेस त्या फॉरेस्ट ऑफिसर बरोबर त्यांचे बोलणे होई. त्यांचे नाव होते विश्वासराव देशमुख. त्यांना एक मुलगा व एक मुलगी होती. त्यांच्या पत्नी सुलभा देवी गृहकृत्यदक्ष व सालस गृहीणी होत्या. असं त्यांचं छानसं चौकोनी कुटुंब होतं. त्यांच्या बाजूच्या घरात एक प्रोफेसर राहायचे. त्यांचे आडनाव होते सामंत. त्या पलीकडच्या घरात गावडे नावाचे एक शिक्षक राहात होतेआणि एक घर रिकामे ठेवले होते. तिला गावाबाहेर असलेली ती जागा अत्यंत आवडे. त्या हिरव्यागच्च झाडा झुडपातून. विहीरीमधून. ओहोळामधून वावरताना तिला एखाद्या परीराज्यात आल्यासारखे वाटे.

घरातून बाहेर पडून तिने आपली छोटी कार स्टार्ट केली व ती ऑफिसच्या दिशेने मार्गक्रमण करू लागली. तिचा मार्ग जाताना आणि येताना मोती तलावावरून जात असे. मोती तलाव आणि त्याच्या मागचा तो नरेंद्र डोंगरसुद्धा तिच्या आकर्षणाचाच एक भाग होता.

सूर्य अस्ताला जाताना तर त्या स्वयंभू जलाशयाचे सौंदर्य अवर्णनीय असे. बांधावर असलेल्या प्राचीन वृक्षांच्या बांधावरून ओणावून तलावाच्या पाण्यात स्वत:चे प्रतिबिंब पाहात असतं. त्यांची वेडीवाकडी प्रतिबिंबे अजगरासदृश्य सरपटताना दिसतात. येताना आणि जाताना तिथे गाडी थांबवून अनिमिष नेत्रांनी ते सौन्दर्य ती नेहमी पाहात असे. त्या जलाशयाविषयी तिला गूढ असे प्रेम वाटत होते. त्याच्याशी जन्मोजन्मीचे नाते आहे असे वाटे. तिथे उभे राहिले की तिच्या डोळ्यासमोर एक अनोळखी गंधर्वनगरी दृग्गोचर होत असे. तिथे अज्ञात. रहस्यमय जलजीवन स्पंदन पावते. तेथल्या निवाशांचे रहस्य. प्रवासी जलचरांचे रहस्य.अनेक पक्षी त्याच्या वास्तव्याला येत. त्याची रहस्य अशा अनेक रहस्यांनी साकारलेला तो जलाशय. या त्याच्या विविध रुपात गुढतेचे प्रावरण का घेतो? त्यात आकाशाचे विविध रंग मिसळले असले तरी त्याचा आताचा रंग वेगळाच आहे. त्याच्या विशाल पसाऱ्यावर अशी कातरता का रेंगाळते....? असे अनेक प्रश्न तिला पडत असतं.

तिने गाडीला गियर टाकला व ती नाईलाजाने पुढे सरकली.

गाडी पार्क करून ती ऑफिसमध्ये आली व कॉम्प्युटर रूममध्ये गेली. तिची सहायिका प्रीती पुढे आली व तिने तिचे स्वागत केले.

"गुड मॉर्निंग शलाका."

गुड मॉर्निंग प्रीती. कशी आहेस?

"कशी असणार? काल जाताना घरी गेले होते अगदी तशीच. आतून बाहेरून. हं! फक्त कपडे चेंज केलेत." ती मिस्किलपणे म्हणाली.

"आतून तरी जशी गेली होतीस. तशी तरी कुठे आहेस आत्ता? काही कमी जास्त पोटात गेले असणार. मानवी शरीरात क्षणाक्षणाला लाखो बदल घडत असतं." शलाका तेवढयाच मिस्कीलपणे उत्तरली." साध्या प्रश्नाचे उत्तर किती आडवळणाने देतेस?"

"काय करू. कंटाळा आलाय या Day in day out! सेम रुटीनचा. तेच ते, तेच ते...."

“अरे! आता तर म्हणालीस कपडे चेंज केलेत म्हणून!! मिळाला ना चेंज?” ती डोळे मिचकावत म्हणाली. “काय चेंज होणार आपल्यासारख्या मध्यमवर्गीय लोकांत आणि रुटीन म्हणशील तर ते आहे म्हणून आयुष्य सुसह्य होते.”

“ते ही खरंच म्हणा. पण तुला एक नवीन गोष्ट कळली का?” ती एकदम. एखादी गुप्त **गोष्ट** सांगावी तशी तिच्याजवळ आली.” आपल्या कंपनीमध्ये एक मोठं परिवर्तन होणार आहे.”

“कसलं गं?”

“आपला बॉस! चेंज होणार आहे आणि इंद्रजित सरदेसाई आपला नवीन बॉस काय handome आहे. बघितलास त्याला? काल येऊन गेला आपल्या ऑफिसमध्ये.”

शलाकाने कामात असतानाचा. तिच्याकडे न बघता इकडचे पेपर तिकडे करत असता नकारार्थी मान हालवली.

“हॉलीवूडमधल्या चित्रपटातील हीरोसारखा.”

“काय काय विचार करत असतेस. आता काय विचार आहे?” शलाकाने मिस्कीलपणे विचारले.

“अरे कुछ फायदा नही. त्याचे लग्न झालेय. एक मुलगा पण आहे.”

“मग ठीक तर. लागा कामाला.”

“शालू. आजपासूनच तो चार्ज घेणार आहे.”

“प्रीती.काय फरक पडणार आहे आपल्याला तो आला म्हणून. तुझे काम कमी करून तो पगार दुप्पट करणार आहे का? कोणीही आले तरी आपल्याला कामाला पर्याय नाही. चल सुरू कर काम.”

त्यानंतर साधारण अर्ध्या तासाने……

स्टाफमध्ये थोडी हालचाल दिसली. तिने मान वर करून बघितले. काचेतून इंदजित सरदेसाई येताना दिसला. प्रीतिने त्याचे वर्णन करताना कुठेही अतिशयोक्ती केली नव्हती. इंद्रजित सरदेसाई खरोखरं अत्यंत देखणा होता. फक्त सगळ्या बरोबर त्याच्या

चेहेऱ्यावरची बेफिकिरी आणि बेपर्वाई तिला थोडी खटकली. सगळ्यांचे अभिनंदन स्वीकारत. गर्दीतून तो पुढे सरकत होता. प्रीती केव्हाच त्या गर्दीत सामील होऊन त्याच्याशी हात मिळवायला धडपडत होती. पण शलाका जागेवरून हालली नाही.

इंद्रजितने तिला अगोदरच हेरून ठेवले होते (तो पहिल्या दिवशी आला होता तेव्हाच ती त्याच्या मनात बसली होती)

तो जेव्हा तिच्या जवळून गेला तेव्हा नाईलाजाने का होईना तिला त्याला विश करावे लागले.

"गुड मॉर्निंग सर and वेलकम."

"गुड मॉर्निंग. व्हेरी व्हेरी गुड मॉर्निंग." कोणालाही त्याने आतापर्यंत प्रत्युत्तर केले नव्हते. दोघांच्या नजरा क्षणभर एकमेकात गुंतल्या.

कोणीही फिदा व्हावे असेच त्याचे रूप होते.

पण त्याची नजर तिला दाहक, जाचक वाटली. अगदी पार आरपार पाहाणारी. तिने पटकन आपली नजर हटवली.

तो पुढे निघून गेला.

"कैसा जादू बलम तुने डाला. कर दिया उसको घायल!"

प्रीतिने तिला चिंमटा काढला

"ओह. शट अप प्रीती. फालतूगिरी बंद कर."

"मग तुला जाणवले का? फक्त तुलाच त्याने उलट प्रतिसाद दिला बाकी कुणालाच नाही. असे कसे?"

"मला नाही माहीत. तू आपले काम कर. ई-मेल्स चेक कर."

ती प्रीतीवर उखडली खरी. पण ती कशाने तरी जबरदस्त अपसेट झाली होती.

तिला काहीतरी विचलित करत होते.

डॉ...मोहन अग्रवाल. आपल्या प्रशस्त हॉस्पिटलमध्ये बसून एका मागोमाग एक पेशंट तपासत होते.

दिवसभर पेशंट. वैतागलेले. गांजलेले. हे आजारपण हा प्रकार नसताच तर? त्यांच्या मनात विचार आला. पण मग आपला चरितार्थ? लगेच दुसरा विचार मनात आला. काय विचार करतो आपण? त्यांचे त्यांनाच खुदकन हसू आले. खरंच आजचा दिवस फारच धावपळीचा गेला होता. सारखे पेशंट. त्यात काही ओपरेशन्स. मिटींग्स.

त्यांनी घड्याळाकडे नजर टाकली. आठ वाजायला आले होते. आज नऊ वाजता त्यांनी रेश्माला वेळ दिली होती. आज तिच्या बरोबर ते डिनरला जाणार होते.

रेश्मा सेठ - त्यांची वाग्दत्त वधू.

तिच्या आठवणीने ते ताजेतवाने झाले व तिच्या बरोबर व्यतीत केलेल्या रम्य क्षणामध्ये गुबगुबीत रिव्हॉल्विंग चेअरवर मागे मान टाकून रमले.

मोबाईलच्या रिंगटोनच्या आवाजाने ते भानावर आले. तसे पाहाता सामाजिक जाणीवेपोटी त्यांनी हा पेशा पत्करला होता. त्यांना पैशाचा मोह नव्हता. गरीब लोकांना त्यांनी पैशासाठी कधीच अडवले नव्हते पण श्रीमंत लोकांना सोडले नव्हते. त्यामुळे वसंतवाडीतील सामान्यजन त्यांना देव माणूस म्हणत असतं. पण लोक जरी देव म्हणत असले तरी ते माणूसच होते.आराम. एकांत. विरंगुळा. प्रिय रेश्माचा सहवास त्यांना नक्कीच हवा हवासा होता.

“मोहन अजून हॉस्पिटलमध्येच आहेस का? नऊ वाजता आपण भेटणार आहोत. आठवण करून देण्यासाठी फोन केला. नाहीतर नेहमीसारखा विसरून जाशील मला पेशंटच्या नादात.” रेश्माच्या खळखळून हसण्याच्या आवाजाने त्यांचा थकवा पार कुठच्याकुठे पळून गेला. ते पटकन उठले पांढरा हॉस्पिटलचा ओवरकोट काढला. बेसिनजवळ जाऊन तोंडावर थंड पाण्याचा हबका मारला. केसावरून

कंगवा फिरवला हेड नर्सला बोलावून काही सूचना दिल्या व हॉटेल मोहोरकडे जाण्यासाठी आपल्या कारमध्ये बसले. बाहेर बऱ्यापैकी गारवा होता. त्यांची गाडी हॉस्पिटलच्या आवारातून बाहेर पडून रस्त्यावरील रहदारीत सामील झाली.

बरोबर अगदी त्याचक्षणी हॉस्पिटलपासून आडवळणावर उभ्या असलेल्या एका मारुती व्हॅनचे हेडलाईट्स लागले व अंतर राखून सावधपणे एखाद्या श्वापदाप्रमाणे ती व्हॅन डॉक्टरांच्या गाडीच्या जसे एखादे जंगली जनावर आपल्या भक्ष्याची शिकार करण्यासाठी त्याच्या मागावर जाते तशी मागे मागे जाऊ लागली.

आता डॉक्टरच्या डोक्यात रेश्माखेरीज कोणतेच विचार नव्हते. ते तिला भेटायला उत्सुक झाले होते. तिच्या मोहमयी विभ्रमाची नशा त्यांना चढली होती. तिचे लाडे लाडे बोलणे, हसणे सारे सारे जगावेगळे होते. एखाद्या कसबी अभिनेत्याप्रमाणे डॉक्टरच्या भूमिकेतून बाहेर पडून ते एका अधीर प्रियकराच्या भूमिकेत शिरले. तिच्या उबदार विचारात ते हॉटेलवर कधी पोहोचले ते कळलेच नाही.

गाडी पार्क करून ते आत गेले. त्यांचे टेबल रिझर्व होते. टेबलवर स्थानापन्न होतात न होतात तोच रेश्मा आली.

काळ्या रंगाचा एक सुंदर फुल स्लिवचा पूर्ण ड्रेस तिने घातला होता व त्यात ती अतिशय सुंदर दिसत होती. डॉक्टरांच्या हृदयाचा एक ठोका चुकला.

"उशीर तर नाही ना झाला?"

"मी पण आत्ताच आलो तू पण एकदम on the dot." ती हसली. तिच्या दोन्ही गालावर खळ्या पडल्या. डॉक्टर बघतच राहिले.

"मला वाटले मला उशीर झाला की काय? काय पाहातोस?"

"तुझ्या गालावरच्या जीवघेण्या खळ्या." तिने डोळे मोठ्ठे केले. "कशी आलीस?"

"अरे रमेशने सोडले मला. म्हटले, जाताना तू आहेसच घरी ड्रॉप करायला कशाला दोन दोन गाडया?"

“बरे केलेस. जाताना तू माझ्याबरोबर माझ्याच गाडीत आहे म्हटल्यावर....” त्यांच्या डोळ्यात थोडा खट्याळपणा आला.

तिचे गाल आरक्त झाले.

“रमेश येणार होता तुला भेटायला पण मीच नको म्हटले.”

“का?”

“मग तुम्हीच गप्पा मारत बसाल आणि मी बाजूला पडेन. तू डॉक्टर आणि तो कस्टम ऑफिसर.”

“मला एकदा जायचेय त्याच्याबरोबर शिकारीला.”

“शिकारीला बंदी आहे. तो एक तथाकथित चित्रपट सृष्टीतला अभिनेता कसा अडकलाय माहीत आहे ना?”

“अरे पण त्याच्या ओळखी आहेत ना?”

“तुम्ही शिकारीला गेलात की मीच कळवीन पोलिसांना.”

“पण आम्ही शिकार करणार ती बंदुकीने नाही काही, कॅमेऱ्याने.”

दोघे हसले डॉक्टर अनिमिष नजरेने तिच्याकडे पाहात होते.

“आता माझ्याकडे बघून पोट भरणार आहे का? ऑर्डर कर ना.”

रेश्माच्या घराजवळ गाडी थांबली तेव्हा रात्रीचे अकरा वाजले होते.

रेश्मा खाली उतरली.

“चल मजा आली. अर्थात तू बरोबर असलास की नेहमीच मजा येते. आज जरा जास्त आली.” रेश्मा दार उघडून खाली उतरत म्हणाली.

त्यावर डोळे मिचकावत डॉक्टर म्हणाले. “आज की रात बडी शोख. बडी नटखट है आज तो तेरे बीना नींद नही आयेगी”

“नाही झोप आली तर जा की हॉस्पिटलमध्ये. तुझे पेशंट आहेत; वाट बघताहेत तुझी.” ती खट्याळपणे म्हणाली.

"**GOOD NIGHT**" तिने त्यांना फ्लाईंग किस दिला. त्यांनी तो पकडला व तिच्या पाठमोर्‍या डौलदार आकृतीकडे पाहात एक सुस्कारा सोडला.

ती दिसेनाशी झाल्यावर त्यांनी गाडी स्टार्ट केली व स्वतःच्या घराकडे मोर्चा वळवला.

काही अंतरावर ती मारुती व्हॅन चालू झाली व लक्षात येणार नाही असे अंतर राखून त्यांच्या गाडी मागे धावू लागली.

डॉक्टरांच्या नोकराने - किसनने दार उघडले.

ते आत आले. किसनने त्यांचा कोट घेतला व तो आत गेला.

डॉक्टर तडक बाथरूममध्ये गेले व शॉवर खाली उभे राहिले. गरम पाण्याच्या स्पर्शाने त्यांचे अंग शहारले व रेश्माच्या आठवणीने त्यांचा रोम रोम फुलून उठला.

तिच्या आठवणीतच त्यांनी स्नान आटोपले व गाऊन घालून पलंगावर पहुडले. आत्ता रेश्मा असती बरोबर तर......

पुसटसा विचार त्यांच्या मनाला स्पर्शून गेला.

विचार करता करता ते केव्हा निद्रादेवीच्या आधीन झाले त्यांचे त्यांनाच कळले नाही.

किती वेळ झाला कोण जाणे?

झोपेतल्या भास आभासाचे खेळ चालू झाले होते. रेश्माबरोबर ते कुठेतरी गेले होते. अचानक रेश्मा दिसेनाशी झाली. ते कासावीस झाले.

त्यांच्या मागे कुणीतरी लागले होते. ते जीव घेऊन पळत होते. शेवटी पळून पळून ते थकले. आता पळवत नव्हते. ते जमिनीवर पडून राहिले. जाणवत होते ते स्वप्न आहे. त्यातून जागे व्हायला हवे पण ते ही जमत नव्हते. कुणीतरी त्यांच्या जवळ जवळ येत होते. काय होते ते? काहीतरी विनाशक होते हे निश्चित. त्यांना कळत होते जर झोपेतून

आत्ता ते जागे झाले तर ते जे काही त्यांच्या जवळ येत होते ते नाहीसे झाले असते. पण प्रयासानेसुद्धा त्यांची झापड जात नव्हती. अचानक डोळे उघडतच नव्हते. इतक्यात कसलेतरी कर्णकर्कश संगीत वाजू लागले.

त्यांनी डोळे उघडले. फोनची बेल वाजत होती.

झटक्यात सगळे भास आभास नाहीसे झाले. त्यांचे डोळे उघडले. घरातील NIGHT LAMP चा मंद प्रकाश त्या स्वप्नापेक्षा किती आश्वासक भासला त्यांना.

त्यांनी घडयाळाकडे पाहिले. एक वाजला होता. आता कोणाचा फोन? कपाळाला एक सूक्ष्म आठी पडली त्यांच्या.

"हॅलो! डॉक्टर मोहन अग्रवाल हियर."

"डॉक्टर माझ्यावर मेहेरबानी करा हो, माझ्या लेकीला वाचावा." पलीकडून एक टाहो आला.

यांची झोप खाडकन उडाली.

"काय झालेय?" "माझ्या लेकीला वाचवा साहेब."

"कोण बोलतेय?"

"डॉक्टर, मी एक आई बोलतेय. माझी लेक कसंतरी करतेय हो. काहीही करून तिला वाचवा."

"काय होतेय आई तिला?"

"डॉक्टर, तिला श्वास घ्यायला त्रास होतोय. पण या प्रश्नोत्तरातच वेळ निघून जातोय, जाईल आणि मग वेळ निघून गेल्यावर हाती काहीच उरणार नाही," पलीकडून रडण्याचा आवाज.

"बरं बरं कुठून बोलताय? पत्ता सांगा."

"साहेब गावाबाहेर चर्च आहे ना तिथे या. कुणीतरी उभे राहील तिथे. तुम्हाला घेऊन येईल योग्य ठिकाणी."

"पण तो भाग तर एकदम निर्मनुष्य आहे. तिथे कुठे वस्ती आहे?"

"तिथून अगंदीजवळच आम्ही राहातो. तिथे वस्ती आहे. पण रस्ता छोटा आहे. चार चाकी जाणार नाही तिथे. डॉक्टर, लवकर या हो." ती बाई रडू लागली.

"ठीक ठीक. मी लगेच निघतोच. काळजी करू नका. अरे किसन ssssss." त्यांनी आपल्या नोकराला हाक मारली. बिचारा झोपमोड झालेला किसन धावत डोळे चोळत आला.

"किसन माझी ब्रिफकेस ठेव गाडीत. एक सिरीयस केस आहे. बघायला जायचंय."

ते वार्डरोबमधून कपडे काढून कपडे बदलत म्हणाले.

"आत्ता या वेळला?"

"मृत्युला काळ, वेळ असते का? जायलाच हवं. पेशंटच्या जीवन मरणाचा प्रश्न आहे."

"पण साहेब," तो चाचरत बोलला. "आज अमावस्या आहे. नका जाऊ. कोण आहे पेशंट?"

"सब झूट आहे रे अमावस्या वगैरे. आहे एक मुलगी. बहुतेक अडलेली असावी. मला काही होत नाही, चल."

"साहेब मी येऊ का?"

"तू येऊन काय करणार? घर सांभाळ."

"पण का कोण जाणे साहेब तुम्ही आज जाऊ नये असे मला वाटतंय."

"चल चल, लवकर त्या पोरीचा जीव धोक्यात आहे."

ते बाहेर आले व गाडीत बसून त्यांनी गाडी चालू केली. किसन अंधारात दूर जाणाऱ्या त्या गाडीच्या आकाराकडे व नंतर तांबड्या दिव्याकडे दिसेनासे होईपर्यंत पाहात होता.

"या कलियुगात असे पवित्र दुसऱ्यासाठी वेळी - अवेळी धावणारे पुण्यवान आत्मे आहेत म्हणून जग चाललंय," तो पुटपुटला.

गाडी निर्मनुष्य रस्त्यावरून वेडीवाकडी वळणे घेत पळत होती. रस्ता एकदम सुनसान होता. काही बेवारशी कुत्री रस्त्यावर भुंकत होती. काही तर गाडीच्या मागे धावत होती.

चर्चचा अवाढव्य क्रूस धुरकट, चांदण्याने भरलेल्या आकाशाच्या पार्श्वभूमीवर दिसू लागताच त्यांनी गाडीचा वेग कमी केला.

समोर कंदील घेऊन कुणीतरी उभं होतं. त्यांच्याच साठी थांबलेलं होतं.

त्यांनी गाडी त्याच्याजवळ नेली व काच खाली करून ते काही विचारणार तेवढयात अंधारातून अजून पाच सहा आडदांड माणसे अचानक उगवली. त्यांच्या प्रत्येकाच्या हातात पेट्रोलचे कॅन होते. त्यांनी ते गाडीवर उपडे केले.

डॉक्टरांना काही समजत नव्हते काय चाललंय? त्यांनी दार उघडून उतरायचा प्रयत्न केला पण एका आडदांडाने दार दाबून धरले होते.

पेट्रोल ओतून झाल्यावर एकाने त्यावर जळती काडी टाकली. त्या ज्वालाग्राही पदार्थाने पटकन पेट घेतला. गाडी क्षणात सगळीकडून पेटली.

नाकातोंडात धूर गेल्याने डॉक्टरांना श्वास घेणे मुश्कील जाऊ लागले. आगीची धग वाढत गेली.

गाडी कापराच्या वडीप्रमाणे पूर्ण पेटली.

आणि गाडीचा स्फोट झाला.

काही अंतरावरून जणू हवेतून प्रकट झाल्याप्रमाणे एक फोटोग्राफर जळत्या गाडीचे फोटो घेत होता.

ती सकाळ उगवली ती ढगाळ व अत्यंत कुंद वातावरण घेऊन. आज वसंतवाडीच्या नगरवासियांच्या दृष्टीकोनातून अत्यंत काळा दिवस उगवला होता.

आज मानव रूपातील देवाचा अचानक अंत झाला होता. पण हे झाले कसे? अचानक? काल तर त्यांनी बऱ्याच पेशंटना तपासले होते. कित्येक जणांकडे त्यांच्या सहीचे प्रिस्क्रिप्शन होते. काल ते त्यांच्याशी बोलले होते. आणि आज?

डॉ... मोहन अग्रवाल यांच्या विरोधात बोलणारा एकही माणूस नव्हता वसंतवाडीत. खऱ्या अर्थाने अजातशत्रू होते ते. उलट पक्षी कधीही कोणत्याही वेळेस ते रुग्णाच्या मदतीला धावून येत. त्यांचे बोलणे वागणे अत्यंत मवाळ असे.

त्यामुळे त्यांचा कुणी घात करेल अशी शंका घ्यायला वावच नव्हता? पण इंद्रधनुष्यमध्ये तर हा अपघातच असावा अशीच दाट खात्री व्यक्त केली जात होती.

त्यांच्यात गाडीत बाहेर चर्चजवळ पूर्ण जळालेल्या गाडीत त्यांचा मृत देह सापडला होता.

ओळखू येण्याच्या पलीकडे.

काहींना आशा होती, ते जळालेले शरीर त्यांचे नसावे. पण मग ते आहेत कुठे?

छे छे, नक्कीच तेच होते. ते आता या जगात नाहीत. वेडी आशा बाळगण्यात काय अर्थ?

एका देवदूताचा आज मृत्यू झाला. या कलियुगातला तो धर्मात्मा होता.

मग असे कसे झाले? सगळे सुन्न झाले होते. बधीर झाले होते.

'इंद्रधनुष्य' दैनिकाच्या ऑफिससमोर आज तुफान गर्दी जमली होती. त्याला एकच कारण होते की ही बातमी फक्त 'इंद्रधनुष्य' या वर्तमानपत्रात छापून आली होती. अन्य वर्तमानपत्रात त्याविषयी एक ओळसुद्धा लिहीली गेली नव्हती.

लोक वेडयासारखे इंद्रधनुष्यच्या कार्यालयासमोर उभे होते.

इंद्रधनुष्याच्या सर्व प्रती संपून अजून जवळ जवळ ५०% जास्त प्रती काढाव्या लागल्या होत्या, तरीसुद्धा कमी पडल्या होत्या.

ती बातमी अशी होती:

*वसंतवाडी. ता.१३: आजचा दिवस हा वसंतवाडीच्या इतिहासात अत्यंत काळा दिवस म्हणून गणला जाईल. काल रात्री डॉ. मोहन अग्रवाल यांचा. गोवा रोडवर त्यांच्या गाडीला आग लागून त्यातच त्यांचा अत्यंत करुणामय असा मृत्यू झाला.*

*त्याच वेळी आमचे वार्ताहर सुधीर म्हात्रे तिकडून जात होते. काल गोव्यात एका कार्यक्रमाचे वार्तांकन करून ते पुन्हा वसंतवाडीला येत असताना त्यांना डॉ. मोहन अग्रवाल यांची गाडी जळताना दिसली. पूर्ण वसंतवाडीत त्यांची गाडी वेगळ्या धाटणीची होती. तिच्या आकारावरूनच केवळ त्यांना कळू शकले की ही डॉ... मोहन अग्रवाल यांची गाडी आहे. ते जेव्हा घटना स्थळी पोहोचले तेव्हा ती ९०% पेक्षा अधिक जळाली होती. त्यामुळे सुधीर म्हात्रे काहीच करू शकले नाहीत.*

*विश्वसनीय सूत्रानुसार काल रात्री एक वाजता त्यांना त्यांच्या घरी फोन आला होता व एक अत्यावस्थ पेशंट पाहाण्यासाठी ते बाहेर पडले ते पुन्हा परत घरी परतलेच नाहीत.*

*स्वर्गीय श्री मोहन अग्रवाल यांच्या घरी संपर्क साधला असता त्यांचा वृद्ध नोकर किसन यांनी सांगितले की काल बाराच्या दरम्यान त्यांना एका पेशंटचा फोन आला होता. फोन कुण्या स्त्रीचा होता व तिची मुलगी अत्यवस्थ होती. डॉ... अत्यंत तातडीने गेले. पण ही काही पहिलीच घटना नव्हती. यापूर्वीसुद्धा असे वेळी-अवेळी फोन आलेले होते व डॉक्टर मागेपुढे न पाहाता पेशंटला पाहावयास गेले होते. मग यावेळी असे काय घडले?*

*ते अतिशय सिद्धहस्त डॉक्टर होते. त्यांचा हाताला यश होते व मुख्य म्हणजे पैशासाठी त्यांनी कधीच कोणा गरीबाला अडवून ठेवले नव्हते.*

*त्या काळरात्रीचा फोन कुठून आला याचा पोलीस तपास करत आहेत.*

*परमेश्वर डॉक्टरांच्या आत्म्यांला शांती देवो.*

त्यानंतर मधल्या पानावर त्यांच्या आत्तापर्यंतच्या संपूर्ण जीवनाचा आढावा घेतला होता. अत्यंत प्रतिकूल परिस्थितीत आयुष्याची सुरूवात करून अत्यंत बुद्धिमान असलेल्या मोहनची आयुष्यातली वाटचाल थक्क करणारी होती आणि त्याचा असा अकाली दुर्दैवी अंत व्हावा हे आकलनाच्या पलीकडचे होते.

त्यात हे ही नमूद केले होते की त्यांचा विवाह रेश्मा सेठ या तरुणीबरोबर सुनिश्चित झाला होता व लवकरच ते विवाहबद्ध होणार होते.

काहीही असो पण इंद्रजितचे नशीब बलवत्तर होते.

'इंद्रधनुष्य'चा ताबा घेऊन १७ दिवससुद्धा झाले नव्हते, तर अशी सनसनाटी बातमी मिळून त्याचे इप्सित साध्य झाले होते.

शलाका एकटक कॉम्प्युटरच्या स्क्रीनकडे बघत विचार करत होती.

नाही म्हटले तरी तिलाही या घटनेचा धक्का बसला होता. तिला आठवले, तिचे आजोबा आजारी असताना अपरात्री एकदा डॉक्टरांना बोलावले होते. तेव्हा ते कोणतेही आढेवेढे न घेता आले होते. स्नेहपूर्ण बोलणे, प्रसन्न व्यक्तिमत्त्व व रुग्णाला विश्वास देणारी देहबोली यांनी ती खूपच प्रभावित झाली होती.

त्यांचा असा अंत व्हावा? नियतिने यात काय साध्य केले?

"किती भयंकर ना?" मागून आलेल्या प्रीतिने **शब्द** उद्गारले. तिचा पण चेहरा गंभीर झाला होता. तिला पण हे जे काही घडले होते ते आवडले नव्हते.

"महाभयंकर," शलाका पुटपुटली. "पण गंमत ह्या योगायोगाची वाटते की 'इंद्रधनुष्य' मध्येच फक्त ही बातमी छापून यावी. अगदी अशा वेळेस तो अपघात घडावा की बाकीची वर्तमानपत्रे छापून तयार झाली आहेत आणि...."

"या गोष्टी आपल्या हातात नसतातच. हे सर्व विधिलिखित आहे. योगायोग," प्रीती.

"बाकीच्या वर्तमानपत्रात एक ओळसुद्धा नाही आणि 'इंद्रधनुष्य'मध्ये फोटोसकट बातमी?"

"तुला काय म्हणायचेय? मला तर काहीच कळेनासे झालेय. असो. डॉक्टर आता काही परत येणार नाहीत. ती बातमी छापायला नको होती, असे तुझे म्हणणे आहे का?"

"मला काहीच म्हणायचे नाही. प्लीज लीव मी अलोन."

"चमत्कारीकच आहेस," प्रीती वैतागून तिथून निघून गेली. शलाका अस्वस्थ झाली होती.

अर्चनासाठी तो दिवस महत आनंदाचा होता.

प्रतापरावांच्या प्रयत्नाला थोडे का होईना यश आले होते. गेले काही दिवस इंद्रजित अगदी नित्यनेमाने ऑफिसमध्ये जात होता. 'इंद्रधनुष्य' चा खप कसा वाढवता येईल याबद्दल स्टाफबरोबर चर्चा करत होता.

त्याचे वागणे ही बदलले होते.

त्याने घरात लक्ष देणे चालू केले होते. तो शार्दूलबरोबर खेळायला लागला होता आणि आता तिच्या कानावर आले होते की त्याने प्रतापरावांनी टाकलेल्या अटीचीसुद्धा पूर्तता केली आहे. तिला खूप खूप आनंद झाला होता.

ज्या दिवसाची ती वाट पाहात होती तो दिवस आज आला होता....

तिलासुद्धा खरंतर डॉ. मोहन अग्रवाल यांच्या मृत्यूचे अतोनात दु:ख झाले होते. ती ऐकून होती की ते एक अत्यंत कुशल डॉक्टर आणि दयाळू मानव होते. कधी पैशासाठी त्यांनी कधीच कुणाला अडवले नव्हते.पण श्रीमंत लोकांकडून मात्र ते पैसे जरूर घेत. त्यांच्या अशा या अपमृत्यूबद्दल कुणालाही दु:ख होणे साहाजिक होते. पण त्यांच्या

असण्या-नसण्याच्या सुख-दु:खापेक्षा इंद्रजित सुधारणे तिला आता परम महत्त्वाचे होते.

त्या रात्री इंद्रजित उशिरा आला.

अर्चना आणि प्रतापरावांनी तो कारमधून उतरताच त्याचे पुढे जाऊन स्वागत केले.

त्याचा देखण्या चेहऱ्यावर विजयाचे हसू होते. त्याने पुढे होऊन प्रतापरावांच्या चरणाला स्पर्श केल्यासारखे केले व अर्चनाला जवळ घेतले.

"उशीर केलास खूप."

"हो, ऑफिसमध्ये गडबड, सारखे फोन कॉल्स, लोकांच्या चौकशा, प्रिंटींगसाठी कमी पडलेल्या पेपर्ससाठी धावपळ."

**"Keep it up My Son!**. एक वेळ यश मिळवणे सोपे असते. पण ते टिकवणे फारच अवघड असते हे लक्षात घे आणि मला वाटते, तसे बघितले तर आजचे तुझे हे यश अनायासे मिळालेले आहे. परिश्रम विरहीत आहे. तुला फार काही करावे लागले नाही. मला त्याबद्दल काही म्हणायचे नाही. कारण शूर पुरुषांनाच विजयश्री माळ घालते."

अर्चना आज जमिनीपासून चार बोटे उंच होती. इंद्रजितच्या देखण्या चेहेऱ्याकडे पाहाताना अगदी सुरूवातीच्या काही उन्मादक प्रणयी क्षणांची तिला आठवण झाली. तो धसमुसळ्या होता. सुख ओरबाडून घेण्यात पुरुषार्थ आणि धन्यता मानत होता. तरी पण त्या क्षणांच्या आठवणीने तिच्या अंगावर रोमांच फुलले. खूप महिने झाले होते. ती आसुसलेली होती.

"पण ही घटना खरोखरं अत्यंत दुर्दैवी," प्रतापरावांच्या शब्दाने ती भानावर आली. "डॉ. अग्रवाल यांचा हा असा मृत्यू! खरंच अत्यंत भयंकर. पण नक्की यात दगा-फटका काही नसावा ना?"

"नाही बाबूजी. पोलीससुद्धा convince झाले आहेत. It was sheerly an accident! माझे बोलणे झाले आहे. इन्स्पेक्टर महेश यांच्याशी. त्यांनी सुधीर म्हात्रेना पोलीस स्टेशनला बोलावून बराच वेळ चौकशी केली. पण मग त्यांची खात्री पटली की जे घडले ते एक अपघात होता."

"ठीक आहे." तरी पण प्रतापरावांच्या डोळ्यातले संशयाचे ढग विरलेले नाहीत असे इंद्रजितला तरी वाटले.

त्या दिवशी खूप दिवसांनी त्यांनी एकत्र बसून हसत-खेळत भोजन केले आणि कितीतरी दिवसांनी त्या घरात हास्याच्या लकेरी उमटत होत्या.

वसंतवाडीचे पोलीस स्टेशन.

सगळीकडे गडबडीचे वातावरण होते खरे. चौकशीचे फोन येत होते. पण कोणत्याच प्रश्नाला सध्यातरी काहीच उत्तर नव्हते. सध्यातरी एकच उत्तर होते की हा अपघाताच होता. गाडी किंवा डॉक्टरांची बॉडी यापैकी काहीच आता राहिलेले नव्हते. निष्कर्ष कशावरून काढणार? इन्स्पेक्टर रमेश पोलीस स्टेशनचा इन्चार्ज गोंधळून गेला होता. वसंतवाडीसारख्या शांत शहरात अशी घटना अतर्क्यच होती; पण घडली होती हे अंतिम वास्तव होते.

वसंतवाडी - काही शहर म्हणता येण्यासारखे नव्हते. शहर आणि गाव याच्यामधला प्रकार होता तो. त्याला स्वतः इंद्रजित सरदेसाईचा फोन आला होता की कोणत्याही प्रकारची मदत लागली तर तो वेळाकाळाचे बंधन न मानता मदत करावयास तयार होता म्हणून. स्वतः प्रतापरावांनीसुद्धा फोन करून हरप्रकारे मदत करायची तयारी दर्शवली होती.

इन्स्पेक्टर महेशला मात्र यात कुठेतरी काहीतरी संशयास्पद वाटत होतं. डॉक्टरांची गाडी एकदम चांगल्या परदेशी बनावटीची होती व गेल्या आठवड्यातच ती सर्व्हिसिंग करून घेतली होती. त्याने त्या कंपनीला फोन करून शक्य ती सगळी चौकशी केली होती. त्यावेळीच

त्याला समजले होते की डॉक्टरांची गाडी CNG gas वर पण चालत होती. अशावेळी टाकीचा स्फोट होऊ शकतो का अशी शंकाही त्यांनी व्यक्त केली होती. पण जरी सर्व्हिसिंगच्या वेळेस पूर्ण चेक केले गेले तरी नंतर काहीही घडू शकते असे उत्तर त्याला मिळाले. तेवढ्याने इन्स्पेक्टर महेशचे समाधान होईना कुणीतरी दगा फटकासुद्धा केलेला असू शकेल. त्यांना अपरात्री आलेला फोन हेच त्याचे संशयाचे मूळ होते.

त्यांचा नोकर - किसनच्या म्हणण्याप्रमाणे त्यांना रात्री १२ च्या दरम्यान फोन आला होता. तो फोन कुठून आला ते सुद्धा कळत नव्हते. टेलिफोन खात्याच्या म्हणण्याप्रमाणे त्यांच्याकडचे रेकॉर्ड बघता तसा काही फोन आलेलाच नव्हता.

की डॉक्टरांचे काही नाजूक प्रकरण होते? ती शक्यता त्याने धुडकावून लावली. ते त्या चौकटीत बसत नव्हते. शिवाय त्यांचा विवाह ठरला होता आणि त्या संध्याकाळी आपल्या लग्न ठरलेल्या वाग्दत्त वधूबरोबर ते डेटला गेले होते.

तितक्यात एक गाडी पोलीस स्टेशनसमोर उभी राहिली. शलाका खाली उतरली.

बरेच वेळेस ऑफिसला जाताना ती आपल्या मामेभावाला महेशला भेटून जात असे. महेश तिला सख्ख्या भावापेक्षा जवळचा होता. दोघांच्यात खूप चांगलेच सख्य होते. खूप चांगले जमत होते दोघांचे.

गाडी पार्क करून ती सरळ त्याच्या केबिनमध्ये गेली.

तो कोणाशी तरी फोनवर बोलत होता. त्याने तिला हसून समोरच्या खुर्चीवर बसायची खूण केली.

"काय चाललेय? काही कळाले का डॉक्टरांच्या मृत्यूबाबत?" त्याचा फोन संपल्यावर तिने विचारले.

"नाही ना. अरे या डॉ. अग्रवालच्या प्रकरणाने डोक्याचे खोबरे केले आहे. काही समजत नाही. आज दोन दिवस झाले. काहीच सुगावा लागत नाही."

"अतिशय वाईट घटना. मलासुद्धा रात्री नीट झोप लागली नाही. तुला आठवते? आबांना एकदा रात्री खूप बरं नव्हते. तेव्हा त्यांना

बोलावले होते. असेच मध्यरात्री आले होते. पण किती फ्रेश दिसत होते. बोलणे तर असे की पेशंटचा निम्मा आजार पळून जाईल असे."

"आत्तापर्यंत तरी तो निव्वळ अपघात असावा असेच चित्र आहे..."

"आमच्या 'इंद्रधनुष्य'ला मात्र सुगीचे दिवस आलेत. कारण ती बातमी फक्त आमच्याच वर्तमानपत्रात आलीय ना."

"ते ही सगळे गूढच आहे. बरोबर त्याचवेळेस तो सुधीर म्हात्रे तिथे यावा. त्याने फोटो काढावेत. मी त्याची चौकशी केली. तो त्या दिवशी खरंच गोव्याला एका कार्यक्रमाचे वार्तांकन करायला गेला होता. तिथले फोटो पण सापडले त्याच्या कॅमेऱ्यात. सगळे डिटेल्स match होताहेत. संशयाला कुठेच वाव नाही."

दोघे स्तब्ध बसले थोडा वेळ....

"त्या फोन कॉलमध्येच काहीतरी गूढ आहे. पण टेलिफोनवाले म्हणतात तसा काही फोन डॉक्टरांच्या फोनवर आलाच नव्हता. तसं काही रेकॉर्ड सापडतच नाहीय. बरं घातपात का वाटत नाही, कारण त्यांना विरोधक कुणीच नव्हता. कुणाला काय हेतू असू शकेल त्यांना मारायचा?"

"काढ शोधून. काहीतरी गूढ नक्की आहे यात. बरं चल मला उशीर होतोय. वाटलंच काही तर फोन करेन."

ती पर्स उचलत म्हणाली.

इन्स्पेक्टर महेश तिला गाडीपर्यंत सोडवायला आला.

अर्चना त्या संध्याकाळी खूपच रोमांचित होती.

तिने ठरवले होते. आज आपणहून रात्री इंद्रजितच्या बेडरूममध्ये जायचे. तो इतका चांगला वागत होता. अधूनमधून त्याने तिच्याकडे टाकलेले कटाक्ष तिला घायाळ करत होते.

सगळे अलबेल झाले असे म्हणायला काहीच हरकत नव्हती.

तो आता कितीतरी चांगला वागत होता. रोज ऑफिसमध्ये जात होता. संध्याकाळी उशिरा का होईना घरी आल्यावर बाबुजींबरोबर ऑफिसच्या संदर्भात चर्चा करत होता.

तिचे आणि त्याचे बोलणे असे झाले नव्हते. पण त्याच्या डोळ्यातला तिच्याविषयीचा तिरस्कार विझला होता, असं तिला राहून राहून वाटत होतं माणसं बदलू शकतात. आपण थोडी माघार घ्यायला काय हरकत आहे? जाऊ आपणहून त्याच्या बेडरूममध्ये. त्याला मिठीत घेऊ आणि मग पहाटेपर्यंत त्याचे ते तिच्यावर तूटून पडणे तिला हवं होतं.

नुसत्या कल्पनेने तिच्या शरीरावर सतार झंकारली.

त्याची वाट पाहाण्यात ती संध्याकाळभर अस्वस्थ होती. तिला सुरूवातीचे दिवस आठवत होते. तिचं मन आज थाऱ्यावर नव्हतं. तिच्याकडून दूध उतू गेले होते. नोकरांना ती उलटयासुलटया सूचना देत होती.

खाली गाडीचा हॉर्न ऐकू आल्यावर तिच्या ह्दयाची धडधड चालू झाली. खरंतर त्यांच्या लग्नाला आठ वर्षे झाली होती. पण आज ती एखाद्या नवपरिणीत विवाहीतेप्रमाणे अधीर झाली होती. अभिसारिका झाली होती.

जेवताना ती चोरून त्याच्याकडे पाहात होती. कधीतरी नजर नजर होत होती. तिला त्याच्या नजरेत तशी उत्सुकता दिसली नाही. तरी पण ती नाराज झाली नाही.

आज तिने ठरवले होते. हा मनातला आणि शरीरातला दुरावा आज कसाही करून दूर करायचा. प्रणय चालू असताना तो किती तिचा शरणागत असतो हे तिला अनुभवाने माहीत होते.

जेवण झाल्यावर नेहमीप्रमाणे तो थोडे बोलत बसला बाबुजींशी. दहाच्या सुमारास तो आपल्या बेडरूमकडे वळला.

शेजारीच शार्दूलची बेडरूम होती. दोन बेडरूम्समध्ये एक पॅसेज होता. जेणेकरून तिला पटकन त्याच्या बेडरूममध्ये जाता यावे. त्यांच्यात दुरावा निर्माण झाल्यापासून ती शार्दूलच्याच बेडरूममध्ये झोपत असे.

नेमका आज शार्दूल खेळण्याच्या मूडमध्ये होता. खरंतर नेहमी तो तशाच मूडमध्ये असायचा.पण आज तिला ते प्रकर्षाने जाणवले. मग ती त्याला झोपवायचा प्रयत्न करू लागली.

त्यासाठी तिला एक परीकथा वाचून दाखवावी लागली. पण त्याला परीकथेत रस नव्हता. मग तिने त्याला एक शिकार कथा वाचून दाखवली.

आता तो पेंगायला लागला होता.

तिने मोठे दिवे बंद करून मंद **night lamp** चालू केले. आता त्याचा **श्वासोच्छ्वास** एका मंद लयीत होत होता. तो गाढ झोपेत प्रवेशत होता. इंद्रजितला भेटायची वेळ जसंजशी जवळ येत होती. तसंतशी तिच्या हृदयाची धडधड वाढत होती. तिचा **श्वासोच्छ्वास** गरम होत होता. हातापायाला कंप सुटला होता, एसी चालू असूनसुद्धा. घामाचा एक ओघळ पाठीवरून खाली घसरत गेला. ती शहारली.

तिने शार्दूलच्या चेहेऱ्याकडे पाहिले. तो शांतपणे झोपेच्या आधीन झाला होता. झोपेत किती निरागस दिसत होता.आताही त्याच्या हातात खेळण्यातले पिस्तूल होतेच. ती वाघाच्या शिकारीची गोष्ट सांगत असताना तो गोळी चालवत होता. तिला तशातही हसू आले.

तिने त्याच्या अंगावर चादर टाकली व ती उठली. तिच्या पायातले अवसान गेले होते. पण तिला कसेही करून ते आज साध्य करायचे होते.

इतक्यात टेलिफोनची रिंग वाजली. त्या भयाण शांततेत ती केवढयांदातरी दचकली. तिने रिसिव्हर पटकन उचलला. त्या आवाजाने शार्दूल जागा होऊ नये व अजून कालापव्यय होऊ नये एवढीच तिची इच्छ होती.

“हॅलो ssss” पलीकडून इंद्रजितचा दबका आवाज आला.

इंद्रजितच्या बेडरूममधील कनेक्शनचे ते extension होते.

“साहेब सुनील त्रिवेदी बोलतोय.”

“ह्या नंबरवर का फोन केलास? तुला सक्त ताकीद दिलेली ना की ह्या नंबरवर कधीच फोन करायचा नाही म्हणून?” “साहेब तसंच अर्जंट काम आहे? तुमचा मोबाईल कधीचा ट्राय करतोय पण लागत नाही.”

त्याला आठवलं की बाबुजींबरोबर बोलताना त्याने त्याचा मोबाईल सायलेंटवर ठेवला होता. लगेच त्याने शार्दूलच्या रूमकडे पाहिलं. तिथे काहीच हालचाल नव्हती. कदाचित अर्चना गाढ झोपली असेल.

“बोल पटकन. आता काय हवे....?” इंद्रजित दबक्या पण जरबेच्या आवाजात म्हणाला.

“सायमन आलाय.माझ्याकडे माझ्यासमोर बसलाय. पैसे हवे म्हणतोय....आत्ताच्या आत्ता.काम फत्ते करून दोन दिवस झाले. अजून पैसे मिळाले नाही म्हणून खवळलाय......आत्ताच्या आत्ता हवेत नाहीतर......”

“नाहीतर काय? त्रिवेदी तू एक मूर्ख माणूस आहेस. एक तर अशावेळी इथे फोन करायला नव्हता पाहिजेस. तुला त्याला सांभाळता येत नाही?”

“नाही साहेब एक तर तो प्रोफेशनल किलर आहे. तो कुठल्याही थराला जाऊ शकतो. मला माझी मुले बाळे आहेत...समोर गन घेऊनच बसलाय.”

“दे त्याला.”

“सायमन, उद्या तुला १२ वाजायच्या आत तुझे पंचवीस लाख मिळतील. माझ्या शब्दावर विश्वास ठेव.”

“या धंद्यात विश्वासाला थारा नाही साहेब. जर उद्या बारा वाजेपर्यंत पैसे नाही मिळाले तर डॉ. अग्रवालच्या मृत्यूचे रहस्य ‘जनशक्ती’ वर्तमानपत्राच्या पहिल्या पानावर परवा छापले जाईल.”

“ठिकाय ठिकाय! ठेव आता...” तो तिरसटपणे म्हणाला. फोन कट झाला.

त्याच्या माथ्यावरची शीर ताडताड उडू लागली. त्या दीडदमडीच्या गुंडाची हीम्मत कशी झाली त्याला धमकावयाची? हा सुनील त्रिवेदी

म्हणजे नमुना होता. तरी बरं त्याच्या नाड्या इंद्रजितच्याच हातात होत्या. त्रिवेदी त्याच्या हातातले खेळणे होता. त्याचे एक रहस्य इंद्रजितच्या हातात होते. पण या सायमनचा बंदोबस्त करायलाच हवा.

तिकडे इंद्रजितने रीसिव्हर ठेवताच अर्चनाने फोन खाली ठेवला. तिच्या डोक्याची शकले होतील काय असे तिला वाटू लागले होते. म्हणजे ही त्याची चाल होती तर. डॉ. अग्रवालसारख्या देवदूताचा खून त्याने करवला होता. केवळ संपत्तीवर हक्क मिळवण्यासाठी. बाबूजींची अट पूर्ण करण्यासाठी?

अरे देवा...तिला इंद्रजितचा क्रूर स्वभाव माहीत होता पण आज तिला जे कळलं होतं ते भयानक होतं. तिच्या कल्पनेपलीकडचं. तिच्या नवऱ्याने संपत्तीच्या हव्यासापोटी अत्यंत निर्दयपणे एका निरपराध माणसाची हत्या केली होती. तिच्या हातापायातलं अवसानंच गळून गेलं. शृंगाराचा मूड मेला. कशीबशी धैर्य गोळा करून ती इंद्रजितच्या बेडरूम मध्ये गेली.

तिला पाहातच तो चरकला. ती मात्र रागाने बेभान झाली होती.......

"काय **हवंय**?"

तिच्या तोंडातून शब्द फुटत नव्हता, इतकी ती संतापली होती.

"तुमच्यातले सगळे अवगुण मला माहीत होते. पण इतकं नीच काम तुम्ही कराल यावर दुसऱ्या कुणी सांगितलं असतं तर कदापिही विश्वास बसला नसता माझा. पण आज मी स्वतःच्या कानाने ऐकलं. डॉ. अग्रवालसारख्या देवमाणसाला स्वतःच्या स्वार्थासाठी मारून तुम्ही ती बातमी cash केली. हे माणसाचे नाही, राक्षसाचे लक्षण आहे."

"ओह तुला हे सर्व कळले तर... चोरून ऐकलेस? हे बघ, तू काहीच ऐकलेले नाहीस आणि जे ऐकलेस ते विसरून जाणे सर्वस्वी तुझ्या हीताचे आहे आणि तरच तू या घरात सुखाने माझ्याबरोबर राहू शकशील." टिपॉयवरचा ग्लास उचलून त्यात व्हिस्की ओतत तो अतिशय थंडपणे बोलला. त्याचा थंडपणा तिचे काळीज चिरत गेला.

"या घरात? शक्यच नाही. या घरात मी इथून पुढे राहाणे शक्यच नाही. इथला प्राणवायुसुद्धा एका देवदूताच्या हत्येने कलंकित झालेला

आहे," तिला बोलणे अवघड जात होते. संतापाने स्वतःवरचे तिचे नियंत्रण गेले होते.

"कुठे जाशील?" तो तितक्याच शांतपणे बोलत होता.

"नरकात जाणे पसंत करेन. तिथे इथल्यापेक्षा शुद्ध हवा नक्कीच असेल पण इथे शक्य नाही." ती थरथरत म्हणाली.

तो छद्मीपणे हसला व त्याने ग्लासमधली व्हिस्की एका दमात पिऊन टाकली.

"मला तरी कुठे हौस आहे तुझ्याबरोबर राहायची. पण एक लक्षात घे. हे रहस्य अबाधित राहायला हवे. नाहीतर त्या अग्रवालचा जसा शेवट झाला त्यापेक्षा भयानक शेवट तुझा होईल. कुणाला कळणारही नाही आणि नरकाशिवाय अन्यत्र तुला जागाच नाही. ध्यानात ठेव. शार्दूल पोरका होईल."

तिला त्याच्या घृणासपद चेहेर्‍याकडे पाहावेना. मुसमुसत ती तिथून निघून गेली.

शलाका ऑफिसला पोहचली.

त्याच वेळी एक शिपाई तिला एक लिफाफा देऊन गेला.असेल काहीतरी म्हणून तिने तो बाजूला ठेवला व ती आपल्या कामाला लागली.

तेवढ्यात प्रीती आली. तिची नजर त्या लिफाफ्यावर पडली.

"अय्या काय आहे हे....? उघडला नाहीस?"

"काय असणार? अजून एखादी जबाबदारी. तुम्हाला पगार मिळतो तो तुम्ही जे काम करता त्यासाठी. प्रमोशन हवे तर अजून जबाबदारी घ्या."

दोघी हसल्या.........

"बघू का काय आहे ते?"

“हम्म्म…”

प्रीतिने लिफाफा उघडला आणि तिचे डोळे पांढरेच झाले.

“काय आहे काय असेल त्यात?”

“ओह माय गॉड! शलाका, तुला प्रमोशन मिळाले आहे. तुझी salary डबल झाली आहे आणि तू इंद्रजित देसाईची एक्झिक्युटिव्ह असिस्टंट झाली आहेस.”

“काय सांगतेस….?” शलाकालासुद्धा धक्का बसला. “हे काय नवीनच?”

“मला माहीत होते. तो पहिल्या दिवशी आला तेव्हाच मी जाणले होते की तू केव्हाच त्याचा कलिजा खल्लास केलायस”

“प्रीती, **Mind your language.** मला अशा कशातही इंटरेस्ट नाही आणि त्याच लग्न झालंय. त्याला एक मुलगा आहे.”

“अगं हे प्रमोशन तुला **with immediate effect** मिळालेय.” मोठ्ठे डोळे करत प्रीती म्हणाली.

“प्रीती, चेष्टा करायची पद्धत असते हां. असली कसली विचित्र थट्टा करतेस?”

“अगं थट्टा नाही. हे बघ, तू स्वत: बघ.”

शलाकाने तिच्या हातातून तो कागद हीसकावून घेतला आणि तिच्या आश्चर्याला पारावरच उरला नाही. तिला खरंच बढती मिळाली होती. तिची **Salary** डबल झाली होती. या अचानक मेहेरबानीचा अर्थ तिला समजला नाही. तिने असे काही केले नव्हते जेणेकरून तिलाच ही बढती मिळावी.

तितक्यात इंटरकॉमचा बझर वाजला. प्रीतिने तो उचलला व शलाकाकडे दिला. शलाकाने प्रश्नार्थक मुद्रेने तिच्याकडे पाहात तो घेतला.

“हॅलो,” त्यानंतर बराच वेळ ती ऐकत होती. मग तिने रिसिव्हर खाली ठेवला आणि आपले नोटबुक उचलले.

प्रीतीचे डोळे प्रश्न विचारात होते “कुठे?”

“मला बोलावलेय नवीन बॉसने,” ती प्रीतिला म्हणाली.

“वाटलेच. ऑल द बेस्ट,” प्रीती खवचटपणे म्हणाली. तिच्या नजरेत थोडी असूयापण दिसत होती.

नोटबुक घेऊन ती इंद्रजितच्या केबिनच्या दिशेने जाऊ लागली.

तिने त्याच्या केबिनवर टकटक केले.

“कम इन,” आतून आवाज आला. झुलता दरवाजा ढकलून ती आत गेली.

आत एक प्रसन्न सुगंध पसरला होता. केबिन अत्यंत अलिशान व लक्झरियस होती. एका भव्य टेबलच्या मागे इंद्रजित बसला होता.

“वेलकम मिस शलाका, **have a seat!”**

ती थोडी संकोचून बसली.

त्याला ते जाणवले.

“Relax मिस शलाका, तुमचे प्रिव्हीयस रेकॉर्ड्स मी बघितले आहेत आणि मला ते खूप इंटरेस्टिंग वाटले. आत्ता तुम्ही पाहातच आहात. सध्या आपल्याकडे कामाचा किती लोड वाढला आहे. तेव्हा मी आपल्या Management मध्ये थोडे चेंजेस करायचे ठरवले आहे. अधिकारी लोकांशी चर्चा करून मी हा निर्णय घेतला आहे. तुम्हाला प्रमोशन लेटर मिळालेलेच आहे. त्यात सगळे नमूद केलेले आहे. माझे काम वाढलेले आहे. आजपासून तुम्ही माझ्या स्पेशल एक्झिक्युटिव्ह असिस्टंट आहात.”

शलाका का कोण जाणे इंद्रजितबद्दल थोडी भयशंकित होती.

“सर! मला प्रमोशन देऊन तुम्ही माझ्यावर जो विश्वास दाखवला त्याने मला खूप आनंद झाला.खरंच. पण त्यामुळे मी थोडी confused झाले. व्यक्तीश: मला असे वाटते की मी यासाठी योग्य नाहीय. मी कितपत न्याय देऊ शकेन...”

“ओह. तर तुम्हाला तुमची तारीफ ऐकायचीय?”

“नाही तसे नाही सर. मी मनापासून बोलतेय. मला जर थोडा वेळ मिळाला विचार करायला तर बरे होईल......!”

“कसला विचार?”

“हेच की ही जबाबदारी स्वीकारायची की नाही?”

“कमाल आहे, मला खरंतर आश्चर्य वाटतेय. तुम्ही माघार घेताय याचे.”

“मला दोन-तीन दिवस सवड हवीय. मी तुम्हाला माझा निर्णय कळवेन.”

“नो इश्यु. तुम्ही काय घेणार? चहा, कॉफी की **कोल्ड्रिंक**?”

“नाही, त्याची काही गरज नाही सर.”

पण तिच्या बोलण्याकडे दुर्लक्ष करून त्याने बझर दाबला. शिपाई आत आला.

“दोन कॉफी.”

कॉफी पिता पिता ते बराच वेळ बोलत होते. त्याने तिच्याबद्दल सगळी इत्थंभूत माहिती विचारली.अर्थात शलाका एकदम सरळ होती. तिने ती सगळी माहिती काहीही न लपवता दिली. आजोबा, वडील, आई, घर, सख्खा भाऊ, मामे भाऊ, वाड्यातली प्रॉपर्टी, तिच्या आवडीनिवडी.

जवळजवळ दीड तास तो तिच्याशी बोलत होता व त्या वेळात तिच्या नकळत त्याची नजर बरेच वेळा तिच्या वस्त्राच्या आत फिरत होती. तिच्या उभार वक्षावर रोखली जात होती. तिथून निघताना तिच्यापुढे एकच प्रश्न होता. हा माणूस काम वाढले म्हणतो. मग तिच्याशी बोलायला त्याला एवढा वेळ कसा काय मिळतो?

कौटुंबिक न्यायालयापुढे सरदेसाई कुटुंबातली घटस्फोटाची अनोखी केस आली होती.

सरदेसाई कुटुंब हे गावातले बडे प्रस्थ होते. त्यामुळे त्यांच्या विनंतिला मान देऊन त्याला अयोग्य प्रसिद्धी मिळू नये म्हणून ती केस विशेष न्यायालयासमोर उभी राहिली होती.

कोर्टात अर्चनाचे आईवडील, तिची बहीण श्वेता, प्रतापराव आणि इंद्रजित एवढेच लोक होते.

अपिल आले होते अर्चना इंद्रजित देसाई हीच्याकडून. तिने त्यात म्हटले होते की इंद्रजित एक पती व पिता या दोन्ही जबाबदाऱ्याना पूर्णपणे अपुरा पडल्याने तिने वेगळे व्हायचा निर्णय घेतला. त्यासाठी तिने **असेही** नमूद केले की गेले तीन वर्षे त्यांच्या पती पत्नींचे शारीरिक संबंध नव्हते.

त्यावर इंद्रजितचे काहीच म्हणणे नव्हते.

प्रतापरावांनी तिला समजावयाचा प्रयत्न केला पण जिद्दी अर्चना त्यांना एवढेच म्हणाली की, "बाबूजी तुमच्याबद्दल माझ्या मनात पूर्ण आदर आहे. पण काही वैयक्तिक गोष्टी अशा आहेत ज्या मी तुम्हाला सांगू शकत नाही आणि त्याला काही उपाय नाही. मग त्या एखाद्या असाध्य रोगाप्रमाणे **सतत** घेऊन जगण्यापेक्षा त्याचा सोक्षमोक्ष लावलेला बरा."

प्रतापराव निरुत्तर झाले होते.

कोर्टातली जज्ज एक स्त्रीच होती. तिने सुचवले की घाईघाईत निर्णय घेण्यापेक्षा अजून सहा महिने वाट बघू आणि त्यातूनही काही मार्ग निघाला नाही तर आपण घटस्फोटाच्या निर्णयावर शिक्कामोर्तब करू. पण अर्चना आपल्या निर्णयावर ठाम होती आणि त्यामुळे त्याच दिवशी घटस्फोटावर शिक्कामोर्तब झाला. कायदेशीररीत्या इंद्रजित आणि अर्चना **स्वतंत्र** झाले. प्रश्न होता शार्दूलचा. अर्चनाने शार्दूल तिच्याकडे राहावा अशी मागणी केली होती. पण इंद्रजितने तो वर्षातले तीन महिने अर्चनाकडे व तीन महिने त्याच्याकडे राहावा अशी विनंती केली पण शार्दूल लहान असल्यामुळे त्याला आईची जास्त गरज आहे असा मुद्दा अर्चनाने पुढे केला. कोर्टाने तो मान्य करून शार्दूल फक्त आठवड्यातला एक दिवस वडिलांकडे राहील असा निर्णय दिला.

अर्चनाने त्याच दिवशी इंद्रजितचे घर सोडले व **तिने** आंबोली येथील प्रतापरावांनी तिला भेट दिलेल्या 'इंद्रप्रस्थ' या बंगल्यात आपला मुक्काम हालवला.

झालेल्या प्रकाराने सगळ्यांनाच खूप वाईट वाटले होते. अर्चनाचे आईवडील खूपच नाराज झाले होते. तसेच प्रतापराव पण हवालदिल झाले होते.

असे काय घडले होते जेणेकरून अर्चनाने हा असा निर्णय घ्यावा हे कोडे सर्वांनाच पडले होते.

घटस्फोटानंतर अर्चनाचे आयुष्य पूर्णपणे बदलून गेले.

शार्दूलला घेऊन ती आंबोलीमधल्या तिच्या एका वाढदिवसाला प्रतापरावांनी भेट दिलेल्या छोट्याशा टुमदार बंगल्यात राहायला गेली – 'इंद्रप्रस्थ.'

पण खऱ्या अर्थाने ती आता मोकळा श्वास घेऊ शकत होती (का हा तिचा भ्रम होता? ) तिच्यावर आता इंद्रजितचा धाक नव्हता. जुन्या घरी बंगल्यात सर्व सुखं पायाशी लोळण घेत असून तिचा दम **घुसमटत** होता.

लग्नानंतर अनेकदा ती प्रतापरावांबरोबर 'इंद्रप्रस्थ' बंगल्यात आली होती. इंद्रजितला कधीच त्यांच्याबरोबर यावेसे वाटले नाही. त्याला त्याच्या मित्रांमध्ये जास्त रस होता. त्याच्या बरोबर नेहमीच त्याचे मित्र असायचे. कधीतरी पार्टी करायला तो या बंगल्याचा वापर करत असे. पार्टी म्हणजे नुसता धांगडधिंगाच असायचा. तिला अर्थात आर्थिक कमतरता कसलीच भासणार नव्हती. दरमहा लाखो रूपये तिला मिळणार होते.

शिवाय तिच्या वडिलांनी तिला सांगितले होते की कसलीही अडचण आली तरी काळजी करू नकोस.

अधूनमधून इथे येत असल्याने आसपासचे लोक तिला चांगले ओळखत होते. आजूबाजूला बरेच श्रीमंत लोकांचे टुमदार बंगले होते. काही मुंबईच्या लोकांनी हॉलिडे रिसोर्ट म्हणून घेऊन ठेवले होते. काही लोक राहात होते. काही जाऊन येऊन होते.

ती, शार्दूल, रोव्हर आणि श्वेता. हो तिने आईवडिलांना सांगून काही दिवस श्वेताला तिच्यासोबत ठेवावे अशी विनंती केली होती व त्यांनी त्याप्रमाणे श्वेताला तिच्याकडे पाठवले होते.

श्वेता - तिची बहीण गुलाबाच्या फुलासारखी सुंदर, नाजूक. दोघींमध्ये जवळजवळ दहा वर्षांचे अंतर होते. श्वेता कॉलेजच्या तिसऱ्या वर्षाला होती. वाणिज्य शाखेत. तिला सी.ए. व्हायचे होते आणि वडिलांचा बिझनेस सांभाळायचा होता. त्यांचे सगळे आर्थिक व्यवहार सांभाळायचे होते. बडोदयात त्यांची तीन तीन मोठी दुकाने होती.

इथे या आंबोलीमधल्या बंगल्यात येऊन त्यांना आता एक आठवडा होऊन गेला होता आणि वर वर सगळे आलबेल दिसत असले तरी अर्चनाला मनातल्या मनात एकाच कारणावरून घोर लागला होताच.... शार्दूलचा.

आठवडयातला एक दिवस तो तिच्या बरोबर नसणार. तो इंद्रजित बरोबर राहाणार होता. घटस्फोटाच्यावेळी त्याने ती अट मुद्दाम मान्य करून घेतली होती. स्वत:चा मुलगा असून त्याला त्याच्या बद्दल फारसे प्रेम नव्हते.

आणि याच गोष्टीची तिला काळजी होती.

आणि इंद्रजितचा खुनशी स्वभाव तिला माहीत होता.

पण इथे आल्यापासून या बंगल्यात शार्दूल खुश होता. सोबतिला रोव्हर होताच. हिरव्यागार वनश्रीमध्ये धुडगूस घालणे, रोव्हर बरोबर हुंदडणे, फक्त रविवारी वडिलांकडे जायची वेळ आली की त्याचं गाड बिघडायचं. रविवारी नऊच्या दरम्यान रामलाल मोठी गाडी घेऊन त्याला न्यायला यायचा. मग अर्चना दिवसभर खूप उदास राहायची.

शार्दूलसाठी इथे अजून एक खास आकर्षण होते. त्याच्या शेजारच्याच बंगल्यात रमेश सेठ म्हणून एक कस्टम अँड एक्साईज

ऑफिसर राहात होता. बहुतांशी युनिफॉर्ममध्ये असल्याने तो मुळचा देखणा तरुण अधिक रुबाबदार दिसायचा आणि त्याच्या कमरेला नेहमीच पिस्तूल असायचे.

त्या पिस्तुलाचे शार्दूलला प्रचंड आकर्षण होतं. त्यांची लगेच दोस्ती झाली.

बरेच वेळा तो शार्दूलला जीपमधून किंवा मोटारसायकलवर फिरायला घेऊन जात असे.

रमेशबरोबर त्याचे आईवडील राहात होते. अर्चनाच्या बाजूलाच त्याचा बंगला होता. त्यामुळे त्यांचासुद्धा अर्चनाला आधार वाटे.

आता तिचे मुख्य काम होते शार्दूलचे भविष्य.आता तिला, त्याला त्याच्यातून एक सुजाण.सृजनशील, सहनशील, सज्जन माणूस घडवायचा होता. वडिलांच्या अगदी विरुद्ध.

त्यासाठीच तर तिने श्वेताला बोलावून घेतले होते. कारण श्वेताबरोबर त्याचे चांगलेच जमत असे.

श्वेताला तिने इथल्याच महाविद्यालयात प्रवेश मिळवून दिला होता.

इथे आल्यापासून अर्चना फारशी कधीच घराबाहेर पडली नव्हती.

शलाका घरी जायला निघाली....... आज तसं फार काम नव्हतं. पण प्रीतीच्या अखंड बडबडीने तिचं डोकं दुखायला लागलं होतं. प्रीती अल्लड होती, थोडी बालिश होती. पण तिला आवडायची. त्या दिवशी प्रीती केव्हाच घरी निघून गेली होती. स्टाफसुद्धा घरी जात होता. शलाकानेसुद्धा टेबलवरचे पेपर आवरले. महत्त्वाच्या नोंदी केल्या. वॉशरूममध्ये जाऊन चेहेऱ्यावर थंड पाण्याचा हबका मारल्यावर तिला जरा ताजेतवाने वाटले. तिने स्वतःला आरशात पाहिले आणि तिला एक गाणे आठवले......... "पाण्यात पाहाती का माझे मलाच डोळे प्रतिबिंब हे कुणाचे? लावण्य हे निराळे."

हे सौंदर्य हा देह कधीतरी कुणाच्या तरी स्वाधीन करायचा आहेच.

कसा असेल तो? कसे सूर काढेल तो या देह वीणेतून? किती हळुवारपणे छेडेल? त्यातली एकही तार बेसूर असता कामा नये. भेटेल असा कुणी?

तिने ऐकले होते, शरीरसंबंधाच्या सुसंवादातून अपूर्व सुख, समाधान, शांती मिळते. हे शरीर म्हणजे नुसता रक्त मांसाचा गोळा नाही. युगायुगापासून ते नारीच्या एकदाच वाट्याला येतं. कधी कधी ते असं विलक्षण सौंदर्य घेऊन जन्माला येतं. ते तिच्या अंतरंगाचे प्रतिबिंब असतं. ती पुष्पवती होते अन शरीर आपल्या मनाजोगत्या प्रियकराला समर्पित करते. अपात्री दिल्यासारखे होऊ नये असे हे दान स्त्री आपल्या आयुष्यात एकदाच करते.

पण किती अनिश्चितता आहे या जीवनात? पण ती आहे म्हणून तर.... तिने एक सुस्कारा सोडला.

तिच्या आवाजात पण एक नादमधुरता होती. तिला ती जाणवली.

ती मागे वळली. जागेवर जाऊन तिने पर्स उचलली आणि ती जाऊ लागली. तिचा जाण्याचा मार्ग इंद्रजितच्या केबिन वरूनच होता. तिला दिसले की आतला लाईट चालू आहे. तिने सहज दार उघडून आत पहिले. इंद्रजित विमनस्कपणे बसला होता.

ती मागच्या मागे गुपचूप दार लावणार तेवढयात त्याचे लक्ष तिच्याकडे गेले.

तो सावरून बसला.

"हॅलो."

"Excuse Me. Sir It's time for me to leave. May I...?"

"ओह....yup sure! but before that may I request you something?

आता काय? तिच्या मनात शंकेची पाल चुकचुकली. परस्पर गेलो असतो तर बरे झाले असते.

"Yes Sir! tell me." "Will you please make me a cup of coffee? I have a severe headech."

तिचा नाईलाज झाला.

तिने पर्स बाजूला ठेवली. टीपॉयवरचा ट्रे समोर ओढला. थर्मासमधली कॉफी मगमध्ये ओतली. त्यात दूध व साखरं **घालून** ती हालवली व त्याच्या हातात दिली व ती जाण्यासाठी उभी राहिली.

“बस ना एक दोन मिनीट. मी पण निघणारच आहे आता.”

तिला निसटण्यासाठी काही सबब सुचेना. पुन्हा एकदा नाईलाजाने ती बसली.

त्याला तिच्याशी बोलायला व तिच्या सहवासात राहायला निमित्त पाहिजे होते आणि ती आपणहून त्याच्या जाळ्यात सापडली होती.

काहीतरी बोलायचे म्हणून तो बोलला.

“तुझा निर्णय झाला?”

“नाही अजून.”

“तुला **package** कमी वाटत असेल तर तसे सांग. पैसा फार महत्त्वाचा असतो जीवनात.”

“असतो पण अति पैसा त्रासदायकच.”

“तुला वेळ आली की समजेल पैशाचे महत्त्व. जगात पैसा नसता तर निम्मी दु:ख नाहीशी झाली असती, असं म्हणतात.”

ती काहीच बोलली नाही.

“आणि स्त्री नसती तर राहिलेली निम्मी दु:ख नाहीशी झाली असती. एक स्त्री म्हणून तुझं काय मत आहे?” आता तिला राहावेना.

“हे शेवटी प्रत्येकाच्या विचार करण्याच्या क्षमतेवर अवलंबून आहे. **There is sarcasm in it**. त्यात व्यंग आहे. ते किती सिरीयसली घ्यायचे हा ज्याचा त्याचा वैयक्तिक प्रश्न आहे पण माझ्या मते फार सिरीयसली घेण्यात काहीच अर्थ नाही. पैसा हा काही निसर्ग निर्मित नाही. तो माणसानेच निर्माण केलाय. तो नसता तरी काही फरक पडला. नसता कदाचित पण स्त्री आणि पुरुष हे निसर्गाचे अविभाज्य भाग आहेत. त्यातला एक जरी **factor** नसता. तर हे जग चाललेच नसते.”

ती बोलताना तो तिच्याकडे अनिमिष नेत्रांनी पाहात होता.

"बोल ना. किती छान बोलतेस. तुझा आवाज पण किती गोड, नादमधुर आहे. ऐकत राहावा असा."

ती **irritate** झाली. म्हणजे मी काय कचकड्याची बाहुली आहे की याच्या मनोरंजनाचे साधन? याने सांगावे आणि मी

बोलावे? नोकरी करतेय मी, ह्याने विकत नाही घेतले मला.

त्याला तिच्या चेहेऱ्यावरची नाराजी बहुतेक जाणवली.

"आय एम सॉरी. पण एखाद्या दिवशी नको वाटते सारे. कंटाळा येतो जीवनाचा."

"तुम्हाला? का बरे? काय कमी आहे?" तिला नवल वाटले.

"सामान्य माणसाला सुखी आयुष्य जगण्याच्या अनंत संध्या असतं. सध्या मी जी. ए. कुलकर्णी यांच्या 'कांचनमृग' कथेमधला कांचनमृग आहे. जो अमर आहे ज्याला अशक्यप्राय काहीच नाही आणि हेच त्याचं दुखणं आहे."

"मी कथेतला व्याध का?" तिने हसून विचारले. कसेही असले तरी त्याच्या बोलण्यात मार्दव होते आणि तो **चतुरस्त्र** होता. जी.ए. यांचे गूढ लिखाण वाचणे आणि ते पचनी पडणे हे साधे काम नव्हते. तिने त्यांची 'विदुषक' नावाची कथा वाचली होती आणि ती अत्यंत प्रभावित झाली होती. तिला इंद्रजित थोडा इंटरेस्टींग वाटायला लागला.

"प्रत्येकाचा प्रत्येक गोष्टीकडे पाहाण्याचा एक दृष्टीकोन ठरलेला असतो. माझे आबा म्हणजे माझे आजोबा नेहमी एक गोष्ट सांगतात. आपल्या हातात जर अर्ध्या भरलेला ग्लास असेल तर आपण ठरवायचे की अर्ध्या ग्लास रिकामा आहे म्हणून रडायचे की अर्ध्या ग्लास भरलेला म्हणून हसायचे."

"पण ज्याचा पूर्ण ग्लास रिकामा आहे त्याने काय करायचे?"

"मी समजले नाही."

"असं होणारच नाही. पूर्ण रिकामा ग्लास हातात घ्या मूर्खपणा कोणी करणारच नाही."

"मी केलाय."

"म्हणजे....?"

"मी माझी पत्नी - अर्चनाबद्दल बोलतोय."

इंद्रजितचा आवाज तिला खूपच हळवा झाल्यासारखा वाटला की तो तिचा भास होता? त्याचं अर्चनाबरोबर - त्याच्या पत्नीबरोबर पटत नाही अशी कुजबुज तिने ऑफिसमध्ये खूपदा ऐकली होती.

"माफ करा, लहान तोंडी मोठा घास घेतेय. कमी पडताय तुम्ही त्यांना समजून घेण्यात कुठेतरी. सामंजस्याने जगातले सगळे **प्रश्न** सुटू शकतात." "पण आता परिस्थिती हाताबाहेर गेली आहे."

तिने प्रश्नार्थक **नजरेने** त्याच्याकडे पाहिले.

"आमचा घटस्फोट झालाय." "झालाय? अरे देवा...."

"हो आजच. आजच दुपारी."

"हे जर खरे असेल तर ही खूपच वाईट बातमी आहे." "पण कधी कधी वाईटातून चांगले निर्माण होऊ शकते." त्याच्या डोळ्यात वेगळीच चमक आली. एक वेडेपणाची झाक आली. तिच्या लक्षात आले की आता इथे थांबण्यात अर्थ नाही.

"जे झाले ते अत्यंत खेदजनकच आहे. चला सर, मी येते. उशीर होतोय मला," असे म्हणून तिने त्याला काही बोलायचा अवसर न देता पर्स उचलली आणि त्याच्याकडे पाठ फिरवून ती चालू पडली.

इंद्रजित अनिमिष नेत्रांनी तिच्या पाठमोऱ्या डौलदार मूर्तीकडे पाहात होता.

मनात काहीतरी शिजत होते त्याच्या.

51

शलाका ऑफिसमध्ये आली **तेव्हा** थोडी कंटाळलेली होती. का कोण जाणे आज सुट्टी घेऊन घरी गाणी ऐकावी किंवा नुसते पडून राहावे असे तिला मनोमन वाटत होते. पण कामं भरपूर पडली होती. तिने **तिच्यावर** सोपवलेल्या नवीन जबाबदारी स्वीकारण्यापूर्वी इंद्रजितकडून एक महिना मुदतही मागून घेतली होती. तिला कळत नव्हतं काय करावं? कुठेतरी तिला या नोकरीचा उबग आला होता. यातून बाहेर पडावं असं तिला मनोमन वाटत होतं. डॉ. अग्रवाल यांचा भयंकर मृत्यू, इंद्रजितचा घटस्फोट. नंतर तर तिला इंद्रधनुष्य नको वाटायला लागले होते. तिच्या शैक्षणिक पात्रतेनुसार ती जर पुणे, मुंबईसारख्या ठिकाणी गेली असती तर तिला खूप मोठ्या पगाराची नोकरी सहज मिळू शकली असती. पण वसंतवाडी सोडून जायची तिची इच्छा नव्हती. काय माहीत, त्या तळ्याभोवती तिचा जीव घुटमळे. तिच्या मनात एकदा येऊनही गेले की आपण जर अचानक मेलो तर नक्कीच आपला आत्मा सिनेमात दाखवतात तशी शुभ्र वस्त्रे **घालून,** मेणबत्ती हातात घेऊन तळ्याभोवती फिरत राहील आणि त्या कल्पनेने तिचे तिलाच हसू आले होते.

ती टेबलवर बसणार तोच इंटरकॉमचा बझर वाजला. ती उचलणार तोच मागून आलेल्या प्रीतीने तो उचलला.

"हॅलो"

"मिस शलाका," पलीकडून आवाज आला.

"जस्ट अ मूमेंट."

तिने शलाकाच्या हातात रिसिव्हर दिला.

"हॅलो" "मिस शलाका, तुम्हाला भेटायची प्रतापराव सरदेसाई यांची इच्छा आहे, आज आत्ता ताबडतोब. so be ready. एक अर्ध्या तासात तुम्हाला न्यायला गाडी येईल."

"पण……" फोन कट झाला.

म्हणजे ही ऑर्डर होती तर.

“काय झालं?” तिच्या चेहऱ्यावरचे हावभाव पाहून प्रीती विचारत होती.

शलाका विचारातच होती.

“सगळं ठीक आहे ना?”

“प्रतापराव सरदेसाई यांनी मला हेड ऑफिसमध्ये बोलावलेय.”

“कशाला?”

“माहीत नाही.”

“तुला हेड ऑफिसमध्ये घेणार असतील, ट्रान्स्फर.”

“मग एका लेटरने होतं की ते काम. प्रत्यक्ष कशाला बोलावतील?”

दोघी अंदाज बांधत एकमेकींकडे पाहात राहिल्या.

काय कारण असू शकेल याबद्दल विचार करत राहिल्या.

अर्ध्या तासाने बरोबर तिला निरोप मिळाला की तिला न्यायला गाडी आली आहे. तिने पर्स उचलली व प्रीतीकडे एक कटाक्ष टाकून ती निघाली.

प्रीतिने काहीतरी चावट इशारे केलेच. पण तिने त्याकडे दुर्लक्ष केले व ती चालू लागली.

खाली एक पांढरीशुभ्र अलिशान गाडी उभी होती. तसाच पांढराशुभ्र वेश परिधान केलेला ड्रायव्हर उभा होता. त्याने गाडीचा दरवाजा उघडला. ती आत बसली. गाडीत एक धुंद करणारा मंद सुगंध होता.

अशी राजेशाही वागणूक ती प्रथमच अनुभवत होती.

रस्त्यावरून धावता धावता गाडी एका अलिशान इमारतीपाशी आली. तिचे स्वागत करायला एक गोड मुलगी आली होती. ती तिला लिफ्टपाशी घेऊन गेली. तिथून थेट सहाव्या मजल्यावर.

ती इमारत म्हणजे प्रतापरावांचे साम्राज्य होते.

त्यांची सगळी मुख्य कार्यालये त्याच इमारतीत होती. स्वत: प्रतापराव तिथेच बसत.

त्या मुलीने तिला एका केबिनच्या दरवाजापाशी नेले व दरवाजा उघडून तिला आत जायचा इशारा केला.

ती आत गेली आत मंद प्रकाश होता. मध्ये एक भव्य टेबल होते आणि त्याच्या पलीकडे एका गुबगुबीत खुर्चीत प्रतापराव बसलेले. टेबल **लॅम्प**चा प्रकाश, टेबलवरच्या काचेतून त्यांच्या चेहेऱ्यावर प्रतिबिंबित झाला होता.

आत निरव शांतता होती. फक्त एसीचा खर्जातला अस्पष्ट आवाज येत होता.

"ये"

ती केबिन मोठी होती. ती चालत चालत जेव्हा टेबलजवळ गेली. तेव्हा समोरच्या खुर्चीकडे इशारा करून ते म्हणाले, "बस"

यांत्रिक बाहुलीप्रमाणे ती बसली.

"तुला आश्चर्य वाटले असेल ना, हे असे का बोलावले गेले याचे?"

पण तिला उत्तर द्यायची उसंत न देता ते पुढे बोलू लागले.

"शलाका. खूप छान नाव आहे. इंद्रजितने सांगितलेय मला सगळं तुझ्याबद्दल आणि अर्थात मला जे सांगायचेय ते आढेवेडे न घेता मी सांगणार आहे तुला. इंद्रजितचे मन बसलेय तुझ्यावर. तुझ्याशी लग्न करायचेय त्याला. त्याने तसे बोलून दाखवले माझ्याकडे.

त्यांनी अंदाज घेत तिच्या चेहऱ्याकडे बघितले. पण त्यांना वाटले होते तशी ती हरखून गेली नव्हती. त्यांचा अपेक्षाभंग झाला. उलट तिच्या आतापर्यंत निर्विकार असलेल्या चेहऱ्यावर आता त्यांना एक भलंमोठं प्रश्नचिन्ह दिसत होतं.

"तुला फारसा आनंद झालेला दिसत नाही? कित्येक हजारो तरुणी इंद्रजितशी नुसते बोलायला मिळावे म्हणून उत्सुक असतं. त्याच्याशी लग्न करायला मिळणे हा तर बहुमानच आहे. तरुण आहे, देखणा आहे, अफाट संपत्तीचा मालक आहे."

ती काहीच बोलली नाही. पटकन काहीतरी बोलावे अशी उर्मी झाली होती. पण तिने स्वत:ला आवरले.

"पण......"

त्यांनी हाताने तिला थांबवले.

"प्रथम माझे ऐकून घे. तुला बोलण्याची संधी मिळणार आहेच. पण माझे सर्व बोलून झाल्यावर. इंद्रजितसाठी लाखो मुली झुरतात. देखणा आहे. तो या सर्व संपत्तीचा एकमेव वारसदार आहे. त्याच्यासारखा जोडीदार मिळणे म्हणजे या जन्माचे सार्थक आहे. जिला जीवनाचा अर्थ उमगला नाही अशी मुलगीच त्याला नाही म्हणू शकते. तो थोडा हट्टी आहे मला मान्य आहे. पण त्यालाही कारणे आहेत. तो लहान असतानाच त्याची आई गेली. त्याला वाढवायला मी थोडा कमी पडलो आणि आईविना वाढलेले पोर थोडे हट्टी असणारच. पुरुषाच्या जीवनात स्त्रीचे स्थान अतिशय महत्त्वाचे आहे. मग ती आई असो, बहीण असो, वा पत्नी असो. तिच्याशिवाय पुरुषाचे जीवन म्हणजे विनानावाडी भरकटलेली नौका. अर्चना कमनशिबी होती. तिला त्याला सांभाळून ठेवता आले नाही. मी असे म्हणत नाही की इंद्रजित हा पूर्ण गुणसंपन्न आहे. पण तो एक उत्तम साथीदार होऊ शकतो. मला ही खात्रीवाटतेय. तू त्याला संभाळशील आणि एकमेकांमुळे तुमचे जीवन फुलेल. अर्चनाला जे शक्य झाले नाही ते तुला करून दाखवायची संधी आहे. त्याला एक मुलगा आहे - शार्दूल. तो आईकडेच असतो. week end ला तो इकडे येतो. पण त्याचा तुम्हाला काही त्रास होणार नाही याची जबाबदारी माझी. कारण शार्दूल मला अत्यंत प्रिय आहे."

त्यांनी तिच्याकडे पाहिले.

ती हे सगळं काय चाललेय याचा अर्थ लावायचा प्रयत्न करत होती.

हा तिच्यासाठी खूपच अनपेक्षित धक्का होता. पण परत विचार करता व इंद्रजितचं गेल्या काही दिवसातलं तिच्याबरोबरचं वागणं पाहाता हे अपेक्षित होतं असं तिला कुठेतरी वाटून गेलं.

इंद्रजित देसाई. या भागातले सर्वात श्रीमंत प्रस्थ. त्याने आपल्याला मागणी घालावी? एवढी खास नव्हती ती. त्याला अजून तिच्यापेक्षा सुंदर, श्रीमंत मुली सहज मिळाल्या असत्या. तो जरी घटस्फोटीत होता, त्याला एक मुलगा होता तरीसुद्धा. मग का? मीच का?

तिच्या चेहऱ्यावरचे हावभाव न्याहाळत तिचा अंदाज घेत थांबलेले प्रतापराव परत बोलू लागले व ती भानावर आली.

"तुझा होकार अपेक्षित आहे. तरीसुद्धा तुला विचार करायला किती वेळ हवा हे सांग म्हणजे पुढच्या तयारीला लागता येईल. तुझे आई, आजोबा, भाऊ सगळ्यांचा विचार घे. त्यांना काही आपत्ती असेल असे मला वाटत नाही. मी लागतोय पुढच्या तयारीला. ड्रायव्हर तुला पुन्हा ऑफिसमध्ये किंवा तुझ्या घरी जसं तुला हवं तिथे सोडेल."

पुढच्याच क्षणी ती तिथे नाही असे समजून त्यांनी इंटरकॉम उचलला व तिच्याकडे पाठ करून सेक्रेटरीला काही सूचना करायला सुरूवात केली.

शलाका एखाद्या मूर्तीसारखी निश्चल झाली होती.

आपल्या घराच्या दिवाणखान्यात आबा, शलाका आणि इन्स्पेक्टर महेश गप्पा मारत बसले होते. तिघांचे चेहरे गंभीर होते.

शलाकाने तिच्या बाबतीत घडणाऱ्या घटना आपले आजोबा, आबा व मामे भाऊ महेश यांना **सांगितल्या** होत्या व त्यावर त्यांची चर्चा चालू होती.

"शालू बेटा, तू आता खूप matured झाली आहेस. स्वत:चे निर्णय तू स्वत: घेऊ शकतेस. या बाबतीत अंतिम निर्णय तुझाच राहील. पण तू जे काही सांगितलेस त्यावरून मी पण थोडासा चक्रावलो आहे हे मात्र खरे. सरदेसाई कुटुंब फार मोठे आहे. त्यांची आणि आपली बरोबरी होऊच शकत नाही. कुठल्याच बाबतीत." आबा बोलले.

"आबा, गेल्या महिन्याभरात काही गोष्टी अशा काही घडल्या आहेत की पोलीसखाते पण चक्रावले आहे. डॉ. अग्रवाल यांचा मृत्यू. तो अपघाती मृत्यू की घातपात अजून याचाच उलगडा होत नाही. दुवे काहीच नाहीत. जे दुवे हाती लागले आहेत त्यावरून कोणतही मत मांडता येऊ शकत नाही. त्यानंतर सरदेसाई कुटुंबातला तडकाफडकी घटस्फोट. नंतर सायमन नावाच्या एका भाडोत्री गुंडाची निर्घृण हत्या. अर्थात हे गुंड असेच असतं. त्यांचा शेवट हा असाच होणार हे ठरलेलेच असते. पण त्याचाही काहीच धागा दोरा सापडत नाही." इन्स्पेक्टर महेश म्हणाला.

"महेश, तू पण ना. आत्ता विषय काय चाललाय आणि तू हे मध्येच काय काढलेस?" शलाका म्हणाली. "खरंतर ओळख ना पाळख. त्या इंद्रजितने मला लग्नाची मागणी घालावी, ती ही आपल्या बापाकरवी. मला हे जरा चमत्कारिक वाटते. बरं घटस्फोट होऊन अजून एक महिनासुद्धा नाही झाला."

"बेटा, हे जरी सर्व चमत्कारिक आणि तडकाफडकी वाटतं असले तरी मला यात काही गैर वाटत नाही. मला सांग यात खरंच त्याचा काय फायदा आहे? म्हणजे एक तर तो तुझ्याशी विवाह करू **इच्छितो**. तसं तो तुला रस्त्यात किंवा ऑफिसमध्ये एकट गाठून हा प्रश्न विचारू शकला असता. धमकाऊ पण शकला असता पण त्याने वडिलांना मध्यस्थी घालून तुला हा प्रश्न विचारायला लावला," आबा.

"पण आबा, याला दुजोरा नाही पण माझ्या कानावर त्याच्याबद्दल बरंच काही आलेलं आहे की तो व्यसनी आहे. कधी कधी मला वाटते डॉ. अग्रवाल यांचा मृत्यू आणि इंद्रजित याचा काहीतरी संबंध आहे," इन्स्पेक्टर महेश म्हणाला.

"तुम्ही पोलीस सगळ्यांकडे गुन्हेगार म्हणून संशयाने बघता." आबा महेशला दटावत म्हणाले. "व्यवहार या दृष्टीकोनातून बघायला गेले तर वावगे काहीच नाही एवढ्या गडगंज संपत्तीत तुला लोळायला मिळणार. शिवाय इंद्रजित तरूण आहे, देखणा आहे. विचार करायला काहीच हरकत नाही."

"पण आबा..." शलाकाने बोलायचा प्रयत्न केला.

"हे बघ शेवटी मी अगोदरच सांगितल्याप्रमाणे अंतिम निर्णय तुझाच राहील. पण मला काय वाटतं, थोडी मुदत घेऊन त्याच्याबरोबर राहून तो कसा आहे, त्याचा स्वभाव कसा आहे याची खात्रीकरून घ्यायला काहीच हरकत नाही."

शलाकाला ते पटलं.

ती विचारात गढली.

"चला, मला आता आपल्या वाड्यातल्या प्रॉपर्टीमध्ये जायचेय. अमृत म्हणत होता, त्याने नारळ काढून ठेवलेत."

आकाश लक्ष लक्ष ग्रह ताऱ्यांनी फुलून आले होते.आकाशगंगा मोत्याचा सडा पडल्यासारखी देदीप्यमान वाटत होती. थंड सुखद हवा शलाकाच्या कुरळ्या केसांना भूर भूर उडवत होती.

बाहेर आल्हाददायक हवा होती. **थंड** वातावरण होते. पण शलाकाच्या मनात खळबळ माजली होती. काय करावे हा मोठा प्रश्न तिच्यासमोर होता.

इंद्रजितच्या वडिलांनी तिच्यापुढे जे प्रपोजल ठेवले होते त्यावर तिने अजून काहीच उत्तर दिले नव्हते, ना तिला पुन्हा कोणी त्या विषयावर विचारले होते. पण आज ना उद्या ते ऐरणीवर येणारच होते. त्यावेळी तिचा प्रतिसाद काय असणार होता? तिला निर्णय घेणे आवश्यकच होते. आर नाहीतर पार.

तिच्या मनात एक धास्ती होती. जे काही चाललेय ते तिच्या दृष्टीने चांगले नव्हते. एका विवाहीताशी लग्न करायचे म्हणजे....

हो! जरी घटस्फोटीत असला तरी तो विवाहीतच. सगळे अनुभव घेऊन मोकळा असलेला. अर्थात अविवाहीत असला म्हणून तो काही विवाहबाह्य अनुभव घेऊ शकत नाही अशातला भाग नव्हता. तिने तो विचार झटकून टाकला आणि नकोच हे असले प्रकार आपल्या आयुष्यात नकोच. एखादा गरीब असला तरी चालेल पण आयुष्याचा

नवथर अनुभव केव्हाही चांगला. आबांच्या मते यात काही हरकत नव्हती आणि त्यांच्या मते ही अशी सुवर्णसंधी तिला अगदी सहजासहजी चालून आली आहे. सरदेसाई कुटुंबाची सून म्हणून आयुष्यात तिला कधीच काहीच कमी पडणार नाही.

पैसा, मानमरातब, प्रसिद्धी. काय करावे बरे?

इतक्यात तिचा मोबाईल वाजला.कुणा अपरिचिताचा कॉल होता. अभावितपणे तिने रिसीव्ह केला.

"शलाका?" एक कणखर, दमदार पण कानाला हवाहवासा वाटणारा आवाज आला.

"इंद्रजित हीयर."

तिची धडधड वाढली.

"हॅलो.... आहेस ना....? बोलायचे नाही का?"

"हो आहे ना.......बोला."

"काय ठरले? काही निर्णय घेतलास बाबुजींच्या प्रस्तावावर?"

"नाही अजून," ती चाचरत म्हणाली.

"ठीक आहे. एक काम करू. आज संध्याकाळी भेटू. एके ठिकाणी डिनरला जाऊ. मी संध्याकाळी येतो तुला पिक अप करायला. जरा गप्पा होतील. एकमेकांना समजायला सोपे जाईल. वाट पाहा आठ वाजता येतो मी."

ती काही बोलण्यापूर्वी फोन कट झाला....

ती एकदम स्तब्ध झाली.

त्याच्या आवाजात इतकी मोहक जरब होती. क्षणभर ती शहारली. एक वेगळी, या पूर्वी कधीही न अनुभवलेली लहर तिच्या शरीरातून सळसळत गेली.

कुठेतरी काहीतरी शरीरात विरघळतेय असा तिला भास झाला.

ती नखशिखांत थरारली.

का कोण जाणे इंद्रजितबद्दल तिचं मत एकदम बदललं.

नुकतीच कुठं गुलाबी थंडीला सुरूवात झाली होती. बंगल्यासमोरच्या बागेत अनेकरंगी शेवंती फुलली होती. पिवळ्या रंगाच्या किती छटा हळदुल्या उन्हासारख्या. पिवळी फुलपाखरे त्यावर उडत होती. एक वेगळाच ताजेपणा हवेत दरवळत होता.

व्हरांड्यात कोवळ्या उन्हात श्वेता, अर्चना आणि रमेश व त्याचे आईवडील त्याच्या व्हरांड्यात चहा घेत बसले होते.

शार्दूल हीरवळीवर रोव्हरबरोबर खेळत होता.

गप्पा रंगल्या होत्या.

"शार्दूल आल्यामुळे आम्हाला आता चांगलेच करमतेय," रमेशचे वडील म्हणाले.

"हो तोसुद्धा रमेश अंकल असल्यामुळे चांगलाच रमलाय," श्वेता म्हणाली. श्वेता एखाद्या गुलाबाच्या टपोऱ्या फुलासारखी नाजूक होती. सरळ सुंदर नासिका, थोडे कुरूळे केस, रेखीव भुवया आणि अतिशय लाघवी बोलका चेहरा कुणाचीही नजर तिच्यावर खिळून राहील असेच सौंदर्य घेऊन जन्माला आली होती ती.

"आज सुट्टी आहे कॉलेजला?" रमेशने श्वेताला विचारले.

"नाही जायचेय ना. पहिले दोन पिरीयडस ऑफ आहेत," तिने उत्तर दिले.

"कॉलेज आवडलं?"

"हो एकदम."

"कशी काय वाटतेय सुंदरवाडी? बडोद्यासारख्या मोठ्या शहरातून आल्यावर करमत नसेल ना?"

"नाही नाही. चांगलंच करमायला लागलेय. खूप मित्र-मैत्रिणी झाल्यात."

"अरे वा श्वेतू, थोडा वेळ लागेल सेट्ल व्हायला. तू नवीन आहेस इकडे. बडोदा आणि इकडे खूप फरक आहे. माणसामाणसात," अर्चना मध्येच म्हणाली. "किती वाजता निघायचं **आहे** कॉलेजला?"

"शंतनू येणार आहे न्यायला."

"कोण शंतनू?"

"खूप चांगला मित्र आहे माझा. अगदी पहिल्या दिवसापासून आमची खास मैत्री. त्याने बरीच मदत केली मला."

"पण जरा सांभाळून."

"नाही गं दी. एकदम सरळ आहे. निखालस, साधा. मेन्डोलीन खूप छान वाजवतो. गातोसुद्धा. खूप छान जमतं आमचं."

"कुठे राहतो?"

"वाडीला. सालई वाड्यात. जाऊन आले त्याच्या घरी. खूप सुंदर जागा आहे ते राहातात ती. याचे वडील फॉरेस्ट ऑफिसर.आहेत."

"बरे झाले बाई! मला तिचं काळजी होती. म्हटले अट्टाहासाने तुला इथे बोलावून घेतले. नाही करमले तर काय घ्या?" अर्चना.

"मी रमलेय इथे. पण दी, तू काय अवस्था करून घेतलीस स्वत:ची. इथे आल्यापासून या उंबऱ्याच्या बाहेर पडलेली नाहीस सारखे घर, घर, घर. जा की जरा बाहेर."

"अगं एकटी कुठे जाणार मी? तू असतेस कॉलेजमध्ये."

"अर्चनाजी, मग मी कशासाठी आहे? हा तर तुम्ही मला सांगितलंच नाही. चला आज रात्री कुठेतरी डिनरला जाऊ," रमेश मध्येच म्हणाला.

"नको नको. शार्दूल, श्वेता यांच्याकडे कोण लक्ष देणार?"

"काळजी करू नकोस बेटा.जा तुम्ही दोघं बाहेर. आम्ही कशासाठी आहोत. आम्ही घेतो काळजी

दोघांची," रमेशची आई म्हणाली.

"हो दी, जा तू. आमची नको काळजी करूस," श्वेता.

अर्चनाचा नाईलाज झाला.

त्यांची कार एका सुंदर हॉटेलपाशी थांबली.

हॉटेल फ्लोरा-फौंटन. इंद्रजितची गाडी बघताच दोन दारवान धावत आले आणि त्यांनी शलाकासाठी दार उघडून धरले. शलाकाने अगदी हलका मेकअप केला होता. मुळातच कांती अतिशय निरोगी आणि आरोग्य पूर्ण असल्याने तिला खरं कसलीच गरज नव्हती पण तरीसुद्धा तिने हलकासा मेकअप केला होता व त्यामुळे तिच्या सौंदर्याला निखार आला होता.

इंद्रजित खाली उतरला. शलाकाला खूप अभिमान वाटला त्याच्याबरोबर चालताना. इतका देखणा माणूस तिच्या आयुष्यात प्रथमच आला होता.

दारवानाने उघडलेल्या दरवाज्यातून इंद्रजितने थांबून तिला पुढे व्हायची खूण केली. त्याच्या वागण्यात अदब होती. तिच्याबद्दल आदर होता...

तिला वाटले आपण किती चुकीचा ग्रह करून घेतला होता या माणसाबद्दल आणि त्याच्याबरोबर बाहेर आल्याचे तिला समाधान वाटले.

दारवानाने जेव्हा त्यांच्यासाठी दरवाजा उघडला. इंद्रजितने थांबून तिला प्रथम जाऊन दिले.एक आत्मसन्मानाची जाणीव तिला झाली.

त्यांच्यासाठी एक टेबल राखून ठेवले होते.

इंद्रजितने तिच्यासाठी खुर्ची मागे ओढली व ती बसल्यावर तो तिच्या समोर बसला.

"आवडले हॉटेल?"

तिने इकडेतिकडे पाहात हलकासा हुंकार भरला.

त्या हॉटेलमध्ये सगळी उच्चभ्रू लोकांची चहलपहल होती. मंद संगीत चालू होते. मंद प्रकाश होता आणि आतली सजावट अतिशय विलोभनीय होती. प्रशस्त एसी हॉलच्या मध्यभागी एक कारंजे होते. त्याच्या बाजूला एक निळ्याशार पाण्याचा स्विमिंग पूल होता. त्याच्यामध्ये पाण्यात भिंतिला दिवे होते व याच्या प्रकाशाचे अस्पष्ट कवडसे पूर्ण हॉलभर चमकत होते व तिथे त्याच्या भोवताली गोल टेबल ठेवली होती ही जागा खास प्रेमी जोडप्यांसाठीच होती. बाकी कुटुंबांसाठी वेगळी जागा होती.

"काय घेणार?" त्याने मेनू कार्ड उघडले.

"इथले मसालेदार चिकन लॉलीपॉप, बटर चिकन आणि चना और खट्टे प्याज का मुर्ग खास इथली दम **बिर्याणीही** अफलातून **आहे.**"

त्याने तिच्या सुंदर चेहेऱ्याकडे पाहिलेत्या मंद प्रकाशात तिच्या चेहेऱ्याचीच जणू सगळीकडे प्रभा पसरली होती. क्षणभर तो विचलित झाला.

"काय मागवू? तू बघ तुला हवं ते मागव. त्याने मेन्यूकार्ड तिच्याकडे दिले व ड्रिंक्सचे मेन्यूकार्ड हातात घेतले.

"नो ड्रिंक्स प्लीज," ती म्हणाली व तिने मेन्यूकार्डवर हात ठेवला.

तो थोडासा नाराज दिसला पण लगेच त्याने स्वत:ला सावरले व कार्ड बाजूला ठेवले.

ती मेन्यूकार्ड चाळत होती. खूप सारे पदार्थ होते. तिला स्वत:ला सीफूड जास्त आवडे.

"आणि काहीही लाईट मागवले तरी चालेल. आपण इथे गप्पा मारायला आलोय. खाण्यापेक्षा ते महत्त्वाचे."

मेन्यूकार्डमध्ये बऱ्याच पदार्थांची नावे स्पानिश, इटालियन अशीच अगंम्य होती. मेन्यूकार्ड अतिशय जड आणि भारी होते. तिला आठवले. एकदा महेश म्हणाला होता. हॉटेलमध्ये सर्वात जास्त अन-हायजेनिक काय असते? तिने बरीच उत्तरे दिली. टेबल, खुर्ची, प्लेट्स. पण मग त्याने सांगितले की मेन्यूकार्ड. कारण ते बऱ्याच जणांनी हाताळलेले

असते. तिला हसायला आले. तिने दोन तीन पदार्थ नक्की केले आणि वर बघितले.

पण ती एकदम चमकली.

त्याचे तिच्या बोलण्याकडे लक्ष नव्हतेच.

तो समोर कुठेतरी एकटक बघत होता आणि त्याचा चेहरा पूर्ण बदललेला होता. हिंस्त्र झाला होता.

तिने मागे वळून तो जिथे बघत होता तिथे बघितले.

एक सुंदर स्त्री व एक रुबाबदार पुरुष बसले होते. त्या पुरुषाने तिच्या हातावर हात ठेवला होता व ती खूप घाबरलेली दिसत होती.

ती स्त्री तिला परिचयातली वाटली ती आठवू लागली. कुठे पाहिलेय ह्या स्त्रीला?

ती स्त्री खाली मान घालून रुमालाने चेहरा लपवायाचा प्रयत्न करत होती. अचानक ते दोघे उठले व जाऊ लागले. तिला ते थोडे चमत्कारिकच वाटले.

इतक्यात इंद्रजित तिला म्हणाला, “एक्सक्यूज मी.”

तो अचानक उठला. तिला वाटले त्याला वॉशरूमला जायचे असेल.

रमेश जेव्हा अर्चनाला न्यायला आला तेव्हा अर्चना तयार झालेली होती. श्वेताने जातीने तिला कोणती साडी घालायची. त्यावर कोणती ज्वेलरी शोभेल हे सगळे काढून दिले होते. फक्त अर्चनाच्या मनाची तयारी होत नव्हती.

श्वेता मात्र तिला पाठवण्याबाबत ठाम होती. त्यामुळे तिचा नाईलाज झाला. कारमध्ये बसेपर्यंत काहीतरी व्हावे आणि हा कार्यक्रम रद्द व्हावा असेच तिला वाटत होते.

पण गाडी सुरू झाली आणि ते जेव्हा मुख्य रस्त्याला लागले तेव्हा तिला एकदम बरे वाटू लागले. तिची मरगळ एकदम नाहीशी झाली आणि ती प्रफुल्लीत झाली.

घराबाहेर पडण्याचा हाच तर एक फायदा असतो.

तिने एसी बंद करायला लावून खिडकी उघडली. बाहेरची ती हवा तिच्या केसांच्या बटांशी खेळू लागली. तिचे रेशमी केस भुरभुरत होते.

तिला खूपच प्रसन्न वाटले. तिने सुखाने डोळे मिटून घेतले.

रमेश गाडी चालवता चालवता अधूनमधून तिच्या सौंदर्याकडे पाहात होता.

गाडी थांबल्यावर तिने डोळे उघडले व ती एकदम चमकली. गाडी ज्या हॉटेलपाशी उभी होती ते इंद्रजितचे आवडीचे हॉटेल होते. ती लग्न झाल्यावर काही वेळा त्याच्या बरोबर इथे आलेली होती.

"आपण दुसरीकडे जाऊ या का?"

"का? हे या भागातले सर्वात सुंदर हॉटेल आहे. इथले पदार्थ पण खूप रुचकर असतं."

"पण...." तिला ते हॉटेल का नको ते कारण सांगण्याचा मोह झाला पण तिने तो आवरला व ती त्याच्या बरोबर आत गेली.

एक कोपऱ्यातले शांत टेबल निवडून ते विराजमान झाले.

व त्यांच्या इकडच्या-तिकडच्या गप्पा चालू झाल्या.

त्यावेळी रमेशने तिला सांगितले की त्याला अजून एक बहीण आहे व तिचे नाव रेश्मा आहे. तिचे लग्न ठरले होते. पण काही अनपेक्षित कारणामुळे ते होऊ शकले नाही आणि सध्या ती गोव्यात असते. एअरहोस्टेस आहे.

बोलत असताना अचानक अर्चना चपापली. रमेशच्या ते लक्षात आले.

"काय झाले?"

समोर.इंद्रजित बसला आहे." ती कुजबुजली.

"असू दे ना. आता काहीच घाबरायचे कारण नाही."

"नको आपण इथून जाऊ या."

"त्याने तिच्या हातावर हात ठेवला."

"तो आपल्या कडेच बघतोय," तिने रूमालाने चेहेऱ्यावरचे घर्मबिंदू टिपले.

तिची परिस्थिती बघून तो म्हणाला, "ठीक आहे आपण दुसरीकडे जाऊ. त्याने वेटरसाठी टीप ठेवली व ते उठले. त्याच वेळी इंद्रजित पण उठला आणि नेमका रमेशच्या रस्त्यात आडवा **आला** आणि त्याने रमेशला मुद्दाम हलकासा धक्का दिला.

रमेशचा तोल गेला. तरीसुद्धा त्याने लगेच स्वतः ला सावरले.

"ओहह, आय एम सॉरी," अभावितपणे तो उदगारला.

इंद्रजितचा पवित्रा बदलला.

"Hey man! can't you even walk properly?" आणि तो रमेशच्या अंगावर धावून गेला. प्रसंग बाका निर्माण झाला असता जर आजूबाजूच्या लोकांनी इंद्रजितला सावरले नसते तर.

तिथले वातावरण बदलले. सगळे तिकडे, त्या दोघांकडे हातातले घास तसेच ठेवून पाहू लागले.

अर्चना व रमेश तिथून लगबगीने निघून गेले.

ते गेल्यावरसुद्धा इंद्रजित बराच वेळ गुरगुरत होता.

शलाका एकदम थक्क झाली होती. तो प्रसंग घडला त्यापासून ती बरीच लांब होती. त्यामुळे अचानक असे काय घडले आणि ही परिस्थिती का निर्माण झाली याचा तिला अंदाज येईना. ती तशीच बसून राहिली.

झालेला तमाशा योग्य नव्हता.

फणफणतच इंद्रजित जागेवर येऊन बसला.

"काय झाले?" तिने विचारले

"इडियट, पळून गेला. नाहीतर दाखवले असते इंद्रजित सरदेसाई काय चीज आहे ते."

"ओळखीचे होते का ते?"

"ती अर्चना होती. तो कोण ते मला नाही माहीत."

तिच्या डोक्यात प्रकाश पडला. तर ती अर्चना होती. इंद्रजितची प्रथम पत्नी. त्या दोघांना एकत्र बघून इंद्रजितचे पित्त खवळले होते तर.

तिची संध्याकाळ वाया गेली होती.

अवेळी मेघ दाटून अंधारुन आले होते.

पाऊस अपेक्षित होता आणि अपेक्षेप्रमाणे पश्चिमेकडे ढगांचा गडगडाट आणि विजेचा कडकडाट चालू झाला आणि थोड्याच वेळात मुसळधार पावसाची लक्षणे दिसू लागली.

शलाका खिडकीत बसून विचार करत होती. जे घडले ते चमत्कारिकच होते. इंद्रजितच्या म्हणण्याप्रमाणे त्या माणसाने इंद्रजितला धक्का दिला होता.

पण तो माणूस असे का करेल? इंद्रजित खोटे बोलतोय? तो तरी का खोट बोलेल?

अर्चनाने सांगितले असेल का? पण अर्चनाला तरी असे तमाशा करून काय मिळणार होते?

त्यांचा घटस्फोट कायदेशीर होता.

इंद्रजितला तरी असा तमाशा करायची काय गरज होती? ती त्याची पत्नी होती. आता नाहीय ती. आता त्याचा भूतकाळ झाली आहे.

पण ती त्याच वेळी तिथे कशी काय आली? योगायोग? की हे सगळं मुद्दाम जुळवून आणलं होतं?

त्या प्रसंगामुळे त्यांचं फार काही बोलणं होऊ शकलं नव्हतं.

असो.

सात आठ वर्षे ते पती पत्नी होते. त्यामुळे साहजिकच अजून त्याला तिच्याविषयी अनुकंपा वाटतंच असणार.

आपण त्याला इतके प्रेम द्यायला हवे की तो अर्चनाला विसरून गेला पाहिजे.

ती जबाबदारी आपली.

तिने मनोमन नक्की केले आणि पुढे जायचे ठरवले. बाहेर पावसाने थैमान घातले होते.

आबांनी प्रतापरावांना त्यांच्याकडून होकार कळवला होता आणि त्याप्रमाणे आज शलाका आणि इंदजित यांचा साखरपुडा होणार होता.

प्रतापरावांच्या बंगल्यापुढे आज अनेक इंपोर्टेड अलिशान गाड्या उभ्या होत्या आणि पांढरेशुभ्र युनिफॉर्म घातलेले त्यांचे ड्रायव्हर्स बाहेर उभे होते.

आत ताज्या सुवासिक फुलांनी सजवलेल्या एका मोठ्या हॉलमध्ये मंद संगीताच्या तालावर पार्टी चालू होती.

खाणे, पिणे, नृत्य कशा कशालाच कमतरता नव्हती. शलाका आणि इंद्रजित स्टेजवर सुस्मित मुद्रेने उभे होते

फुलांचा घमघमाट, नातेवाईक, पाहुणे, आनंदाचे हास्याचे फवारे उडत होते.

थोड्या वेळात सरदेसाई ग्रुप ऑफ इंडस्ट्रीजचा एक अधिकारी माईक जवळ आला.

“लेडीज अंड जंटलमेन, आमच्या विनंतिला मान देऊन तुम्ही सर्व इथे उपस्थित राहिलात याबद्दल आम्ही आपले मनःपूर्वक आभारी आहोत. आज येथे सरदेसाई ग्रुप ऑफ इंडस्ट्रीजशी संबधित जवळजवळ

सर्व लोक उपस्थित आहेत स्टाफ, वेलविशर्स, सप्लायर, काँट्रॅक्टर्स. सर्वांचे पुनश्च आभार.

"आज या पार्टीची दोन तीन अत्यंत महत्त्वाची कारणे आहेत. एक म्हणजे इंद्रजित सरदेसाई यांचे सरदेसाई ग्रुप ऑफ इंडस्ट्रीज या समुहात पदार्पण. त्यांच्या आगमनाने आणि अथक प्रयत्नांनी 'इंद्रधनुष्य' चा झालेला विक्रमी खप. **and last but not the least** श्री इंद्रजित आणि कु. शलाका यांची एन्गेजमेंट."

शिट्ट्या आणि टाळ्यांचा कडकडाट चालू झाला.

प्रतापराव स्वत: एका रत्नजडित हीऱ्याच्या अंगठीचा बॉक्स घेऊन आले व त्यातली अत्यंत मौल्यवान अंगठी काढून त्यांनी इंद्रजितच्या हातात **दिली**. इंद्रजितने ती अंगठी शलाकाच्या लांबसडक मेंदी लावलेल्या गोऱ्यापान तर्जनीत सरकवली.

त्यांच्यावर पुष्पवृष्टी झाली. पुन्हा टाळ्यांचा कडकडाट चालू झाला. कॅमेऱ्याचे **फ्लॅश** उडू लागले आणि अभिनंदन करायला त्यांच्याभोवती गर्दी जमली.

पुन्हा जोरात पार्टी सुरू झाली.

शलाका आबा व इन्स्पेक्टर महेश यांच्यासोबत येऊन उभी राहिली.

इंद्रजितला बऱ्याच लोकांनी घेरले होते. त्यात त्याचे मित्र मैत्रिणी होते.

मैत्रिणी त्याच्याशी जरा जास्तच लागटपणा करत होत्या.

तिला ते खटकले.

पण एवढ्या लोकात ती त्याला मनासुद्धा करू शकत नव्हती.

तो तरुण स्त्रियांबरोबर नृत्य करत होता आणि मधून मधून मित्रांबरोबर मद्य पित होता.

हळूहळू शलाकाला जाणवले की त्याला तोल सांभाळणेसुद्धा कठीण जात होते.

बराच वेळ गेला. त्याचे लक्ष तिच्याकडे गेले.

व तो तिच्या शेजारी येऊन बसला.

"नाराज आहेस?"

तिने कळेल न कळेल अशी मान हालवली.

त्याने तिला नृत्यासाठी आमंत्रण दिले. तिने ते नम्रपणे नाकारले.

"बाहेर जायचे? गार्डनमध्ये? या गोंगाटापासून दूर? एकांतात?"

"चल" त्याने तिचा हात धरून तिला उठवले व ते बाहेर आले गार्डनमध्ये. बाहेर थंडगार हवा होती.

दारुच्या वासाने तिचे डोके अगोदरच भणभणले होते. त्यात त्याने तिचे चुंबन घ्यायचा प्रयत्न केला.

"Please! behave yourself" तिने त्याला फटकारले.

"Why should I? We are engaged"

"But yet not married.

"We are as good as married. come Lets go and enjoy. आजच्या दिवशी आपण एकरूप होऊ जायचं?वर माझ्या बेडरूम मध्ये?

शलाकाला धक्का बसला "I am Sorry. तुम्ही आज शुद्धीत नाही. शुद्धीवर आल्यावर आपण बोलू या."

ती त्याला तिथेच सोडून निघून गेली.

तो एक अत्यंत सुंदर रमणीय दिवस होता.

प्रसन्न उल्हसित करणारा.

शंतनूला आज कॉलेजमध्ये जायचा मुडच नव्हता तरी तो आला होता. पण तासाला बसण्यापेक्षा पिरीयड बंक करून त्याने जलाशयाकाठी असलेल्या तोफखान्यात एकटे बसणे पसंद केले. त्यासाठी त्याने मित्रांना पण कटवले होते.

तिथून त्याला कॉलेजची इमारत दिसत होती. गवतावरचे दव बिंदू कोवळ्या उन्हात पाचू प्रमाणे प्रतिबिंबित होत होते.

थंडीचे दिवस असल्याने कोवळा सूर्यप्रकाश त्याला त्याच्या शरीरावर जाणवत होता. त्याने फुल स्लिव वुलनचे स्वेटर घातले होते.

सगळीकडे अत्यंत प्रसन्न वातावरण होते. कडेच्या रान झुडपावर फुलपाखरे विहरत होती.

पलीकडच्या डोंगराचे हीरवेगार प्रतिबिंब तळ्यात पडले होते. तळ्याच्या पलीकडच्या रस्त्यावर तुरळक वाहातूक होती. झाडावर पक्षांच्या हालचाली सुरू झाल्या होत्या. कॉलेजच्या इमारतीवर कबुतरे घिरट्या घालत होती.

त्यातलीच एक जोडी तोफखान्याच्या भिंतीवर येऊन बसली होती. त्यांचे विलोभनीय रेशमी रंग उन्हात चमकत होते.

तो आज अस्वस्थ होता खरे.

त्याला श्वेताची आठवण बेचैन करत होती. टपोऱ्या गुलाबाच्या फुलाची आठवण करून देणारा तिचा चेहरा त्याच्या डोळ्यासमोरून जात नव्हता.

आज दोन महिने झाले. तिने कॉलेज जॉईन करून. त्याला आठवले खूप बावरलेली होती ती पहिल्या दिवशी. त्याने स्वतःहून पुढाकार घेऊन तिच्याशी बोलून मैत्रीचा हात पुढे केला होता. ती आंबोलीला राहायची. कधी बसने तर कधी दुचाकी वरून येत असे. आज ती दुचाकी वरूनच आली होती.

दोघांना गाण्याची आवड. तिचा गळा खूप गोड होता.

शंतनू, मेंडोलीन वाजवायचा. त्यामुळेच दोघांचे छान सूर जुळले होते.

तिच्याशिवाय त्याला चैन पडत नव्हते. तिच्या सहवासात तो सगळे सगळे विसरायचा. तिचे विलोभनीय विभ्रम हळूवार गोड नाजूक बोलणे, नादमधुर आवाज. ती दुसऱ्या कुणाशी सहसा बोलत नसे पण चूकुन ती कुणाशी बोलताना दिसली तरी त्याचा जीव खालीवर व्हायचा. कुणी तिला त्याच्यापासून हीरावून तर नाही ना घेणार?

त्याने बरेच वेळा त्याचे प्रेम नकळत दर्शवले पण तिच्याकडून कधीच त्याला सरळ सरळ प्रतिसाद मिळत नव्हता. त्याला जाणवत होतं की ती ही त्याच्यात गुंतलीय. पण त्यामुळे त्याच्या मनात कल्लोळ वाढत होता. नक्की काय?

शेवटी आज त्याने तिला आपल्या मनातले भाव सांगून मोकळे व्हायचा मनोमन निश्चय केला होता.

पण कसे?

त्याने अनेकदा ठरवले उद्या तिला एकटीला गाठायचे. तिचा हात हातात घ्यायचा आणि सांगायचे I Love You! पण जे घरी एकटे असताना अगदी सहज सोपे वाटायचे ते ती समोर आल्यावर खूपच जड जायचे. एक तर आजूबाजूला कुणी ना कुणी असायचंच. आणि जरी ती एकटी असली तरी ती नाही म्हणाली तर? या विचाराने तो हबकून जायचा. त्या विचाराने त्याच्या काळजाचे पाणी पाणी व्हायचे.

खूप विचार करून तो या निर्णयाप्रत आला होता.

त्याने नोटबुकचा एक कागद काढला व लिहायला सुरूवात केली.

*प्रिय श्वेता!*

*माहीत नाही मी बरोबर करतोय की चूक.*

*खूप दिवसांपासून तुझ्यापाशी मन मोकळे करायचे होते पण राहून जायचे.*

*श्वेता तुला जाणवलंच असेल की मला तुझ्याबरोबर बोलायला, वेळ घालवायला आवडतो. तुझी साथ आवडते.*

*हो मी तुझ्या प्रेमात पडलोय.*

*खरं प्रेम हे कधीच विचार करून किंवा ठरवून केले जात नाही ते सहजपणे जडते आपल्याही नकळत.*

*कुणावर, कधी, का आणि कसं ह्याला काहीच कारणं नसतात.*

*माझ्या प्रेमातील सच्चेपणा तुला कसा पटवून द्यायचा मला कळत नाहीये.*

तरी पण मी कोण आहे? माझे आई वडील, तू या सर्वांचा विचार करून मी या निर्णयाप्रत आलो आहे. विवाह करणे आणि मनाजोगता साथी मिळणे म्हणजे आयुष्य सुकर होणे असे जरी निश्चित नसले तरी आनंदमयी होणे नक्की आहे.

आणि हे वय जरी या विषयावर बोलण्याचे नसले तरी तू मला माझ्या जीवनात हवी आहेस.

जेव्हा कधी ती वेळ येईल तेव्हा तुझ्याशिवाय मला कुणीच नकोय.

ना उम्र की सीमा हो. ना जन्मों का हो बंधन

जब प्यार करे कोई तो देखे केवल मन

हे झाले माझे मत.

तुलाही माझ्याविषयी असेच वाटते आहे का?

तुझे मन जाणून घेण्यास. आणि तुझे मन होण्यासाठी उत्सुक.

*I love you!!*

या चिठ्ठी सोबत एक शंभर रूपयाची नोट आहे.

श्वेता! तुला मी आवडत असेन तर त्याचा एक मोगऱ्याचा गजरा आणून डोक्यात माळ उद्या कॉलेजमध्ये येताना.

मोगरा दिसला की मी समजेन तुझा होकार.

अन्यथा.......

पण मला खात्रीआहे तुझ्या होकाराची.

शंतनू.

पार्क केलेली तिची सफेद रंगाची होंडा कंपनीची activa गाडी शोधायला त्याला वेळ लागला नाही.

त्याने *त्या* चिठ्ठीची गुंडाळी केली accelretor च्या ग्रीप भोवती गुंडाळली आणि वर रबरबॅन्ड लावून टाकला. श्वेता जेव्हा गाडी चालवणार तेव्हा तिला ते पत्र तिच्या हाताला कोणत्याही परिस्थितीत जाणवणारच होते. शिवाय ते दुसऱ्या कुणाच्या हाताला लागण्याची शक्यता पण नव्हती.

मग तो निश्चिंतपणे तिथे एका झाडामागे जाऊन उभा राहिला. पिरीयड संपला होता. सगळी मुले बाहेर पडली. श्वेता काही मैत्रिणीं बरोबर बाहेर आली. तिने आज नेव्ही ब्ल्यू रंगाचा पंजाबी ड्रेस घातला होता. त्याच्या गळ्यावर व बाह्यांवर सोनेरी पटटीवर. काळ डिझाईन असलेली थोडी रुंद बॉर्डर होती. सलवार थोडी पायघोळ असलेली व मोठ्या फुलाफुलाचे डिझाइन त्यावर होते. त्याच्या काळजाचा ठोका चुकला. थोडा वेळ मैत्रिणींबरोबर बोलून ती स्कूटरपाशी गेली. पुस्तक व पर्स डिकीमध्ये ठेवली गाडीला चावी लावली. ओढणी सांभाळून ती बसली. दोन्ही हात handle वर ठेवले. तेवढयात तिला ते पत्र जाणवले. तिने जरा आश्चर्याने ते पत्र काढले, उलगडले, वाचले.

शंतनूचे काळीज आता धडधड करायला लागले होते.

तिच्या कपाळावर उमटलेली आठी त्याचे हृदय विदीर्ण करून गेली.

श्वेताने इकडेतिकडे बघितले व गाडी बटनस्टार्ट केली. त्याने एक सुस्कारा सोडला.

“बच्चू! क्या हो राहा है?”

पाठीमागे त्याचा एक मित्र त्याच्या पाठीवर **थाप** मारून विचारत होता.

“काय पाहातोस एवढे तिच्याकडे? तरी बरे नेहमी तिच्याच बरोबर असतोस!”

शंतनू कसंनुसं हसला आणि त्याने श्वेता होती तिकडे पाहिले.

ती गेली होती.

एक वेगळा संधीप्रकाश त्या दिवशी पसरला होता. सगळीकडे सुवर्णरंग उधळल्यासारखा वाटत होता. तशी संध्याकाळची वेळ नेहमीच कातर वाटते. मनात सगळ्या उदास भावना, आठवणी एकवटून येतात. अशा वेळी एकटं एकटं राहावंसं वाटतं. सगळे ऐहीक विचार सोडून कुठल्या तरी गंभीर विषयावर चिंतन करावसं वाटतं. तलत, गुलाम अली, जगजीत सिंग ऐकावेसे वाटतात. पण आज शलाकाला काहीच करावसं वाटत नव्हतं. झालेल्या प्रकाराने ती मनोमन नाराज झाली होती तिने तसे आबांना बोलून पण दाखवले होते. पण त्यांनी ते हसण्यावारी नेले होते.

तिला कळत नव्हतं आपण चूक तर नाही ना करत?

आता तर साखरपुडा पण झाला होता. पहीला हॉटेलमधला प्रसंग चुकीचा असून आपण त्याला माफ केले होते. एवढ्या गर्दीत तमाशा करायची काहीच **गरज नव्हती**. जरी त्या अर्चनाच्या मित्राने आपणहून त्याला धक्का दिला असला तरी.

पुन्हा काल साखरपुडयाच्या समारंभात त्याच वागणं अतिशय बेताल होतं.

पण एक मात्र होतं, त्याच्यात एक जादू होती. तिचे मन एवढे होऊनसुद्धा त्याच्याकडे अजून ओढ घेत होते. त्याचा तो फोनवरचा कानात घुमणारा नादमधुर आवाज, पुरुषी मर्दानी चाल, कधीही व्यवस्थित न विंचरलेले, अस्ताव्यस्त तरी त्याला शोभणारे भरदार केस, उंच सडपातळ शरीरयष्टी. त्याच्या बरोबर एक वेगळाच आनंद तिला मिळत होता. शब्दात नसता सांगता आला. पण त्याच्या मिठीत विरघळून जायला तिला नक्की आवडलं असतं.

तितक्यात मोबाईल वाजला. तिने बघितले... त्याचाच...... इंद्रजितचाच फोन होता.

"शालू" आज त्याने प्रथमच एवढ्या लाडाने तिला अशी हाक मारली होती. तिचे आबा तिला याच नावाने हाक मारत आणि तिला ते तसे हाक मारणे खूप आवडत असे.

त्याचा आवाज ऐकताच पुन्हा कुठेतरी आत काहीतरी विरघळत असल्याची भावना तिला जाणवली.

आणि ती पूर्ण त्याच्या अधीन झाली.

"नाराज आहेस?"

ती काहीच बोलली नाही.

"मला माहीताय. मी चुकलो. पण त्या दिवशी जरा जास्तच ड्रिंक्स घेतली होती. त्यामुळे माझा तोल गेला.

आय एम सॉरी"

"पण मग एवढी घ्यायची कशाला?"

"मित्रांच्या आग्रहाला बळी पडलो. पण हेन्स्फोर्थ आय प्रॉमिस. नथिंग ऑफ दॅट सॉर्ट"

तिने हळूवार हुंकार दिला.

"एक छानसा ड्रेस घाल. मी येतोय तुला न्यायला..."

"मूड नाही"

"हम तुम्हारा मूड बनायेंगे....लॉंग ड्राईव्हला जाऊ. तयार राहा. आलोच"

फोन कट झाला.

क्षणार्धात तिच्या चित्तवृत्ती प्रफुल्लित झाल्या आणि ती तयारीला लागली. शब्द दिल्याप्रमाणे तो गाडी घेऊन आला

तिला पाहील्या बरोबर "looking gorgeous" असा शेरा मारला.

कारमधून तिला तो तेरेखोलच्या रमणीय खाडीकडे घेऊन गेला. तो अतिशय छान वागला तिच्या बरोबर.

तिला खूप बरे वाटले.

आणि मनातल्या सगळ्या शंका दूर झाल्या.

एका क्षणात ती कातरवेळ एका छान संध्याकाळ मध्ये परावर्तीत झाली होती.

“घरी जायचे?” त्याने विचारले?

“हो जाऊ बाबूजींना पण बरेच दिवस नाही भेटले”. ती म्हणाली

त्याने कार बंगल्याकडे वळवली. पण प्रतापराव घरी नसल्याने तिची आणि त्याची गाठभेट होऊ शकली नाही.

त्याने प्रतापरावांना फोन केला व शलाका त्यांना भेटायला आल्याचे सांगितले. त्यावर ते म्हणाले एक पंधरा मिनिटात ते पोहोचत आहेत घरी. दोघे त्यांची वाट पाहात बाहेर बाग बागीचा न्याहाळत गप्पा मारत उभे होते. पलीकडे काही पांढरेशुभ्र ससे गवतावर खेळत होते. हिरव्यागार गवतावर मोठे गोजिरवाणे दिसत होते.

इंद्रजित तिला त्याच्या कुठे कुठे प्रॉपर्टीज आहेत ते सांगत होता. इतक्यात कुठूनतरी शार्दूल आला व त्याने इंद्रजितच्या पायांना लाडाने मिठी मारून त्याचे लक्ष वेधायचा प्रयत्न केला” पप्पा.” इंद्रजितने त्या छोट्या मुलाकडे बघितले. त्याच्या चेहेऱ्यावरच्या रेषा बदलल्या आणि त्याला व शलाकाला काही समजायच्या आत त्याचा हात वर गेला आणि त्याच्या हाताची पाचही बोटे शार्दूलच्या नाजूक गुलाबी गालावर उमटली.

“अरे!”

शलाकाच्या तोंडून अभावितपणे उदगार बाहेर पडले व तिने पुढे होऊन त्याला जवळ घेतले. तो मुसमुसत होता.

“हे काय? लहान मुलांशी वागायची ही कोणती पद्धत? आणि त्याची चूक काय होती?”

“तू स्वत:ला याच्यापासून दूर ठेव. एवढेसुद्धा समजत नाही की दोन मोठी माणसे बोलत असतील तर मध्ये डिस्टर्ब करू नये?” तो लाल झाला होता “लाडावून ठेवलाय त्याला त्याच्या आईने. पण त्याला सरळ कसे करायचे मला माहीत आहे!

"रामलाल." त्याने नोकराला हाक मारली "कुठे तडफडला आहेस?"

म्हातारा रामलाल थरथरत आला

"ह्याला घेऊन जा."

शलाकाने शार्दूलचे डोळे पुसल. व त्याला रामलालच्या स्वाधीन केले.

"ही काय पद्धत झाली लहान मुलांशी वागण्याची?" त्याने हातानेच तिला दाबले.

"listen! एका अविवाहीत स्त्रीकडून मला मुलांना कसं सांभाळायचं. आणि कसं वाढवायचं यावर लेक्चर नकोय"

ती एकदम थक्क झाली. काही वेळा पूर्वीचा इंद्रजित आणि हा आत्ता समोर असलेला इंद्रजित किती जमीन अस्मानाचा फरक होता.

"तुला कदाचित माहीत नसेल. अर्चना त्याला काय शिकवते ते. तो जेव्हा तिच्याकडे असतो तेव्हा ती त्याला माझ्याविरुद्ध भडकवत असते आणि तो तिकडे राहून आला की त्याला अशीच ट्रीटमेंट लागते."

"पण त्याच्या मनाचा. त्याच्या भविष्याचा पण विचार करायला हवा न?"

"भूत आणि भविष्य सगळे मिथ्या आहे. सत्य आहे तो वर्तमान. माझ्या दृष्टीने महत्त्वाचा आहे तो आज आत्ता"

"ही कसली विचारसरणी झाली?" MIGHT IS RIGHT! ही माझी विचारसरणी आहे. अर्चनाने माझ्याशी प्रतारणा केलीय मी तिला धडा शिकवणार"

"म्हणजे त्या लहानग्या शार्दूलला आता जे जसं वागवलंत ते अर्चनाला धडा शिकवण्यासाठी? मला वाटतं तिला आता तिच्या नशिबावर सोडून द्यावे"

"ते शक्य नाही......"

"मी सांगितले तरी?"

"तू स्वतःला या पासून दूर ठेव. ही माझी वैयक्तिक बाब आहे"

"म्हणजे तुमच्या वैयक्तिक बाबीशी माझा काहीच संबंध नाही? आता मी अर्धांगिनी होणार आहे तुमची"

"माझी अर्धांगिनी बनणे म्हणजे माझ्या वैयक्तिक जीवनात दखल घ्यायचे लायसन्स नाहीय"

"मग अर्धांगिनीचे कर्तव्य स्वामी म्हणेल तेव्हा त्याला शारीरिक सुख देणे एवढेच आहे का?"

"हे बघ मला उगाच फालतू वादविवाद करायचा नाही. हेच कारण होते अर्चनाचे आणि माझे संबंध बिघडायचे"

"मग त्या गोष्टीचा आता पश्चाताप होतोय का?"

"दुर्बल लोक पश्चाताप करतात......"

"याच कारणावरून आपल्यातसुद्धा असा बेबनाव होऊ शकतो आणि घटस्फोटाची पाळी येऊ शकते भविष्यात"

"घमेंडी आणि स्वतःला अति बुद्धिमान समजणाऱ्या स्त्रियांवर घटस्फोटाची वेळ येते"

"पण मी तशी वेळ येऊच देणार नाही."

तो एकदम चमकला. त्याने तिच्याकडे बघितले. ती एकदम शांत आणि निग्रही दिसत होती.

"व्हेरी गुड."

"व्हेरी गुड नाही. व्हेरी बॅड! कारण आपले लग्न होणारच नाही. मग घटस्फोट कसा होणार?"

"म्हणजे?"

"म्हणजे मी आत्ता इथे या ठिकाणी आपल्या नात्याचा, जे कधी बनलेच नव्हते त्याचा शेवट करत आहे."

तिने आपल्या नाजूक बोटातली रत्नजडित अंगठी काढून कारच्या बोनेटवर ठेवली.

"मला पूर्ण खात्रीआहे. भविष्यात आपण कधीच चांगले पती-पत्नी होऊ शकणार नाही. आपले रस्ते वेगवेगळे आहेत."

"तू शुद्धीवर आहेस? सगळ्या गावात आपल्या विवाहाची चर्चा चालू आहे. एन्गेजमेण्ट झालीय आपली."

"चुकीच्या माणसाशी लग्न करण्यापेक्षा मी अविवाहीत राहाणे पसंद करेन."

"हा तुझा अंतिम निर्णय आहे?"

"हो!"

"हा निर्णय महागात जाईल तुला."

"ही धमकी समजू का मी?"

"काहीही समज."

"काय होईल? फार फार तर माझ्या चेहेऱ्यावर ॲसिड टाकले जाईल.... मला मारले जाईल...."

"जे करायचे ते मी कधीच बोलत नाही."

दोघे एकमेकांकडे बघत राहिले. त्याच्या डोळ्यात तिला ती वेडेपणाची झाक पुन्हा दिसली. तिला त्याच्यापासून जास्तीत जास्त दूर जायचे होते. ती जायला वळाली."

त्याने झटकन पुढे होऊन तिचा हात धरला व पिरगाळला.

ती कळवळली.

पण दुसऱ्या हाताने तिने त्याच्या गालावर सणसणीत चपराक मारली.

तो बेसावध होता. क्षणभर अवाक झाला. शलाका असं काही करू शकते ही अपेक्षा त्याने केली नव्हती. त्याने तिचा हात सोडला. ती भरभर शक्यतो त्याच्यापासून लांब जाऊ लागली.

त्याच्या डोळ्यात आता रक्त उतरले होते. त्याने कारच्या ग्लोव्ह बॉक्समधले पिस्तूल काढले. लांब जाणाऱ्या शलाकावर रोखले.

शलाका थांबली. तिने वळून त्याच्याकडे पाहिले. आता काहीही होऊ शकत होते. तिच्या जीवाचा थरकाप झाला होता.

गोळी शरीरात घुसल्यानंतर किती वेदना होतात? क्षणभर आबा, आई, आपले बालपण तिच्या डोळ्यांसमोर तरळून गेले. तिने डोळे मिटून घेतले व पिस्तुलाच्या आवाजाची वाट पाहू लागली. तितक्यात एक अतर्क्य घटना घडली.

तिथे तिच्या समोरच एक गुबगुबीत पांढराशुभ्र ससा खेळत होता.

इंद्रजितच्या पिस्तुलातून गोळी सुटली आणि तिने त्या सशाच्या हृदयाचा ठाव घेतला.

हिरव्यागार गवतावर तो ससा तडफडू लागला. रक्तबंबाळ!

शलाका विस्फारलेल्या डोळ्यांनी कानावर हात ठेऊन तडफडणाऱ्या त्या सशाकडे अवाक होऊन पाहात राहिली.

तिच्या आयुष्यातल्या येऊ घातलेल्या. दुर्दैवी युगाची ती नांदी होती?

त्या दिवशी कॉलेजला जाताना शंतनू ची धाकधूक होत होती. व्याकुळ झाला होता तो.

काय असेल श्वेताचा प्रतिसाद?

जर ती तशीच गजरा न माळता आली तर? त्याला पुन्हा कॉलेजमध्ये जावेसे वाटेल?

या दोन तीन महिन्यात त्यांचे सूर जुळले होते सगळ्याच बाबतीत.

अगदी संगीत. वाचन, आचार विचार.

आपण आतताईपणा करून एक चांगली मैत्रीण तर नाही ना गमावली?

पुन्हा आपण मित्र म्हणून तसेच राहू शकू?

की तो नकाराचा सल राहील आपल्या मनात?

त्याचं डोकं गरम झालं होतं. तिने बोलायचेच बंद केले तर?

कॉलेजमध्ये जायची इच्छाच नव्हती त्याची. गलितगात्र झाला होता तो.

मग त्याने मनाशी निश्चय केला. जाऊ दे आपण सरळ तिच्याकडे जाऊन माफी मागू आणि सांगू की विसरून जा मी तुला असे काहीबाही लिहीले ते. आपण पूर्वीसारखे छान मित्र म्हणून राहू.

त्याने तसा ठाम विचार केला आणि मोटारसायकलला किक मारली.

कोलेजमध्ये वर्दळ होती.

त्याने श्वेताची दुचाकी जिथे पार्क असायची तिथे नजर टाकली. गाडी तिथे नव्हती. म्हणजे अजून ती आलेली नाही.

त्याला हायसे वाटले.

कॉलेजच्या प्रशस्त कॉरीडॉरमध्ये तो गेला आणि नोटीस वाचू लागला त्याचा एक डोळा गेट वर होता.

हळूहळू मुलं आपापल्या क्लासमध्ये गेली नि तिथे शांतता पसरली. अजून श्वेता आलेली नव्हती. ती येणार पण नाही का? काय वाटले असेल तिला? छ्या! मूर्ख आहोत आपण. हा असला उद्योग करण्यापेक्षा सरळ सरळ आमने सामने तिला विचारले असते तर? तिथल्या तिथे तुकडा पडला असता.

स्वत:वर चरफडत. वर्गात जावे की नको असा विचार करत तो मागे वळला

“हॅलो ssssss!” त्याच्यासमोर सुस्मित प्रसन्न मुद्रेने श्वेता उभी होती. आणि तिने तिच्या केसात मोगऱ्याचा गजरा माळला होता.

शलाकाने घडलेला प्रसंग जसाच्या तसा आबा आणि महेशना सांगितला.

दोघे चिंतेत पडले

"माझेच चुकले. मी तुला विषाची परीक्षा घ्यायला लावले." आबा म्हणाले.

"ती सरदेसाई family एवढी जबरदस्त आहे की ते काहीही करू शकतात. पैसा, सत्ता दोन्ही त्यांच्याकडे आहे आणि मी तुला मागेच सांगितले होते की इंद्रजित हा खुनशी माणूस आहे आणि कुठेतरी अजून मला वाटते डॉ. अग्रवालच्या खुनाशी त्याचा निश्चित काहीतरी संबंध असावा," महेश म्हणाला.

"आणि त्याने सरळ सरळ धमकी दिलीय की हे सर्व महागात जाईल म्हणून," शलाका खूपच अपसेट झाली होती. कुठल्याही क्षणी ती रडू लागेल असेच वाटत होते.

"तू काही दिवस हे गाव सोडून कुठेतरी जावेस असे मला वाटायला लागलेय" महेश.

"कुठे जाऊ? मावशीकडे जाऊ मडगावला?"

"नको. कुठेही जायची गरज नाही. तू मला माझ्या डोळ्यासमोर हवीस आणि कुणी काही करत नाही. माझं ऐक. आपल्या सालई वाडयात जाऊन राहा काही दिवस. सगळे ठीक होईल," आबा म्हणाले. "तिथे दोन इमारती आहेत. विहीरीच्या डावीकडच्या इमारतीमध्ये दोन कुटुंब राहातात. एक आहेत ते फॉरेस्ट ऑफिसर. दुसरे प्रोफेसर आहेत सामंत म्हणून. विहीरीच्या उजवीकडे एक घर रिकामे आहे. थोडे दिवस तिथेच राहा. अज्ञातवासात... एक दोन महिन्यानंतर बघू काय करता येईल ते."

"हो ही आयडीया चांगली आहे." महेश.

"तू तिथे आहेस हे या कानाचे त्या कानाला कळणार नाही आणि तुला काय हवे काय नको ते आम्ही दोघे बघू. काही काळजी करू नकोस," आबा म्हणाले.

"ठीक आहे. उद्या पहाटे पहाटे. सगळे साखरझोपेत असताना आपण जाऊ."

जलाशयाच्च्या काठावरच्या बागेत हीरवळीवर श्वेता आणि शंतनू बसले होते.

शंतनू तिच्या निरागस टवटवीत चेहेऱ्याकडे बघत होता. तो खूप आनंदात होता. त्याने चिठ्ठीमध्ये लिहील्याप्रमाणे तिने गजरा माळून एका अर्थाने त्याच्यावरच्या तिच्या प्रेमाला दुजोरा दिला होता.

तिच्या देखण्या चेहेऱ्याकडे बघताना त्याला आज तिन्ही जगाचा स्वामी असल्याचे फील आले होते. जणू जगातला सर्वात अमूल्य, मौल्यवान खजिना त्याला गवसला होता.

काय करू नि काय नको असे त्याला झाले होते.

त्या उलट श्वेता तितकीच शांत आणि संयत होती. त्याने तिचा नाजुक हात हातात घेतला...

“श्वेता! माझा खरंच विश्वास बसत नाही.......! या तुझ्या केसातल्या मोगऱ्याच्या गजऱ्याने माझे जीवनच सुगंधित केलेय. I am really thankful to you….!”

“शंतनू!” ती त्याच्या डोळ्यात खोलवर पाहात होती...जणू त्याच्या ह्दयाचा ठाव घेण्याचा प्रयत्न करत होती. “शंतनू, तू मला आवडतोस यात कोणतीही शंका नाही. तुझ्या सारखा जीवन साथी मिळणे यासारखे भाग्य नाही. पण ऐक......”

ती थोडी थांबली. पून्हां तिने सरळ त्याच्या गहीऱ्या डोळ्यात पाहिले

“पण हा मोगऱ्याचा गंध तात्पुरता आहे.हा प्रेमाचा आडवळणाने दिलेला होकार आहे......”

“तू काय बोलतेस. मला काहीच समजत नाही....!”

“पण याचा अर्थ असाही नाही की माझे तुझ्यावर प्रेम नाही. I too love you! असो.मी तुला जास्त संभ्रमात नाही ठेऊ इच्छित. तुला मी सर्व स्पष्ट सांगते.”

त्याचे प्राण कंठाशी आले होते.काय सांगायचेय तिला?

"तुला माहीताय.मी मुळची बडोद्याची. मी इथे आलेय माझ्या मोठया बहिणीच्या मदतीसाठी. तिचे नाव अर्चना. ती सध्या एका मोठया स्थित्यंतरातून जात आहे. तिचा नुकताच घटस्फोट झाला आहे."

"ओहह!"

"मी सध्या तिच्याकडेच राहातेय.आणि तिला माझी अत्यंत गरज आहे. ती मानसिक रित्या पूर्ण पणे खचली आहे. आणि तिला पूर्ण आधार देणे माझ्या साठी परम गरजेचे आहे. तिला त्याची खरचं अत्यंत आवश्यकता आहे. प्रेम ही जीवनात अनिवार्य गोष्ट असली तरी सध्या तरी प्रेम बीम या गोष्टीत पडण्याच्या मनस्थितीत मी नाही."

तिने पुन्हा त्याच्याकडे बघितले.

"हा गजरा. दोन गोष्टींसाठी मी माळला. एक म्हणजे ज्या पद्धतीने तू तुझ्या प्रेमाचा इजहार केलास तो शायराना अंदाज मला आवडला. चिट्ठी द्यायची अनोखी स्टाईल. ती शंभर रूपयाची नोट, गजरा."

ती हसली आणि चांदण झिरपलं. तिने त्याला लाडाने एक टप्पल मारली. "कुठे शिकलास हे? की तुझी नेहमीची पद्धत आहे. मुलीना पटवण्याची? गम्मत करतेय. लगेच चेहरा पाडू नकोस आणि दुसरे कारण ते हेच. तू अतिशय भावना प्रधान आहेस. माझ्या गजरा न घालण्यामुळे तू खूप खचला असतास. मला तुला नेहमी strong बघायाचेय!"

"मला अजूनही कळत नाही तुला काय म्हणायचेय ते"

"तू माझा एक खूप चांगला मित्र आहेस. आत्तापर्यंतच्या माझ्या आयुष्यात माझे कुणाशीच इतके perfect सूर जुळले नाहीयत.जेव्हढे तुझ्याशी या दोन महिन्यात जुळले. तू हळवा आहेस.कलाकार आहेस. एक आदर्श लाईफ पार्टनर बनण्यासाठी आवश्यक सगळे गुण तुझ्यात आहेत. पण मी तुझ्यात गुंतले की माझ्या दिदी कडे माझे दुर्लक्ष होईल असे मला वाटते.मला खात्रीआहे.तू समजून घेशील. कारण तू तसा आहेस समजूतदारदिदी कडे दुर्लक्ष झालेलं नकोय मला! तिचे प्रॉब्लेम्स जो पर्यंत सुटत नाहीत.तोपर्यंत माझा होकार 'होल्ड' मोड वर."

"श्वेतू! काय आहेत ते प्रॉब्लेम्स?"

"दिदीला एक मुलगा आहे. शार्दूल! घटस्फोट देताना जीजाजींनी एक अट घातली की तो वीकेंडला त्यांच्याकडे राहील व एरव्ही दिदीकडे राहील. पण तिकडे राहून आल्यावर शार्दूल वेडा पीसा झालेला असतो. त्याला सांभाळणे कठीण जाते. त्याचा तिथे मानसिक छळ होतो."

"ओह माय गॉड! पण असे का?"

"मला राहून राहून वाटते की दिदीच्या मनात काहीतरी खदखदतेय. कुठेतरी कसलीतरी भीती तिच्या मनात आहे. रात्री झोपेतून जागी होते. खूप दबावाखाली असते. सतत कसल्यातरी मानसिक दडपणाखाली शार्दूल तिकडे असला की तर तिची हालत बघवत नाही. मग तिच्याकडे खूप लक्ष द्यावे लागते."

"आय एम सॉरी श्वेता."

बोलता बोलता श्वेताचे टपोरे डोळे पाण्याने भरले.

"तुझा काय दोष शंतनू! जिजाजी हा एक अत्यंत उलट्या काळजाचा नराधम आहे असे ती नेहमी म्हणते व त्यांना ती घाबरून असते. माझ्या दिदीने खूप सहन केलेय आणि अजून करतेय. ती जोपर्यंत सुखी होत नाही तोपर्यंत मी माझ्या सुखाचा विचारसुद्धा करू शकत नाही. मला तू पण हवा आहेस. तुझी साथ हवीय मला. मनातलं सगळं सगळं बोलायला. खांद्यावर डोकं ठेवून रडायला. मला समजून घेशील ना?"

त्याने तिच्या दोन्ही गालावर दोन्ही हात ठेऊन अंगठ्याने तिचे गालावर ओघळलेले अश्रू पुसले व तिला जवळ घेतले.

"श्वेता मी नेहमी तुझ्या पाठीशी राहीन. पण मला सांग हा स्वत:च्या पोटच्या मुलाचा छळ करणारा पाषाण ह्रदयी माणूस आहे तरी कोण?"

"तो या शहरातला सर्वात श्रीमंत सो कॉल्ड प्रतिष्ठीत प्रतिथयश व प्रसिद्ध माणूस प्रतापराव सरदेसाई यांचा एकुलता एक मुलगा - इंद्रजित सरदेसाई."

श्वेताच्या विचारात शंतनू घरी आला.

गाडीवरून घरी येताना रस्ताभर त्याच्या डोक्यात श्वेताचेच विचार होता. हे काहीतरी भलतेच झाले होते. भलतेच वळण लागले होते.

असे काही असेल असे त्यांनी कधी अपेक्षा केली नव्हती. किती हसतमुख असायची. त्याच्याशी बोलताना आत्तापर्यंत तिने कधी वाच्यता केली नव्हती तिच्या या दु:खाची.

मोटारसायकल आत घेताना त्याला जाणवले. मोठे गेट उघडे होते. त्या प्रॉपर्टी मध्ये माणसे व दुचाकी जायला एक छोटे गेट होते. फक्त मोठी गाडी आली की मोठे गेट सताड उघडले जायचे.

म्हणजे मालक आबा आले होते असे दिसतेय.

त्याने मोठ्यां गेटमधून गाडी आत घातली व तो घराकडे आला. त्याचा अंदाज बरोबर होता. मालकांची आबांची जीप मध्येच उभी होती व आबा त्याच्या वडिलांशी बोलत होते.

त्यांचे ते घर गावाबाहेर गोव्याच्या मार्गावर अतिशय शांत, अतिशय निसर्गरम्य अशा परिसरात.

सूनसान रस्त्यावर कित्येक एकरात वसले होते. मध्याभागी दोन कौलारू दुमजली इमारती. त्यांच्या मध्ये एक मोठ्ठी विहीर आजूबाजूला भात शेती, त्यामधून जाणारे पाण्याचे ओहोळ, असंख्य नारळ, पेरू, आंबे, पोफळी, चिकू, जांब यांची झाडं, मागच्या बाजूला पाठीशी उभा असलेला हीरवाकंच डोंगर.

सगळीकडे हीरवे हीरवेगार.

जीपला टेकून आबा उभे होते आणि त्यांच्या शेजारीच एक सुंदर मुलगी उभी होती. एक वेगळेच भाव तिच्या चेहेऱ्यावर होते कसल्या तरी विचारात ती आपल्याशीच हरवली होती. पण शंतनूला ती खूपच भावली. अत्यंत प्रसन्न व्यक्तिमत्त्व होते. तिला बघताच पुन्हा एकदा त्याला श्वेताची आठवण झाली. विश्वासराव दारातच उभे होते त्यामुळे त्याला थोडे तिथेच थांबावे लागले.

त्याला पाहून विश्वासरावांनी त्याची ओळख करून दिली. "हा शंतनू माझा मुलगा. कोलेजमध्ये असतो. शेवटच्या वर्षाला आहे."

शंतनूने नमस्कार केला.

आबांनी विचारायचे म्हणून विचारले, "सगळे ठीक आहे ना अभ्यास कसा चाललाय?

त्यावर "ठीक चाललाय" असे तो हसून म्हणाला.

"ही माझी नात! शलाका. ती Phd. करतेय. निवांतपणा हवा म्हणून. काही दिवस इथेच राहाणार आहे." आबा शेजारी उभ्या असलेल्या मुलीकडे निर्देश करून म्हणाले. "रावसाहेब तुम्ही पण तिच्यावर लक्ष ठेवा. काय हवं नको असल्यास आम्ही आहोतच आठवड्यातून दोन चार चकरा होतातच आमच्या."

"हो हो नक्की!"

"शालू बेटा. तुला काहीही अडचण असेल तर याना बिनदिक्कत सांगायला काहीच हरकत नाही."

"चलायचं?" आबांनी शलाकाला विचारले...

तिने कळत नकळत मान हालवली. शंतनुला ती जरा अपसेट वाटली.

आणि ते निघून गेले.

इंद्रजित आपल्या मित्रांबरोबर एका हॉटेलमध्ये स्कॉच पीत बसला होता.

इतक्यात त्याचा मोबाईल वाजला.

त्याने तो रिसीव्ह केला.

"हॅलो! इंद्रजित सरदेसाई."

"Good Evening Sir. Calling from Probe Detective Agency. the object is shifted to an isolated place."

“That’s Good. Keep a close watch! I want to know each and every move.”

“Yes Sir! Thanks! इंद्रजितने मोबाईल खिशात ठेवला. त्याच्या चेहेऱ्यावर खुनशी हास्य होते आणि डोळ्यात सूड.

शलाका विचारात गढली होती. जिकडेतिकडे अंधाराचं साम्राज्य पसरू लागलं.

आजूबाजूंच्या झाडांमुळे तो अंधार अधिक घनदाट वाटू लागला. जाईच्या फुलावर बसलेले काजवे चमकू लागले.जणू तिथे चांदण्यांची हीरवी चादर अंथरल्यासारखे दिसत होते. जणू वृक्षांच्या छताछतातून ग्रह नक्षत्र डोकावू लागली. दिवसा शांत असलेल्या रात किडयांचे लयबद्ध दळण दळल्याप्रमाणे संगीत चालू झाले. गाता गाता तो आवाज एकदम टोकेरी होई आणि एकदम थांबे.

तो परिसर एकदम गंधर्व नगरीसारखा दिसू लागला. त्यात भर म्हणून मेंडोलीनचे स्वर मिसळले.

शलाकाचे यातल्या कुठल्याच गोष्टीकडे लक्ष नव्हते. इथे येऊन तिला चार पाच दिवसच आले होते.

एका धावपळीच्या दैनंदिन आयुष्यातून ती या निवांत, स्थिर जीवनात फेकली गेली होती. काय चूक होती तिची? एका माणसावर प्रेमच केले होते तिने. त्याच्या बदल्यात तिला काय मिळाले? विजनवास!!

माणसं समजणं, वाचणं किती अगंम्य आहे याचा तिला अनुभव आला होता. तिने काय स्वप्न बघितली होतीआणि समोर काय आले होते. असो! आता तोंड द्यायलाच हवे. काही दिवस गेले की ठीक होईल सगळे. तो करेल कुणाशी तरी लग्न. विसरून जाईल.

सुरूवातीला बरे वाटले पण आता कंटाळा यायला लागला. ती दिवसभर बागेत फिरत असायची. अमृत नावाचा एक नोकर होता. त्याच्याकडून बरीच कामे ती करून घेत असे.

पण दिवस कंटाळवाणे वाटू लागले होते.

टिव्हीच्या भंपक जगात रमणारी ती नव्हती. तशी तिला जुन्या गाण्याची आवड होती. ती सतत गुणगुणायची. चोवीस तास तिच्याकडे रेडियो चालू असायचा. तिचा आवाज पण बऱ्यापैकी चांगला होता.

गीता दत्तचा आवाज तिला विशेष आवडायचा.

त्यातल्या त्यात पलीकडे राहाणारे विश्वासराव यांचे कुटुंब तिला जरा दिलासा देणारं होतं. दोघे नवरा बायको एकमेकांना साजेसे होते. प्रेमळ होते. सरळ व समंजसं होते. सुलभादेवी थोडया जुन्या विचारांच्या होत्या. पण विश्वासराव प्रगल्भ व नवीन पिढीशी, युगाशी जुळवून घेणारे होते.

त्यांना दोन मुले होती. मोठा शंतनू त्याला तिने ओझरते पाहिले होते. प्रथम दर्शनी तरी त्याच्यात काही खास वाटत नव्हते. चार चौघांसारखाच होता तो. लहान वयात त्याला चष्मा लागला होता...

त्यांची मुलगी शर्मिष्ठा. सावळी पण रेखीव. नाजूक. सडपातळ. तिचे केस मात्र लांबसडक होते. तिला खूप आवडायची.

ती इकडेतिकडे फिरत असताना कधी कधी शंतनुने छेडलेले मेंडोलीनचे स्वर तिला मोहवंत.

आणि आपण पण असे काहीतरी शिकावे व वेळेचा सदुपयोग करावा असे तिला मनोमन वाटू लागले. आतासुद्धा किती मनाला आल्हाद देणारे स्वर तो छेडत होता.

अचानक तिचे विचार इंद्रजितकडे वळले

अगदी थोड्या दिवसात तिने त्याची किती रूपे पाहिली होती?

त्यातले एकसुद्धा रूप मनभावन नव्हते. त्यांच्या पहिल्या भेटीच्या दिवशी हॉटेलमध्ये अर्चना आणि त्या अनोळखी तरुणाला पाहून त्याचा झालेला जळफळाट. मग त्याने उभा केलेला तो तंटा – बखेडा,

तमाशा, त्यावेळचे त्याचे ते रौद्र स्वरूप. एन्गेजमेण्टच्या वेळी त्याचे दारू पिऊन बेताल वागणे. त्यानंतर त्याने तिच्याकडून निर्लज्जपणे केलेली शरीरसुखाची मागणी. अर्चनावर सूड उगवण्यासाठी लहानग्या शार्दूलला छळण्याचा अघोरी मार्ग. तिच्या दृष्टीने अतिशय निराशाजनक व घृणास्पद होते.

एवढ्या देखण्या व्यक्तिमत्त्वामागे एवढे घाणेरडे मन असावे?

एका क्षणात तिचं जीवन मात्र बदलल होतं.

इंद्रजित आपल्या ऑफिसमध्ये बसला होता.

त्याच्या देखणा चेहरा कुटील विचारात गढला होता.

आत्तापर्यंतच्या त्याच्या नशिबावर तो जाम खुश होता. सगळे कसे अगदी मनासारखे घडून आले. प्रतापरावांच्या सगळ्या मालमत्तेवर आता त्याचीच अनभिषिक्त सत्ता होती.

डॉक्टर हकनाक मारला गेला होता पण त्याचं त्याला काहीच सोयरसुतक वाटत नव्हते. Its part and parcel of the Game! जंगलात नाही का वाघ सिंहाकडून कित्येक निरपराध हरणे, ससे व अन्य प्राणी मारले जातात. ते त्यांचे भक्ष्य तर असते.

इथे काय वेगळे? मला माझ्या अस्तित्वासाठी त्याला मारावे लागले

जसा तो जंगलचा कायदा. तसाच हा माझा कायदा.

पाप-पुण्याचा विचार कुणी केलाय?

आणि काय माहीत मृत्यूनंतर जीवन आहे की नाही?

जे आहे ते इथे आत्ता

अर्चना म्हणजे सुंठीवाचून खोकला गेला होता. नाहीतरी आता त्याला तिचा कंटाळाच येऊ लागला होता.काकूबाई होती. त्याच्या जीवनात आलेल्या त्याने उपभोगलेल्या कितीतरी स्त्रिया किती मादक

आणि जिवंतपणाचा झरा होत्या. मजा यायची त्यांच्या सहवासात. अर्चना म्हणजे एक डबके झाली होती.

शृंगारात तर एकदम थंड असायची. त्याच्या रसिक (त्याच्या म्हणण्याप्रमाणे )अपेक्षा पूर्ण करू शकत नव्हती पण एरवीसुद्धा एखाद्या निर्बुद्धाप्रमाणे वावरायची.

तिच्या जाण्याने त्याला काडीचा फरक पडला नव्हता. फक्त एक महत्त्वाचे गुपित त्याचे तिला माहीत पडले होते. त्याची खात्रीहोती ते मरेपर्यंत तिच्याजवळच राहील. कारण त्याने चालच तशी खेळली होती.

त्याने तिला फोन करून सांगितले होते की चुकून जरी तिने त्याची वाच्यता केली तर शार्दूलचे काय झाले हे कोणाला कधीच कळणार नाही.

ती तेवढी भित्री होती.

त्याचे खरे सल होते शलाका. तिने त्याचा अपेक्षाभंग केला होता खरा.

त्याला वाटले होते ती त्याच्या देखणेपणा, रुबाब या सर्वांना भुलून त्याच्या आधीन होईल. पण ती भलतीच बाणेदार निघाली होती आणि त्याला सोडून ती निघून गेली होती.

अर्थात त्याला सोडून जाणारी माणसे त्याला कधीच आवडत नसत.

आणि तो त्यांना त्याचा पश्चाताप करायला लावत असेच.

अर्चना आणि शलाका दोघींना तो असेच जाऊ देणार नव्हता.

त्याला गेल्यानंतर अर्चना रडत बसलेली त्याला जास्त आवडले असते. पण तिने तर एक मित्र निर्माण केला होता. आणि त्याच्याबरोबर ती डिनरला गेली होती...

त्या दिवशी हॉटेलमध्ये खरंतर शलाका नसायला हवी होती. त्याचे सगळे दात काढून त्याच्या हातात दिले असते.

तितक्यात इंटरकॉमच्या बझरने तो विचारातून बाहेर आला.

“हॅलो.”

“सर. मिस शलाकाच्या पोस्टसाठी आपण जी जाहीरात दिली होती त्यासाठी एक उमेदवार आलीय”

“ओके.सेंड हर इन.”

दरवाज्यावर हलकेसे knock झाले आणि एक मुलगी आत आली.

इंद्रजित ताठ बसला.

क्षणभर त्याला वाटले शलाका आली. इतके दोघींमध्ये साम्य होते.

“गुड मॉर्निंग.सर.”

त्याने प्रतिसाद देऊन तिला बसायला सांगितले.

फक्त शलाका नि या मुलीच्या रूपात वेगळेपणा होता. अन्यथा दोघींची उंची, जाडी, केस, चेहऱ्याची ठेवण यात बऱ्यापैकी साम्य होते.

पटकन कुणीही फसले असते.

त्याला शलाकाची आठवण आली आणि ह्दयात कुठेतरी एक कळ उमटली. शलाका त्याला लाथाडून जाणारी पहिली मुलगी होती. त्याच्या पुरुषी अहंकारावर नको त्या ठिकाणी तिने डागण्या दिल्या होत्या. या क्षणी त्याला अगदी नपुंसक असल्यासारखे वाटत होते.

“माझे नाव रेश्मा जगन्नाथ सेठ.”

“बसा!” त्याने आपल्या आयुष्यात तिचे स्वागत केले.

रेश्मा सेठ. आई वडील आणि एक भाऊ असा तिचा परिवार होता. तिचं वागणं तसंच होतं. जसं त्याला हवं होतं. त्याच्या लक्षात आले की सगळ्याच बाबतीत हे पाखरू आपल्याला उपयोगी पडणार आहे. तिच्याशी बोलताना त्याला ते जाणवत गेले.

क्वालिफिकेशन खूपच चांगले होते. अर्थात त्याच्याशी त्याला काहीच घेणं देणं नव्हतं. तिचा विवाह ठरला होता. पण काहीतरी कारणामुळे तो फिस्कटला होता. हे तर अजून चांगले होते.

शलाकाचे सौंदर्य चंद्रकिरणाप्रमाणे शांत, सोज्वळ, सात्विक होते. रेश्माचे सौंदर्य प्रक्षोभक, आव्हान देणारे होते.

त्याच्या लक्षात आले हे पाखरू सहज त्याच्या जाळ्यात सापडणारे होते.

त्याला हवे तसे.

त्याने तिचे आपल्या ऑफिसमध्ये व पर्यायाने आपल्या जीवनात स्वागत केले.

आज विश्वासरावांच्या घरी थोडी गडबड होती.

आज त्यांच्या लाडक्या लेकीचा शमाचा वाढदिवस होता. संध्याकाळी तिने आपल्या मैत्रिणींना घरी बोलावले होते व शंतनूलाही सांगितले होते की त्याचे जे कोणी जवळचे मित्र आहेत त्यांना बोलाव म्हणून.

दुपारी छान हसत खेळात सर्वांची जेवणे झाली.पुरणपोळी, भरली वांगी, मसाले भात असा खास शमाच्या आवडीचा बेत सुलभादेवींनी केला होता.

संध्याकाळी सहा वाजता एकत्र येण्याचा कार्यक्रम ठरवला होता.

विश्वासराव आणि सुलभादेवी दोघे पाश्चात्य पद्धतीने वाढदिवस साजरा करायच्या विरुद्ध होते.

विश्वासरावांनी सांगितल्याप्रमाणे शमा शलाकाला आमंत्रण देण्यास तिच्या घरी गेली तेव्हा दुपार झाली होती.

शलाका निवांत बेडवर पडून एक कादंबरी वाचत होती. रेडियो चालूच होता. तिच्या शेजारी एक गुबगुबीत मांजर पंजे चाटत बसले होते.

दरवाजा सताड उघडा होता. खरंतर तिथल्या सगळ्याच खोल्यांचे दरवाजे उघडेच असायचे. सुरुवातीला जी रूम होती तिला शंकरपाळीचा

आकार निर्माण करणाऱ्या पट्ट्या लावलेल्या होता आणि रात्री लाईट लावले आणि बाहेर पाउस पडत असेल तर परख सिनेमातल्या "ओ सजना बरखा बहार आई!" या गाण्याच्या वेळी जसे मदभरी वातावरण होते, अगदी तसेच वातावरण निर्माण होई.

कौलारू इमारती मेन गेटपासून खूपच आत असल्याने ती वसाहत अतिशय सुरक्षित होती. चोऱ्यामाऱ्याची भीती नव्हती.

"ये शमा." शलाकाने तिचे स्वागत केले.

"काय करतेस?"

"काय करणार. वाचत लोळत पडले होते.

"अभ्यास? Phd करतेस ना? जाऊ दे.मी तुला आमंत्रण देण्यासाठी आलीय. आज माझा वाढदिवस आहे."

"अरे वा! मेनी मेनी हॅप्पी रिटर्न्स ऑफ द डे."

"तिने तिला जवळ घेतले.

"संध्याकाळी काय करतेस?"

"काय करणार? कंटाळा आलाय!"

"कुठे बाहेर फिरून का नाही येत?"

शलाका चपापली. तिला काय सांगणार होती ती.PhD चा अभ्यास हे एक निमित्त होतं. तिच्या जीवनाची कर्मकहाणी वेगळीच होती.

"नाही गं. अभ्यास असतो ना. मग थोडे वाचन आणि हे मांजर आणलेय ना. माझा भाऊ आहे त्याने दिलेय. त्याच्या मागे पळण्यात जातो वेळ"

"संध्याकाळी आमच्याकडे नक्की यायचं..."

"बर्थडे सेलिब्रेशन?

"छे गं! तसाच काही नाही.पण त्या निमित्ताने सगळे एकत्र येतात. गप्पा टप्पा होतात. ते केक आणून कापणे वगैरे ह्या गोष्टीच्या विरोधात आहेत माझे आई बाबा. नाही आवडत त्यांना हे सारे."

"ओहो!"

"बाबांना नाही आवडत. पाश्चात्यपद्धती. संध्याकाळी आई निरांजनाने ओवाळते. Thats all! मग सगळे एकत्र बसून. गप्पा, गाणी आणि खाणं."

"कितवा वाढदिवस?"

"एकोणीस! शंतनू माझ्यापेक्षा दोन वर्षांनी मोठा आहे...त्याचा वाढदिवस फेब्रुवारी महिन्यात येतो. तो ही असाच साजरा करतो. तुझा वाढदिवस कधी येतो?

"११ जून"

"आणि तू किती वर्षांची झालीस?"

"मी २७ वर्षांची तुझ्यापेक्षा आठ आणि तुझ्या शंतनू पेक्षा सहा वर्षांनी मोठी."

ती हसली.

"तुझा भाऊ किती छान वाजवतो ना? काय वाजवतो तो? कोणते वाद्य?"

"अगं तो तशी बरीच वाद्ये वाजवतो. बुलबुल, तरंग, बाजा, बासरी, सिंथेसायझर. पण त्याचे स्वतःचे आवडते मेन्डोलीन," ती हसली.

"हे सगळे.घरात पडलेल आहे. बाबांना त्याच खूप कौतुक आहे. चित्र पण छान काढतो"

"ऐक ना! तो मला शिकवेल का?. वाटतं असं काहीतरी शिकावं"

"मी विचारते बाई त्याला. मुडी आहे तो!"

"विचार! मला तेवढेच विरंगुळा. कंटाळा येतो दिवसभर."

"हो चालेल.विचारेन मी त्याला. ये संध्याकाळी नक्की. मी वाट पाहाते."

मोटारसायकल स्टँडवर घेताना शंतनूचे लक्ष पलीकडे विहीरीवर गेले.

आबांबरोबर आलेली ती मुलगी विहीरीवर पाणी भरत होती. त्याने तिला आबांबरोबर एक दोन वेळा आलेली बघितली होती. सुंदर तर होतीच पण अगदी खूप जुनी ओळख असल्यासारखे वाटणारे हास्य, भाव विभोर, पारदर्शी चेहरा. दाट काळभोर केस. शिवाय का कोण जाणे तिला पाहाताच कुठेतरी काळजात त्याच्या सूक्ष्म कळ उमटली.

लाल रंगाची पायघोळ सलवार.आणि पांढऱ्या छोट्या फुलाफुलांचे डिझाईन असलेला कुर्ता तिने घातला होता. व राहाटा वरून ती सपासप पाणी ओढत होती. कुठूनतरी रेडियोचा आवाज येत होता.

रफी गात होता 'न जाने किसके घर चमकेगा मुखडा चांद सा ये' वर खेचलेली कळशी ओढताना कळशीच्या आडून क्षणभर त्यांची नजरानजर झाली. तिच्या चेहेऱ्यावर स्मित आल्यासारखे त्याला वाटले. पण त्याने पटकन नजर दुसरीकडे हटवली.

तो घरात गेला.

हातातली बाजारातून आणलेल्या सामानाची पिशवी त्याने डायनिंग टेबलवर ठेवली.

"भूक लागलीय आई!

"दुपारी एवढं पोटभर जेवण झालंय तरी सदानकदा भूक लागलेली असते. डब्यातले चिवडा लाडू घे," सुलभादेवी आपल्या लेकाकडे पाहात म्हणाल्या "आणि खाऊन झाले की थोडे पाणी घेऊन ये विहीरीवरून. आज बाई आलेली नाही आणि पाणी नाहीय. कमीत कमी प्यायचं पाणी तरी भरून ठेव. संध्याकाळी लोक येतील ना."

शंतनूच्या चेहऱ्यासमोर त्या विहीरीवरच्या मुलीचा चेहरा आला.

त्याने लगेच कोपऱ्यातली कळशी आणि रस्सी उचलली.

"अरे! भूक लागलीय म्हणाला होतास ना? खाऊन घे ना काहीतरी. मग जा"

"आल्यावर खातो." तो गेलासुद्धा

सुलभादेवींना आश्चर्य वाटले. किरकिर न करता हा पाणी आणायला गेला कसा?

शंतनू विहीरीवर आला तर विहीरीवर कुणीच नव्हते.

उशीरच झाला वाटते. त्याने कळशीभोवती दोरखंडाचा फास आवळला. आणि कळशी विहीरीत सोडली...

तो कळशी पाण्यात विहीरीच्या पाण्यात बुडवण्याच्या प्रयत्नात असताना समोर हालचाल दिसली. त्याने वर बघितले. ती आली होती.

कळशी विहीरीत सोडायला ती जेव्हा खाली वाकली. तिच्या वक्षाच्या जीव घेण्या घळीकडे त्याचे अनाहूतपणे लक्ष गेले. त्याला थोड अपराध्यासारख वाटलं खरं पण नजर मात्र हटत नव्हती.

आणि व्हायचे तेच झाले. त्याच्या हातातली कळशीची दोरी सुटली व कळशी पाण्यावर रंगू लागली. तिला बांधलेली दोरी सापां प्रमाणे तरंगू लागली.

"काय रे? काय बघतोस वाकून?" मागून आलेल्या शमाने विचारले. मग तिच्या लक्षात आले त्याने कळशी विहीरीत पाडलीय ते.

"आता काय? खा आईची बोलणी."

शंतनू खजील झाला. विहीर खोल होती. बांबू पण पोचू शकला नसता. आत उतरणे एवढा एकच पर्याय होता. पण कोण उतरणार?

"मी अमृतला सांगतो काढून द्यायला" अमृत आबांचा नोकर होता तिथला. आणि तिथली कामे तोच करत असे.

समोरून शलाका त्याची भंबेरी बघत होती.

"शमा! मी कळशी काढून दिली तर काय देशील मला?" ती विहीरीच्या पलीकडून म्हणाली.

"वा! अजब न्याय आहे. बुडवली याने. आणि बक्षीस माझ्याकडून? काय हवं ते घे याच्याकडून. माझं काही म्हणणं नाही."

शलाका हसली.

"नक्की?" तिने शंतनूकडे मिस्कीलपणे बघितले.

तो गोंधळला. त्याचा नक्की अर्थ त्याला समजेना.

ती एखाद्या खारीसारखी चपळाईने विहीरीच्या कठड्यावर चढली आणि आतल्या कपाऱ्यावरून हळूहळू खाली जाऊ लागली.

शमा आणि शंतनू श्वास रोखून पाहात होते. जरा आवाज झाला आणि त्या आवाजाने तिचा हात किंवा पाय निसटेला तर अशी भीती दोघांना वाटत होती.

शलाका खाली पाण्यापाशी पोहोचली.

तिने तरंगणाऱ्या दोरीचा अंदाज घेतला आणि दोन्ही हाताने कपारी पकडून व पाय लांब करून आपला पाय त्या दोरीपर्यंत न्यायचा प्रयत्न चालू केला.

अखेर तिच्या प्रयत्नाना यश आले व तिच्या अंगठ्यात दोरीचे टोक आले.

मग तिने पाय वर करून ते दोरीचे टोक हातात पकडले.

ती वाकली तेव्हा त्याला पुन्हा ती तिच्या वक्षाची घळ दिसली. याने चमकून शमा कडे बघितले.त्याचे तिकडे लक्ष गेले हे तिच्या तर नाही ना लक्षात येणार?

तिने ते दोरीचे टोक तोंडात पकडले व चपळाईने ती वर येऊ लागली.

ती विहीरीच्या कठड्यावर आली तेव्हा शंतनूने अभावितपणे तिला मदत म्हणून हात पुढे केला. पण तिने पुढे केलेल्या हातात दोरी दिली.

व ती हसली.

"अरे वा! कमाल.केलीस."

"कमाल कसली आलीय त्यात. सगळे बालपण इथेच गेले. बागडण्यात. विहीरीतच पोहायला शिकले. कमाल तुझ्यासाठी, माझ्यासाठी नाही."

ती पुन्हा खळखळून हसली.

"आता सांग याला. तुला काय हवे ते."

"अ. वेळ आली की सांगेन. चल येतेस घरी?"

"नाही गं.घरी खूप कामे पडलीयत. ये संध्याकाळी," मग शमा शंतनूकडे वळून म्हणाली "चला बच्चमजी."

सुलभादेवींनी शमाला ओवाळले.

सगळ्यांनी टाळ्या वाजवल्या.

हॉलमध्ये फार काही डेकोरेशन नव्हते केले.

फॉरेस्ट ऑफिसरचं घर शोभेल अशीच त्या हॉलची रचना होती. कोपऱ्यात वर जायला जिना होता. शिसवीचे जुन्या पद्धतीचे सोफे होते. खाली मृगाजिन होते

फळीवर फिलिप्सचा एक मोठा रेडिओ होता.

तिथे आधुनिक असे काहीच नव्हते. पण तरीही तिथे मांडणीत एक प्रकारची रुची होती. कलात्मकता होती.

सुलभादेवींनी शमाच्या तोंडात मिठाईचा तुकडा टाकून तिचे तोंड गोड केले.

शंतनू फोटो काढत होता.

त्यावेळी तिथे विश्वासराव, सुलभादेवी, शंतनू व शमा यांच्या व्यतिरिक्त श्वेता, शलाका, शंतनूचे दोन मित्र आनंद व संजय व शमाच्या कॉलेजमधल्या दोन मैत्रिणी नीता आणि मनिषा एवढेच जण होते.

मग गप्पागोष्टी सुरू झाल्या.

आनंदने शंतनूला विचारले, “अरे केक वगैरे काही नाही का?

शंतनू हसला. म्हणाला, “आमच्याकडे सगळे भारतीय संस्कृतीप्रमाणे असते. माझ्या वडिलांना नाही आवडत काही पाश्चात्यपद्धती.”

शमाच्या मैत्रिणी शमा भोवती जमल्या होत्या आणि शंतनू त्याच्या मित्रांबरोबर होता.

इतक्यात सुलभादेवी म्हणाल्या, “मी सगळ्यांसाठी खाऊ आणते”

“चला. मी येते तुमच्या मदतीला” शलाका उठली व सुलभादेवींच्या मागे जाऊ लागली.

सुलभादेवींनी तिला अडवले.

“अगं! राहू दे. बस सगळ्यांबरोबर गप्पा मारत. सगळे तयार आहे. फक्त आणायचेय बाहेर. बस.”

इतक्यात टूम निघाली की शंतनूने मेंडोलीनवर एखादे गाणे वाजवावे.

यावर शंतनू म्हणाला की तिथे हजर असलेल्या प्रत्येकाने काहीतरी सादर केले तरच तो मेंडोलीन वाजवेल.

मग थोडे आढेवेडे घेत तो प्रस्ताव मान्य झाला.

शंतनूने मेंडोलीनवर “मुझे कितना प्यार है तुमसे, अपने ही दिलसे पुछो तुम जिसे दिल दिया है वो तुम हो मेरी जिंदगी तुम्हारी है!” हे ओघवते गाणे वाजवले. आनंदने त्याला एका लाकडी स्टुलावर हलकासा ठेका दिला. गाणे वाजवताना शंतनू सहेतूक श्वेताकडे बघत होता. गाणे संपल्यावर सगळ्यांनी टाळया वाजवल्या.

अतिशय सुंदर वाजवले त्याने ते गाणे. त्यामुळे महफिलचे वातावरणच बदलून गेले.

एक मोकळेपणा आला. शंतनूला माहीत होते श्वेता छान गाणे म्हणते. त्यामुळे त्याने तिला सांगितले गाणे म्हणायला.

श्वेताने असली नकली मधले...

"तेरा मेरा प्यार अमर फिर क्यू मुझको लगता है डर" हे गाणे म्हटले. तिचा आवाज खरोखरच गोड होता. खाली बघून ती ते गाणे म्हणत होती.

ती सुद्धा गाताना मधूनच एक कटाक्ष शंतनूकडे टाकत होती.

गाणे संपल्यावर सगळ्यांनी तिचे खूप कौतुक केले.

शलाकाने तिचे विशेष कौतुक केले.

मग शमाच्या सांगण्यावरून शलाकाने "न ये चांद होगा. न तारे रहेंगे. मगर हम हमेशा तुम्हारे रहेंगे" हे शर्तमधले गाणे म्हटले.

तिचा आवाज पण चांगला होता. तिच्या रुपाला शोभण्यासारखा.

मग आढेवेडे घेत. तिथल्या प्रत्येकाने कुणी कविता वाचून दाखवली. कुणी विनोद सांगितला. अशा प्रकारे खेळीमेळीचे वातावरण होते. सुलभादेवींनी बनवलेल्या उदीड वडा आणि खोबऱ्याची चटणी तसेच व्हेज पुलावावर ताव मारता मारता पार्टी संपली.

श्वेता कार घेऊन आली होती व तिच्या बरोबर तिचा ड्रायव्हर पण होता. त्यामुळे उशीर झाला तरी तिच्या एवढ्या लांब जाण्याची काळजी नव्हती.

शलाका तर दोन घरे पलीकडेच राहात होती.

शमा खूप खुश होती.

नंतर कॅमेरा घेऊन शंतनू फोटो बघत होता. श्वेताच्या एका क्लोजअप वर त्याची नजर खिळून राहिली. किती निरागस सुंदर दिसत होती. त्याच्या पुढचा फोटो शलाकाचा होता. दोघींच्या सौंदऱ्यात त्याला फारसा फरक जाणवला नाही. दोघी तेवढया च लोभस मोहक होत्या. फरक होता तो वयाचा.

श्वेताचे सौंदर्य कळीचे होते.शलाकाचे सौंदर्य पूर्ण उमललेल्या फुलाचे होते.

इंद्रजित ऑफिसमध्ये बसला होता. त्याच्या समोर शलाकाच्या जागी नियुक्त झालेली रेश्मा बसली होती.

"जसं हवे सं काम करणारी व्यक्ती कधीच मागे राहात नाही. पूर्वी तुझ्याच जागी एक मुलगी होती. तिचे नाव शलाका. साध्या असिस्टन्टच्या पोस्टवरून मी तिला माझी एक्झिक्युटिव्ह असिस्टंटच्या पोस्ट वर आणली. पण देवाने तिला समज नावाची गोष्ट देताना थोडी कंजुषी केली होती. तिचा दोष काहीच नव्हता.पण दुष्परिणामांना तिलाच तोंड द्यावे लागले. आणि लागणार आहे शेवटपर्यंत."

त्याचा चेहरा कठोर झाला.

"सर! सुदैवाने देवाने मला सौंदर्य आणि बुद्धी दोन्ही दिलेले आहे आणि दोन्हीचा वापर कसा करायचा याचे ज्ञानही मी आत्मसात केलेले आहे."

ती सरळ सरळ त्याच्या डोळ्यांना डोळे भिडवून बोलली.

त्याचे डोळे लकाकले. त्याच्यातला मतितार्थ न समजण्या इतका खुळा तो नक्कीच नव्हता.या रंगीन दुनियेतला बेताज बादशहा होता तो.

"आज रात्री आपण डिनरला बाहेर जाणार आहोत" तो तिला म्हणाला "इंद्रजित बरोबर डिनरला जायचे भाग्य क्वचित मिळते. ड्रिंक्स घेतेस?"

"कधी ट्राय नाही केला सर. पण तुम्ही बरोबर असल्यावर नक्की करेन. कोणताही नवीन अनुभव घेण्यासाठी तर हे आयुष्य आहे"

"Very good, I like your attitude. लॉंग ड्राईव्ह, त्यानंतर मस्त जेवण आणि त्यातून वाटलेच तर पुढे काय करायचे ते ठरवू."

"नक्की सर, My Pleasure."

"आणि हो, आता तू माझी खास पार्टनर आहेस. त्यामुळे मी तुझ्यावर काही खास कामगिरी सोपवणार आहे. जी जोखमीची तर आहेच. पण यांत गुप्तता पण बाळगायची आहे.या कानाचे त्या कानाला कळता कामा नये."

"मी शर्थीचा प्रयत्न करेन सर. ती कामगिरी पूर्ण करायचा. मग ती कोणतीही असू दे."

ती उभी राहात म्हणाली.

"व्हेरी गुड."

त्याची भूबुक्षित नजर तिच्या पूर्ण शरीरावर फिरली. नुसत्या नजरेने तो तिला विवस्त्र करत होता.

शमा आणि शलाका. शलाकाच्याच घरी गप्पा मारत बसल्या होत्या.

"छान झाली कालची तुझी बर्थडे पार्टी."

"हो ना तू आल्याने.अजून मजा आली"

"हो का?" शलाकाने मोठ्ठे डोळे करून म्हटले."मी काय केले?"

"तू गाणे म्हटलेस की एक छान."

"तुझ्या शंतनूने किती छान वाजवले. शिवाय त्या श्वेताने किती सुंदर गाणे म्हटले. एकंदरीत सगळ्यांमुळे मजा आली. तू मला हरभऱ्याच्या झाडावर चढवतेस"

"ती श्वेता. तुझी मैत्रीण.?"

"नाही. ती शंतनूची खास मैत्रीण." शमा डोळे मिचकावत बोलली "सारखा तिच्याबद्दल बोलत असतो. ती दिसते छान.ती हसते छान. हसताना तिच्या गालाला खळी पडते छान! तिचा आवाज छान.तिचे डोळे छान" शंतनूची नक्कल करत ती म्हणाली.

शलाका खळखळून हसली.

"प्रेमात पडलाय काय तिच्या?"

"अखंड."

"ओहह.आहे छान पण ती. खरंच छान आहे."

"मला आवडेल ती वहीनी म्हणून."

"खरंच छान जमेल तुमचे"

"हो मी इथे असेपर्यंत......"

"नंतर ही जमेल की नाती अतूट असतं. तुम्ही कुठे ही राहा."

"हो ते ही खरे आहे."

"तू "मधुमती" चित्रपट बघितलास? खूपच आगळा वेगळा. गाणी किती सुंदर..."

"हो बघितलाय मी तो. मला पण खूप आवडतो. वेगळाच आहे ना."

"मला खूप आवडला. तीन जन्म दाखवलेत नायिकेचे. शेवटी तिचा आत्मा येऊन मदत करतो हा क्लायमॅक्स तर अप्रतिम. अतिशय छान घेतलाय तो मुव्ही."

"पण हे असे असते का? आत्मा वगैरे?" शमाने विचारले.

"देव जाणे. जोपर्यंत अनुभव नाही येत तोपर्यंत ऐकीव गोष्टीवर विश्वास ठेवायचा. वैजयंती मालाचं नृत्य. एवढं डौलदार नृत्य दुसऱ्या कोणत्याच सिनेमात नाही बघितल मी."

"खरंच."

"आणि एक सांगू. मी जेव्हा तळ्याभोवती असते ना. तेव्हा काय की एक वेगळीच अनुभूती मला येते. जणू पूर्व जन्मातल्या गतस्मृती जागृत होताहेत की काय असेच मला वाटते."

बराच वेळ मग त्यांची पुनर्जन्मावर चर्चा चालू राहिली व जेव्हा शमा जायला निघाली.

"ऐक ना." शलाका शमाला म्हणाली.

"बोल ना."

"मला कोणते तरी वाद्य शिकायचेय. शंतनू शिकवेल?"

"तो भयंकर मुडी आहे बाई. आपल्याच तंद्रीत असते स्वारी."

"त्या दिवशी त्याची कळशी काढून आले तेव्हा मी एक वर मागितला होता त्याच्याकडे." ती डोळे मिचकावत म्हणाली. "त्याला सांग की त्या मोबदल्यात त्याने मला एखादे वाद्य शिकवायचे"

"बोलून बघते मी. बघू काय म्हणतोय."शमा हसून म्हणाली" बरं चल येते आता मी. खूप वेळ झाला. आई वाट बघत असेल."

तिला निरोप देऊन शलाका मागे वळली. आता काय करावे हा प्रश्न तिच्या पुढे होता.

तिने रेडियो हातात घेतला.

दिल धुंडता है फिर वही...गाणे लागले आणि ती आराम खुर्चीत विसावली मागे टेकवलेआणि त्या गाण्याच्या वातावरणात गेली खरंच. अगदी वातावरण घेऊन येणारे गाणे होते ते किंवा तुम्हाला खोलीतून बाहेर काढून रानावनात. पाहाडात... छतावर घेऊन जाणारे...

डोळे मिटून घेतले तिने.

तिला गाणे तिला खूप खूप आवडायचे.

तिची तंद्री लागली.

तेवढयात "पोस्टमन" अशा आवाजाने ती भानावर आली. पोस्टमन? कोण लिहीणार आपल्याला पत्र...? कुणाला माहीत होते... ती येथे आहे म्हणून?

तिने ते एनव्हलप उचलले...

तिचेच नाव होते.... **Miss Shalaka D.Narvekar**

**Bhat building. Salai wada**

**Sundarwadi 510 416.**

तिने ते उत्सुकतेने फोडले....

आत एक वर्तमानमधली बातमी होती म्हणजे त्या बातमीचे कात्रण होते.

सप्तगिरी: १३ जानेवारी प्रियकाराकडून प्रेयसीची निर्घृण हत्या.

दिवसा ढवळ्या घडलेल्या त्या घटनेने शहराला आज स्तिमित केले. श्रीरंग देशपांडे.वय २६ आणि अनघा सावंत. हे एकत्र एका सरकारी कार्यालयात काम करत होते. अनघाच्या मैत्रीपूर्ण वागण्याचा गैर अर्थ काढून श्रीरंग मनोमन तिच्यावर प्रेम करू लागला.

त्यानंतर जसा अनघाचा विवाह एका सुनियोजित स्थळाशी निश्चित झाला. श्रीरंगने तिचा पिच्छा पुरवला की तिने त्या विवाहास नकार द्यावा व त्याच्याशी विवाह करावा.

अनघाने त्याला निक्षून सांगितले की त्याच्याकडे फक्त एक मित्र म्हणून पाहात होती. व जिथे वडिलांनी ठरवले आहे तिथेच ती विवाह करणार.

त्यावर चिडून जाऊन श्रीरंगने तिच्यावर चाकूने तब्बल छत्तीस वार केले व नंतर आत्महत्या केली.

अनघा अत्यंत लाघवी व कार्यालयात सर्वांची आवडती होती.

एका उमलत्या कळीचा जीवनाच्या उंबरठ्यावर असा. तिचा ही दोष नसताना शेवट व्हावा.याबद्दल सगळ्यांना हळहळ लागून राहिली आहे.

शलाकाला एकदम धक्का बसला.

म्हणजे इंद्रजितला ती कुठे आहे याचा पत्ता लागलेला दिसतोय.

तो किती कारस्थानी आणि पातळयंत्री आहे याची तिला पुन्हा प्रचिती आली.

दुर्दैवी घटनांच्या मालिकेची ती नांदी तर नव्हती....?

शंतनूला स्केच काढायची खूप आवड होती आणि त्याचा हात अतिशय जबरदस्त होता. कोणत्याही अंकाच्या मुखपृष्ठावरचे एखाद्या तारकेचे चित्र तो हुबेहूब रेखाटत असे आणि साधना नावाच्या अभिनेत्रीच स्केच काढायची त्याला विशेष आवड होती. अर्थात त्यामुळे बरेच वेळा विश्वासराव त्याला सतत बोलायचे की त्यापेक्षा अभ्यासाकडे लक्ष दिले तर त्याचा जास्त फायदा होईल. तरीसुद्धा त्याला तो मोह आवरत नसे आणि तो वेळ मिळाला की अभ्यासाचे पुस्तक घेऊन त्याच्या आड चित्र काढत बसे. बघणाऱ्याला वाटे तो अभ्यास करतोय.

बाहेर पाउस पडत होता आणि त्याला आज असाच स्केच काढायचा मूड आला. टेबल लॅम्पच्या प्रकाशात तो अभ्यासाचे पुस्तक घेऊन बसला.

हॉलमध्ये एक सेट्टी होती आणि त्याला लागून एक टेबल होते. त्या सेटटीवर बसून टेबलवर पुस्तक ठेऊन तो दंग होता

त्या दिवशी तो एक टी-शर्ट आणि एक थ्री फोर्थ बर्म्युडा घालून बसला होता.

तो दंग असतानाच अचानक एक मोठ्ठा काळा भुंगा येऊन टेबल लॅम्प भोवती घिरट्या घालू लागला. तो चटकन उठून बाजूला झाला.

भुंगा नेमका तो बसला होता तिथेच बसला. शंतनूने एक उशी उचलली आणि त्याच्यावर ठेवली.

त्याचे वेळी स्वयंपाक घरातून काहीतरी तळल्याचा खमंग वास आला.

त्यामुळे तो तिकडे गेला

सुलभादेवी कढईतून मस्त गरम गरम भजीचा घाणा काढत होत्या.

"अरे वा! भजी? ही पावसाळी हवा. आणि गरम गरम कांदा भजी" म्हणून त्याने ताटातले एक भजे उचलले आणि तोंडात टाकले. पण

ते इतके गरम होते की त्याचे तोंड चांगलेच भाजले. हाय हुई करत कसेतरी त्याने ते तोंडात थंड केले.

"अति घाई मसणात जाई" सुलभादेवींनी एका प्लेटमध्ये थोडी भजी काढली आणि त्याला दिली. "हे घे. खा अभ्यास करता करता खा. चांगला होईल अभ्यास."

शंतनू भजी खात खात पुन्हा आपल्या जागेवर आला.

त्याने ते स्केच उचलले आणि बघितले. तो स्वत::वर खुश झाला. पण थोड केसांच्या इथे शेडींग करावे म्हणून त्याने अभावितपणे त्याच्या बसायच्या जागी भुंग्यावर ठेवलेली उशी उचलली व आपल्याच नादात तिथे बसकण मारली. नेमका तो इतका वेळ उशीखाली दाबल्या गेलेल्या भुंग्यावर बसला.

उशीखाली दाबून ठेवलेल्यामुळे. भुंगा चांगलाच चवताळलेला होता.

तो त्याच्या उघड्या मांडीला कडकडून चावला.

त्या अनपेक्षित हल्याने त्याच्या तोंडातून एक चमत्कारिक आवाज बाहेर पडला. तो तसा आवाज त्याला नंतर कुणी काढ म्हटले असते तरी त्याला प्रयत्न करूनसुद्धा कधीच काढता आला नसता.

त्याच्या हातातली भज्यांची डिश हवेत उडाली आणि सगळी घरभर भज्यांची बरसात झाली.

भुंगा उडून गेला.

तो चावला तिथे दिला हुळहुळत होते. त्याने खाली वाकून त्याच्यावर हात फिरवला. चांगलीच गांधी आली होती

"काय चाललय. बच्चमजी? आणि हे काय? भज्यांचा पाऊस?

समोर शमा उभी होती.

"काय रे.काय प्रकार आहे हा?"

खाली पसरलेल्या भज्यांकडे पाहात तिने विचारले.

"भुंगा चावला."

"तो कसनुसं हासत म्हणाला व खालची भजी गोळा करू लागला.

"काय करतोयस?"

"अभ्यास करत होतो रे." ती टेबल जवळ गेली आणि तिने पुस्तक उघडले. त्यात नेमके तिला साधनाचे काढलेले स्केच दिसले.

"ओहो. साधना चाललीय वाटते"

"शु ssssssssssss!! माझे आई हळू आणि इकडे दे ते चित्र."

"नाही. तत्पूर्वी माझे एक काम करावे लागेल."

"Black Mailing?"

"काही समज. मी सांगेन त्या कामाला नाही म्हणालास. तर हे चित्र बाबांकडे जाईल."

"लवकर बोल काय हवेय ते."

"पलीकडे ती शलाका राहाते ना.तिला की बोर्ड शिकवायचा."

"कधी शिकवणार? मला वेळ हवा ना?"

"एखादं चित्र कमी काढ. नाहीतरी साधना आता या जगात नाहीय. ती काही प्रसन्न होणार नाही. त्यापेक्षा एखाद्या जिवंत माणसांच्या उपयोगी पड. आणि एकदा शिकवणे म्हणजे दोनदा शिकणे"

त्याची भजी भरून झाली होती.

"दे ते चित्र इकडे."

"शिकवणार की नाही?"

"ते चित्र दे प्रथम"

"शिकवणार की नाही?

"शिकवेन आणि तू इथून जा बरे. मला अभ्यास करायचाय."

"ते अभ्यासाचं नाटक बंद कर आणि खरा खरा अभ्यास कर."
ती हसली आणि तिने ते चित्र त्याला परत दिले.

मांडीवरची गांधी चांगलीच दुखत होती.

अजून एक कंटाळवाणा दिवस.

शंतनू उठला तेव्हा सात वाजून गेले होते.

बाहेर पावसाचे थैमान चालू होते. आठ वाजले तरी बाहेर अंधारून आले होते. बाहेर जाता येणे शक्यच नव्हते.

त्या थंड हवेत गरम गरम पाण्याने अंघोळ केल्यावर त्याला प्रफुल्लित वाटले. आज सगळेच घरी होते.

त्याच्या वडिलांना वाचण्याचा छंद असल्याने ते वर माडीवर पेपर घेऊन गेले होते.

सुलभादेवी आणि शमा स्वयंपाक घरात खाण्यापिण्याचे बघण्यात गुंगून गेल्या होत्या.

थोडा वेळ रेडियो ऐकून, थोडा वेळ काहीतरी वाचन करून थोडा वेळ मेंडोलीन वाजवून वेळ घालवायचा त्याने प्रयत्न केला.

इतक्यात खिडकीतून त्याला बाहेर धुवाधार पावसात शलाका आणि तिचा नोकर अमृत दिसला. पावसाने अडलेले पाणी अडथळा दूर करून वाहून देण्याचा त्यांचा प्रयत्न चालला होता.

मग बराच वेळ त्यांची गंमत बघण्यात त्याचा वेळ गेला. शलाका नाजूक पण दिसायला खरंच सुंदर होती. आत्ता लांबून पावसाच्या गडद रेषात ती जरी अस्पष्ट दिसत असली तरी त्याने जेव्हा तिचे त्यानेच काढलेले क्लोजअप पाहिले होते तेव्हा त्याला जाणवले होते. तिची चाफेकळी नासिका, धनुष्याकृती भुवया, दाट केस, बदामी चेहरा, नितळ गुलाबी कांती.

क्षणभर त्याला वाटले आपण शलाकाचा का एवढा विचार करतोय. श्वेतावर आपण अन्याय तर नाही ना करत? प्रतारणा!

ह्या! आपण श्वेतावर प्रेम करतो.शलाकावर थोडीच करतोय... आणि सौंदर्य हे सौंदर्य असते.त्याचे रसपान...... नाही हा शब्द चुकीचा वाटतोय कौतुक करायला काय हरकत आहे?

तिचा आवाज पण गोड होता. त्याने ठरवले अर्ध्या एक तासाने तिच्या घरी जाऊन तिच्याशी बोलायचा त्याने विचार पक्का केला.

तेवढाच तिचा सहवास!आणि ठरवल्याप्रमाणे तो तिच्या घरी गेला.

दरवाजा उघडाच होता.

ती नुकतीच घरी आली होती. बऱ्यापैकी भिजलेली होती आणि तशात ती अप्रतिम सुंदर दिसत होती.

“अरे वा! ये शमाने माझे काम केलेले दिसतेय. दोन मिनिटच बैस मी आलेच चेंज करून.”

तो बसला. तेवढयात त्याने घर बघून ठेवले.

सगळे साधेच होते. बाहेरच्या व्हरांड्यात एक झोका होता. आतल्या खोलीत एक सोफा व एक बेड होता. त्यावर मऊमऊ गुबगुबीत गादी होती. त्यावर एक बोका मस्त हात पाय पसरून बसला होता. त्यावरच एक छोटा ट्रान्झिस्टर होता. त्याच्या आत अजून दोन खोल्या दिसत होत्या. म्हणजे त्यांचे घर होते तसेच ते घर होते.पण बरोबर निम्मे होते.

त्यांच्या घराप्रमाणेच व्हारांडयाला लाकडी जाळीच्या पट्ट्या होत्या. घराला लागुनच विहीरीच्या दिशेला एक रिकामी शेड होती. त्यात तांदळाची पोती आणि इतर शेतीचे सामान व अवजार ठेवली होती.

ती चेंज करून आली.

कुठलातरी मंद डिओचा सुगंध दरवळला.

“सॉरी रे! चहा घेतोस? मस्त चहा करते. आलं घालून.

“नाही नको.”

"नको काय. ये किचनमध्ये बोलता बोलता चहा करते. तुला नाही मला गरज आहे. मस्त भिजलीय मी आत्ता."

ती किचनकडे वळलीसुद्धा तो तिच्या मागोमाग गेला.

"शमा ने सांगितले ना तुला?"

"असं काही नाही तुम्ही सांगितले असतं तरी चालल असतं.... मी आलो असतो." त्याने वेळ मारून न्यायचा प्रयत्न केला. "मला कोणत्याही परिस्थितीत दोन गाणी शिकायचीत. त्यासाठी मी महेशला सांगून एक कॅसीयो आणून ठेवलाय."

तिने त्याला बसायला एक स्टूल दिला. आणि gasवर चहा ठेऊन दुऱ्यारूम मध्ये गेली आणि तिने एक मध्यम आकाराचा कॅसियो कंपनीचा कीबोर्ड काढला व त्याच्यासमोर डायनिंग टेबलवर ठेवला. त्याने तो उलटासुलटा करून बघितला. त्याचे पॉवर बटन चालू केले आणि अकोर्डीयन मोड सिलेक्ट करून एक सहज सुरावट काढली. चपळाईने त्याची बोट चालत होती.

ती स्तिमित होऊन पाहात राहिली.

चहात साखर टाकायला काढलेला चमचा तसाच अधांतरी धरून ती लहान मुलाप्रमाणे म्हणाली, "मला असेच वाजवायला येईल?"

तो हसला.

"का नाही. प्रयत्न केले आणि खूप मेहेनत घेतली तर नक्की आणि नुसती मेहेनत ही कधी कधी उपयोगी पडत नाही. थोडीशी सुरांची जाण आवश्यक असते.

"तू मला डी-मोटीव्हेट करतोयस."

"बिलकुल नाही"

"बरं तू मला ना ये चांद होगा हे गाणे वाजवून दाखव ना"

"त्याने ते अतिशय सुरेख आणि संपूर्ण वाजवले. ते गाणे ऐकता ऐकता चहा तयार झाला होता. तिने तो दोन मगमध्ये ओतला आणि एक स्वत: घेऊन एक त्याला दिला.

ती थक्क होऊन झाली होती

"ह. मला आता सावकाश कोणती बटणं कशी आणि कधी वाजवायची ते दाखव."

"ती शंतनूच्या बाजूला उभी राहिली आणि तो हळूहळू कोणती बटणं वाजवत होता ते पाहू लागली."

"चल आपण बाहेर जाऊ. इथे जरा अडचण होतेय."

तिने त्याचा कप उचलला व बाहेर आणला. तो कीबोर्ड घेऊन बाहेर आला.

दोघे मधल्या खोलीत बेडवर बसले. शेजारी बोका जीभा चाटत बसलाच होता.

"पुन्हा एकदा हळूहळू वाजवून दाखव. लक्षात ठेवते आणि तू गेलास की प्रॅक्टिस करते."

तो वाजवू लागला. एक एक स्वर घेऊन हळू हळू.

ती इतकी उत्साहित झाली. तिने त्याच्या पुढचा कॅसियो आपल्याकडे घेतला व त्याने ज्या स्वरावरून सुरूवात केली होती. तिथूनच सुरूवात केली आणि तिला ते जमत होते.

न (एक स्वर दाबून ती बोलू लागली ) ये (दुसरा स्वर ) चांद. मग दोन तीनदा मागे पुढे करूनसुद्धा तिला सूर मिळेना शंतनूने तिला तो स्वर दाखवला....मग ती संपूर्ण लाईन तिने बरोबर वाजवली. न ये चंद होगा... तिचा सुंदर चेहरा खुलला.

ती पुन्हा पुन्हा ते वाजवू लागली. तिने लहान मुलासारख्या टाळ्या पण वाजवल्या. शंतनू स्वतःच्या नकळत तिच्या प्रसन्न चेहऱ्याकडे पाहाण्यात हरवून गेला होता.

तितक्यात बाहेरून. "पोस्टमन" असा आवाज आला.

त्या आवाजाने दोघंही एकदमच भानावर आले.

आणि व्हरांड्यात भिरभिरत एक पत्र येऊन पडले. तिने पटकन जाऊन अभावितपणे ते उचलले. पुन्हा तसेच पत्र आणि ती उभी थरारली.

114

तिच्या चेहऱ्यावरील रंग उडाला. घामाचे थेंब तिच्या कपाळावर आले आणि शरीराला कंप सुटला.

शंतनूला क्षणार्धात तिच्यातला तो फरक सहज जाणवला.

त्याने वाजवायचे थांबवले. शलाकालाही तेव्हाच जाणवले की शंतनू काही फुटावरून तिच्याकडे पाहातोय. तिने घाईघाईने आत नजर टाकली.

आपली झालेली घालमेल तिला एवढ्यातच शंतनू पुढे दाखवायची नव्हती.

अजून त्यांची कुठे एवढी ओळख होती? आणि म्हणूनच स्वताःची असहाय्यता भिती त्याच्यापुढे दाखवायची नव्हती तिला.

शंतनूला ते जाणवले जणू आणि त्याने लगेच कानात इयरफोन घालुन आपण गाणं ऐकतोय असं भासवायचा प्रयत्न केला.

शंतनूचं लक्ष नाही ते पाहुन शलाकालाही हायसं वाटलं

पण शंतनूच्या मनात मात्र अनेक प्रश्न निर्माण झाले होते. त्याने पत्राकडे पाहिले. पत्रासारखे पत्र. ती का बरे एवढी घाबरली?

"काय झाले?"

तिच्या चेहेऱ्यावरचा रंग उडाला होता. पण ती उसनं अवसान आणून काहीच घडल नाही असं दाखवायचा प्रयत्न करत होती. हे त्याला जाणवले.

"नाही, काही नाही." तिने ते पत्र उचलले पण फोडले नाही. ती ते उलटसुलट करून पाहात होती.

इतक्यात बुलेट थांबल्याचा आवाज आला आणि एक मोटार सायकल बाहेर थांबली. इन्स्पेक्टरच्या युनिफॉर्ममध्ये एक तरुण आत आला.

त्याला पाहातच तिला खूप आनंद झाला.ती त्याला बिलगली.

"किती वेळेवर आणि देवा सारखा आलास!"

"काय झाले?"

"हे बघ.आत्ताच आलाय...!"

महेशने पण ते उलटसुलट करून निरखलं आणि फोडलं.

आत तशीच एक बातमी होती.एका मुलाने एका मुलीला वर्गातच जाळून मारले होते. तर त्याचे तिच्यावर एकतर्फी प्रेम होते. आणि तिने त्याला नकार दिला म्हणून त्याने गुंड मित्रांच्या मदतीने हे कृत्य केले होते व नंतर स्वत: रेल्वे खाली आत्महत्या केली होती.

एका वर्तमानपत्रातील बातमीचं ते कात्रण होतं.

"ड्यूटीला चाललो होतो.म्हटले तुला भेटून जावं"

"बघितलंस ना किती उलटया काळजाचा माणूस आहे तो. हे दुसरं पत्र आहे..."

"पहीलं कुठे?"

शलाका आत आली. आणि तिने गादी खालचं पत्र काढून बाहेर जाऊन महेशला दिलं.

तिने शंतनूकडे बघितलेसुद्धा नाही. त्याला वाटले त्याची कारणे दोन असावीत एक तर तो तिथे आहे हे तिला महेशला कळू द्यायचे नव्हते किंवा ती खरंच गोंधळून गेली होती.

"इंद्रजित अतिशय धूर्त आहे आणि हे त्याचेच काम आहे शंभर टक्के," शलाका पत्र त्याच्याकडे देत म्हणाली.

"यातून त्याला काय साध्य करायचेय?"

"मला घाबरवून सोडायचेय आणखी काय. या पत्रांचं काय करता येईल? अटक करता येईल त्याला."

"कसं करणार? आपल्याला जरी माहीत असेल की हे तो करतोय तरी प्रूफ काय? ही पत्रे हे बघ एक वाळपईहून पोस्ट केलेय. दुसरे पणजी. तिसरे कुडाळहून. वरचा पत्ता कोणत्यातरी टाईपरायटरवर केला आहे. तो कोणत्या कंपनीचा आहे ते कळू शकेल. पण तसेही हल्ली टाईपरायटर कोण वापरत? आणि हा टाईपरायटर आहे कुठे? कुठून

तो वापरला जातोय? या पत्रावर किती हाताचे ठसे असतील. आणि तो तेवढा हुशार आहे. तो हे काम स्वत: करणारच नाही. कोणाकडून करून घेणार."

दोघे विचारात पडले.

"पण काळजी करू नकोस. गुन्हेगाराला एकच महागात चूक पडते आणि तो गोत्यात येतो. तशी चूक इंद्रजित करेपर्यंत आपण वाट बघायची"

तिने मान हालवली.

"ही पत्रे मी घेऊन जातो. फिंगर प्रिंट ब्युरोला देतो. बघू काही मिळते का"

तो निघाला. ती त्याला सोडवायला दारापर्यंत गेली.

ते सगळे संभाषण आत बसून शंतनूने ऐकले होते.

आणि त्याच्या कानात श्वेताचा आवाज घुमत होता.........
*"तुझा काय दोष शंतनू! जिजाजी हा एक अत्यंत उलट्या काळजाचा नराधम आहे असे ती नेहमी म्हणते.व त्यांना ती घाबरून असते. माझ्या दिदीने खूप सहन केलेय.आणि अजून करतेय.......ती जोपर्यंत सुखी होत नाही.तोपर्यंत मी माझ्या सुखाचा विचार सुद्धा करू शकत नाही. मला तू पण हवा आहेस. तुझी साथ हवीय मला. मला समजून घेशील ना"*

*"श्वेता. मी नेहमी तुझ्या पाठीशी आहे....पण हा स्वतःच्या पोटच्या मुलाचा छळ करणारा पाषाण हृदयी माणूस आहे तरी कोण?"*

*"तो या शहरातला सर्वात श्रीमंत, सो कॉल्ड प्रतिष्ठीत, प्रतिथयश व प्रसिद्ध माणूस प्रतापराव सरदेसाई यांचा एकुलता एक मुलगा, इंद्रजित सरदेसाई."*

बाहेर बुलेट चालू झाल्याचा आवाज आला आणि अस्पष्ट होत नाहीसा झाला.

"झोप लागली का?"

तो डोळे मिटून विचार करत होता.

"काही प्रॉब्लेम आहे का?"

"नाही जाऊ दे. तू नको डोक्याला ताप करून घेऊ. असतात काही उलट्या काळजाची माणसे. ज्यांना माणसाच्या मनाशी जीवाशी जीवघेणा खेळ करण्यात आनंद मिळतो. मग तो माणूस हा स्वतःचा मुलगा असो, बायको असो, प्रेयसी असो वा अन्य कोणी असो. त्याला काहीच फरक पडत नाही."

सकाळचा सूर्यप्रकाश पडताच जलाशयाचा परिसर विविध पक्ष्यांनी गजबजून गेला होता.अनेक पक्षी सूर घेत कृमी कीटक शोधत होते.

लक्षावधी पाकोळ्या चपळतेने विहार करत होत्या. बगळे समाधी लावून बसले होते. एकादा मासा गिळकृत करताना त्यांची जी काही हालचाल होत होती तेवढीच.

प्रसन्न वारे वाहात होते.

शंतनू आणि श्वेता तलावाकाठी बसले होते. शंतनूने तिला खास बोलावून घेतले होते.

"छान झाला वाढदिवसाचा कार्यक्रम.तुझ्या घरातील माणसे मला खूप आवडली. शंतनू तुझे वडील.आई. तुझी बहीण…खूप loveble."

"आणि मी?"

"तू तर आहेसच. वेगळ सांगायची गरजच नाही."

"त्या सगळ्यांना पण तू खूप आवडलीस. आई तुझे खूप कौतुक करत होती तुला असं वाटेल कदाचित पण ती म्हणालीसुद्धा, अशी सून मला हवी."

"माझी फिरकी घेतोस?"

"तुझी शपथ."

श्वेताच्या गालावर थोडी लाली चढली.

"कशाला बोलावले होतेस?"

"काही कारण हवेच का? असेच भेटू शकत नाही का आपण?"

"शंतनू, तुला मी माझी मजबुरी सांगितली आहेच. मी माझ्याच व्यापात इतकी व्यस्त असते की कॉलेज संपले की कधी एकदा घरी जाते असे होते मला. खूप डिस्टर्ब असते रे दिदी."

"हो रे. त्याच्याचसाठी मी बोलावलेय तुला इथे?"

तिने आश्चर्याने व प्रश्नार्थक नजरेने त्याच्याकडे पाहिले.

"तू शमाच्या वाढदिवसाला आमच्याकडे आली होतीस. त्यावेळी अजून एक मुलगी तिथे होती.......आठवतेय."

ती डोळे मिटून आठवू लागली. त्यावेळी तीन चार मुली होत्या....

"जिने न ये चांद होगा हे गाणे म्हटले होते."

"हो! आठवले...शलाका ना नाव तिचे......पण तिचे काय?"

"हम्म्म" शब्दांची जुळवाजुळव करायला तो थांबला.

"काल तिच्याकडे गेलो होतो. तिच्या घरी."

तिने पुन्हा थोड्याश्या चमत्कारिक पण प्रश्नार्थक मुद्रेने त्याच्याकडे पाहिले. त्याला तिची ती मोहक मुद्रा खूप भावली.

तो हसला.

"तिला कॅसिओ शिकवायला..."

"ट्युशन घ्यायला सुरूवात केलीस?" तिने मिस्कीलपणे विचारले.

"ऐक ना. पुढे ऐक. सिरीयसली. खूप महत्त्वाचे आहे हे."

"एक नवीन गोष्ट कळली." त्याने श्वेताच्या सुंदर मुखड्याकडे बघितले." तुझा जिजाजी इंद्रजित सरदेसाई. तिला काही पत्र पाठवतोय. ज्यात काही भयंकर बातम्या असतात."

"ते कशासाठी?"

"तिला घाबरवण्यासाठी."

"पण का?"

"माझा अंदाज आहे. तो कोणत्या तरी गोष्टीचा सूड उगवतोय तिच्यावर."

"पण हे तू मला का सांगतोस?आणि ते ही एवढ्या तडकाफडकी बोलावून?"

"काल बोलता बोलता ती बोलून गेली की इंद्रजित उलट्या काळजाचा माणूस आहे आणि मग तो कोणाला सोडत नाही मग तो स्वत:चा मुलगा. बायको असो वा प्रेयसी असो."

"ते मलासुद्धा माहीत आहे"

"पण ती जेव्हा असे म्हणतेय की तो कोणालाच सोडत नाही.मुलगा असो.बायको असो वा प्रेयसी असो.याचा अर्थ. तिला खास काहीतरी जास्त माहिती आहे." श्वेता हसली. "या सर्वातून तुझ्या दिदीला काहीतरी नक्कीच मदत होईल.असे मला वाटते."

"मला समजतेय. तुला मला मदत करायचीय. पण नक्की काय हे अजून माहीत नाही.तिची कशाप्रकारे मदत होईल. हे तिच्याकडे काय काय माहिती आहे त्यावरच अवलंबून आहे ना"

"हो काल पहिलाच दिवस होता ना म्हणून मला जास्त काही विचारता आले नाही. पण मी तिला विश्वासात घेऊन.सगळी माहिती काढेन."

"चला निघायचं?" पर्स आणि पुस्तक उचलत ती म्हणाली.

"ए बस ना थोडा वेळ." तो अजीजीने म्हणाला.

"नाही रे नाही बसता येणार मला. सकाळीच शार्दूलच्या आठवणीने दिदी रडत होती खूप"

तो नाराज झाला. थोडा गंभीर पण झाला.

"ठीक आहे" तो उठला.

तिला त्याच्यातला बदल जाणवला. तिच्या डोळ्यात पाणी आल

"शंतनू." तिने त्याच्या हातावर हात ठेवला." मला कळतेय सगळ. मला नाही का वाटत आयुष्यात मजा करावी, तुझ्या बरोबर भटकाव. गाणी म्हणावी. पण मला सांग माझी बहीण एवढा त्रास सहन करतेय आणि मी......

"मी समजू शकतो श्वेतू!!"

"मग हास बरं. हास ना सख्या जरा कालचेच हासणे.

आंबोलीमधला एक सनसेट पॉईट. हिवाळ्यातील एक संध्याकाळ. मावळत्या सहस्त्ररश्मीच्या सोनेरी किरणांनी साऱ्या पर्वताच्या रांगा उजळून गेल्या होत्या.

आणि हळूहळू तो सोन्याचा गोळा पर्वताआड दिसेनासा होत होता. तो दिसेनासा झाला तरी एक संधीप्रकाश सगळीकडे पसरला होता. शार्दूल रमेशच्या एसयूव्हीमध्ये खाली मान घालून बसला होता. तो एकदम आजारी असल्यासारखा दिसत होता. रमेश आणि अर्चना कारला टेकून उभे होते. अर्चनाच्या डोळ्यात पाणी होते.

एक निशब्द शांतता पसरली होती

फक्त वाऱ्याचा आवाज येत होता.

"अर्चना! आपण फक्त देवावर हवाला ठेऊ या. नक्कीच यातून काहीतरी मार्ग निघेल!"

"कसा काय मार्ग निघेल आपोआप? आपल्यालाच काहीतरी हालचाल करायला हवी. काहीतरी पुरावा मिळायला हवा जेणेकरून कोर्टात सिद्ध करता की तिथे त्याचा छळ होतो"

"अर्चना तू विसरतेस! तो माणूस किती क्रूरकर्मा आहे. तो कोणत्याही थराला जाऊ शकतो. कशाला आपणहून त्या विषारी सापाच्या शेपटावर पाय द्या."

"तू म्हणतोस ते ही खरे आहे. तो गप्प बसला नसेलच... काहीतरी उद्योग चालले असणारच त्याचे. पण आज ना उद्या दिवस पालटतील. आणि तो अशी काहीतरी चूक करेल की त्याचे सगळे डाव त्याच्यावरच उलटतील.

"त्यामुळे wait and watch. एवढेच करू शकतो आपण."

"आता शार्दूल इथे आहे तर त्याच्याकडे पूर्ण लक्ष देऊन. त्याची काळजी घेऊ. पण इथे मी तुला एक सांगू इच्छिते. जोपर्यंत शार्दूलचे पूर्ण हक्क मला मिळत नाहीत. तो पर्यंत आपल्याला लग्न करता येणार नाही."

रमेश थोडा नाराज झालेला दिसला.

"माझी पण तिच इच्छा आहे. की तू यातून लवकरात लवकर बाहेर पडावेस आणि त्यासाठी मी सुद्धा वाट्टेल ते करायला तयार आहे नि म्हणूनच मी तुला सजेस्ट केले की शार्दूलला घेऊन आपण पतंग उडवायला घेऊन जाऊ. जरा मोकळ्या हवेत रमेल तो."

त्याने दार उघडले.

शार्दूल ग्लोव्ह बॉक्समधले त्याचे पिस्तूल घेऊन त्याच्याशी खेळत होता.

"अरे लब्बाडा. हे मिळाले होय तुला.?"

"रमेश. बी केअरफुल."

"अगं लॉक केलेले आहे ते. लॉक नाही काढता येणार त्याला."

"त्याचे हे वेड मला कमी करायचेय आणि तू बिनधास्त तुझे रिव्हॉल्वर त्याला देतोस"

"काही होत नाही गं. होईल आपोआप कमी त्याचे ते वेड"

"चला या बाहेर. आपण पतंग उडवायचा ना?"

शार्दूल पिस्तूल घेऊनच बाहेर आला.

"ते आत ठेवा पतंग उडवताना त्याचे काय काम? त्याचा उपयोग केव्हा करायचा?"

"चोराला मारायला."

"great! ठेव ते आत आणि ये पतंग उडवायला"

मग खूप वेळ त्यांनी धम्माल केली. शार्दूल त्यात चांगलाच रमला.

अगदी अंधार व्हायला लागला. तेव्हा त्यांनी आवराआवर केली व ते घरी जायला निघाले. अर्चनाला पण शार्दूल खुश आहे हे बघून बरे वाटले. गाडीत बसल्यावर त्याने पुन्हा पिस्तूल ताब्यात घेतले.

ते घरी आले तेव्हा श्वेता आणि रमेशचे आईवडील व्हरांडयात बसून त्यांचीच वाट बघत होते.

सगळ्यांनी मिळून तिथेच जेवण केले.

तो दिवस आनंदात गेला. जेव्हा रमेश जायला निघाला तेव्हा शार्दूलने पिस्तूल हवे म्हणून हट्ट धरला आणि रमेशने त्यातली काडतुसं काढून ते रिकामे केलं आणि त्याला दिलं.

"मी आज टेंटमध्ये बाहेर झोपणार," त्याने अजून एक हट्ट धरला.

"शार्दूल बेटा नको ये आज माझ्याजवळ झोप."

"नाही. मी आणि रमेश अंकल दोघे झोपतो टेंटमध्ये शिवाय रोव्हर आहेच आणि मी नाही घाबरत कुणाला. कुणी आले तर पिस्तूल आहे ना."

त्याने कौतुकाने पिस्तूल दाखवले.

सगळे हसले.

रमेश म्हणाला, "अर्चना तो झोपला की मी त्याला आत आणून देतो. तोपर्यंत मीसुद्धा झोपतो त्याच्या बरोबर बाहेर." मग तो शार्दूलकडे वळून म्हणाला, "चला टारझन. बाहेर जाऊ या." मग रमेशशी गप्पा मारतामारता पिस्तूल उषाशी ठेवून शार्दूल झोपी गेला.

अर्चनाच्या बेडरूममधल्या खिडकीतून तो टेंट दिसत होता आणि तिचे लक्ष राहाणार होते त्याच्यावर.

थोड्याच वेळात ती संपूर्ण वास्तू शुभ्र, टपोऱ्या चांदण्याच्या मखमली दुलईखाली एकदम शांत झाली व थकून झोपी गेली.

शंतनू तळ्याकाठी उभा होता.

आज अशीच म्हणजे उजेडी रात्र होती. पुनव एक दोन दिवसावर आली असेल. जणू तळ्यातूनच उगवावा तसा चंद्र हळूहळू वर येत होता. त्याच्या शांत शीतल बिंबाच्या प्रकाशाचा लांबचलांब स्तंभ पाण्यात आरपार पडला होता. अन ही सोनेरी वाट जणू चंद्रापर्यंत पोहोचलेली होती. क्षणभर त्याला वाटले श्वेताला घेऊन त्या सोनेरी वाटेवरून थेट चंद्रावर जावे. कसले व्याप नको, विचार नको, चिंता नको. त्याला अदभूत कथांचं विशेष आकर्षण होतं. वाचनाचा त्याला छंद होता. पण त्याच्या वाचनात नेहमीच फिक्शन जास्त असायचे. जंगलाचं त्याला आकर्षण होतं. वन्य प्राणी, पशु, पक्षी, झाडे यांच्याबद्दल त्याला विशेष प्रेम होते. परीकथेमध्ये जगणारा तो जीव होता. त्याला कपट, द्वेष याचा स्पर्श झाला नव्हता. दुष्ट, कठोर हृदयी लोकांचा त्याला तिरस्कार वाटे. (त्यामुळेच इंद्रजित सरदेसाईबद्दल त्याच्या डोक्यात तिडीक होती.) परीकथांचे त्याला प्रचंड आकर्षण होते. आणि कुठेतरी ही सृष्टी अस्तित्वात आहे याची त्याला खात्रीहोती. त्याने कुठेतरी वाचले होते की शेरलोक होम्सचे जनक सर आर्थर कॉनन डायल यांनीसुद्धा ही कल्पना पुरस्कृत केली होती आणि "कमिंग ऑफ फेअरीज" हा ग्रंथ लिहीला होता.

त्यामुळेच त्याची खात्रीआली होती की श्वेता दुसरी तिसरी कुणी नसून परीराज्यातून त्याच्यासाठी आलेली परी होती.

आत्ता या वेळी तो आपल्या मित्रांना भेटून तळेकाठावरून श्वेताच्या विलोभनीय विभ्रमां चं मोहजाल घेऊन घरी परतत होता. त्याच्या मित्रांनी नेहमीप्रमाणे श्वेतावरून त्याची बरीच चेष्टा केली होती. अर्थात त्यात त्याला खूप अभिमान वाटला होता.

त्या रम्य पिठुरी चांदण्याने भरलेल्या निर्मनुष्य रस्त्यावरून चालत आणि श्वेताच्या आठवणीने भारावलेल्या शंतनूला घर कधी आले कळलेसुद्धा नाही. त्याने गेटमधून प्रवेश केला.

डावीकडे त्याच्या घरातून दिव्यांचा प्रकाश बाहेर फाकला होता.

बरेच वेळा वडील बाहेर बसलेले असायचे पण आज ते नव्हते. उजवीकडे शलाकाच्या घरातून प्रकाशाची तिरीप बाहेर येत होती.

बहुतेक बाहेरच्या झोपाळ्यावर ती बसलेली असावी असे वाटत होते.

त्याला श्वेताचे आणि त्याचे बोलणे आठवले.

त्याला ही आता उत्सुकता होती. इंद्रजित आणि तिचे नक्की काय नाते होते? त्यांच्यामध्ये असे काय घडले होते जेणेकरून तो तिला ही अशी पत्र पाठवत असेल?

आणि असं काहीतरी महत्त्वाचा दुवा आपल्यालाकडून मिळायला हवा की त्याची मदत श्वेताला व्हावी आणि तिच्या सगळ्या अडचणी नाहीशा व्हाव्यात. म्हणजे श्वेता अशी लांब लांब नाही राहाणार त्याच्यापासून.

त्याला राहाव लं नाही.

अनाहूतपणे त्याची पावले शलाकाच्या घराकडे वळाली.

तशी तिच्या घरी जायची ही चुकीची वेळ होती. पण त्याला रात्रभर थांबायला सवड नव्हती.

ती झोक्यावर बसलेली होती.

आपल्याच विचारात मश्गुल तो आला तरी तिच्या ते लक्षात आले नाही की ती मुद्दाम कळून न कळल्यासारखे करत होती?

तो मुद्दाम खाकरला तरी त्याचे अस्तित्व तिच्या लक्षात आले नाही.

"आहे का कुणी घरात?"

त्याच्या आवाजाने ती थोडी दचकली व तिने वळून त्याच्याकडे पाहिले. तिचे डोळे पाण्याने डबडबले होते.

त्याला एकदम कसेसेच झाले.

तिचा चेहरा उतरलेला होता.

"काय झाले?"

"काही नाही," ती काहीतरी लपवण्याचा प्रयत्न करत होती.

"ये."

"अचानक आलास, पण बरे वाटले. कॉफी करू मस्त?"

"हो चालेल." पलीकडेच मोगऱ्याची फुले पडली होती. त्याचा सुगंध सगळीकडे पसरला होता.

"ये आत किचनमध्ये."

तो तिच्या मागे आत गेला." दरवाजा सताड उघडाच होता.

आता गेल्यावर तिने प्रथम चेहेऱ्यावर पाणी मारले. चेहरा टॉवेलने टिपला.

तिने त्याला बसायला खुर्ची दिली व गॅस चालू करून त्यावर पातेले ठेवले. तिच्या नाकाचा शेंडा अजून लाल होता. ती खूप रडली होती हे त्याला जाणवले. त्याला कसेसेच झाले.

"तुम्ही आज खूप अपसेट आहात?"

"हो."

"का बरे?"

"तू अहो जाहो करतोस म्हणून मला एकदम खूप वय झाल्यासारखे वाटते. मान्य आहे मी तुझ्यापेक्षा मोठी आहे. पण तेवढीही मोठी नाही."

"ठीक आहे. नाही म्हणणार अहो जाहो. पण एक अट आहे."

"बोल," कॉफ मगमध्ये ओतता ओतता तिने विचारले.

"मी अरे तूरे म्हणेन. पण मग आपण सच्चे दोस्त झालो."

“नाही.”

“नाही?”

“तू माझा गुरु आहेस. मी तुझी शिष्या! मी इथून पुढे तुला ‘मास्टरजी’ म्हणणार.”

“वा हे तर मस्तच. गुरु आणि शिष्य मग आपल्यातलं नातं अधिक जवळचं झालं नाही का?”

त्याच्यापुढे कॉफीचा मग घेऊन येणारा तिचा हात पुन्हा मागे आला……तिच्या चेहेऱ्यावर गमतीशीर भाव आले.

“म्हणजे?”

“म्हणजे मला म्हणायचेय, तू आणि मी आता पक्के दोस्त झालो. आपली एकमेकांची सुख दु:ख आपण वाटून घ्यायला हवीत हो ना”

“सुख दु:ख?” पुन्हा तिच्या टपोऱ्या डोळ्यात शंकेचे ढग दाटून आले.

“हो.म्हणजे तुला एखादी गोष्ट खात असेल, सतावत असेल तर आपण आपलं मन एकमेकांकडे मोकळे करायला, बोलायला काहीच हरकत नाही”

“ओहहह.” तिने कॉफीचा मग त्याच्या हातात दिला.

“बरोबर ना?” कॉफीचा एक घोट घेता घेता त्याने तिच्या डोळ्यात पाहात म्हटले.

“तू शिकवलेल्या गाण्याची मी आज दिवसभर बरीच practice केली. दाखवू वाजवून?”

“नको! मी आत्ता आलो तेव्हा तुझ्या डोळ्यात पाणी होतं. मला त्याचं कारण हवंय.”

“होतं असं कधीतरी. एक काहूर दाटून येतं. असं कां? उत्तर शोधायला डोळ्यात पाणी येतं. पण तू करणार काय जाणून?”

"तुला सिंह आणि उंदीर यांची गोष्ट माहीत आहे नं? एक उंदीरसुद्धा त्या बलशाली वनराजाच्या कामी आला होता. आणि त्याने त्याचा प्राण वाचवला होता. इसापनीती मधली गोष्ट. माहीतच असेल."

"काय जाणून घ्यायचं तुला?"

"तुला कोण पाठवतो ही पत्रे? तुलाच का? आणि त्यात काय असते असं की तू एवढी घाबरतेस? मला माहीत नाही हे प्रश्न विचारायचा मला अधिकार आहे की नाही. पण तुझ्या डोळ्यात कोण पाणी काढतं आणि कशाला यात मला इंटरेस्ट आहे."

ती मूकच राहिली.

"तुला नसेल सांगायचं तर माझी काही हरकत नाहीपण तू बोलावंस तुझं मन मोकळ करावंस असं मला वाटते."

पुन्हा तिच्या डोळ्यातून एक अश्रू ओघळला.

पुन्हा त्याला कसेसेच झाले.

तो तिच्याजवळ उभा राहिला. आणि त्याने तिला बसवले

थोडा वेळ शांततेत गेला. ती उठून बेसिनजवळ गेली. तिने चेहेऱ्यावर पाणी मारले आणि पुन्हा आपल्या जागेवर येऊन बसली. तिचा चेहरा आता पूर्वीसारखा टवटवीत दिसत होता.

"शंतनू! आत्तापर्यंत कथा, कादंबऱ्यात आणि चित्रपटातच अशी परिस्थिती बघितली होती. जी मी आता अनुभवतेय. सिडनी शेल्डनच्या एखाद्या कादंबरीची नायिका असल्यासारखेच वाटतेय मला. एका क्षणात माझे आयुष्य बदलले गेले. किती छान चालले होते. माझी नोकरी, माझे मित्र मैत्रिणी, माझे कुटुंब. आता सगळ्यापासून लांब फेकली गेलीय"

"पण तू तर PhD. करायची म्हणून येथे येऊन राहिली होतीस ना? मला तरी तसे सांगितले गेले होते."

"नाही. ते लटके कारण होते. मी खरेतर त्या इंद्रजित सरदेसाईपासून लांब जायचे म्हणून इथे आली होती. पण ते ही त्याने शोधून काढलेय की मी इथे आहे ते."

"पण त्याला का घाबरतेस एवढी?"

"कारण. माझाच मूर्खपणा मी लग्न करणार होते त्याच्याशी."

"अरे देवा...."

"हो. अतिशय क्रूरकर्मा आहे तो. त्याने आपल्या पहिल्या बायकोला घटस्फोट दिला व मला आपल्या वडिलांकरवी मागणी घातली होती. मी ही घरातल्यांशी विचार विनिमय करून होकार दिला. आमची एन्गेजमेण्ट पण झाली होती. पण नंतर त्याचे एक एक करून असे काही अवगुण, त्याचा क्रूर स्वभाव माझ्यासमोर आला की मला शक्यच नव्हते त्याच्याशी लग्न करून स्वत:च्या आयुष्याची आहुती देणे."

"पण तो कृर आहे. हे कशावरून जाणवले तुला?"

"बरेच प्रसंग घडले. एकतर आम्ही हॉटेलमध्ये गेलो असताना तिथे त्याची पहिली पत्नी अर्चना आपल्या मित्राबरोबर नेमकी तिथेच आली असताना तिच्या मित्राशी उगीच गैरवर्तणूक केली. अक्षरश: मारायला धावला तो त्याच्या अंगावर."

"अरे बापरे! पण कारण काय?"

"त्याला अर्चनाबरोबर बघून त्याचे डोके फिरले म्हणे. दुसऱ्यांदा त्याने शार्दूलला - त्याचा मुलगा आहे. त्याला निष्कारण मारले माझ्या समोरच."

"मारले?"

"हो! श्रीमुखात भडकावली त्याच्या. काही त्याची चूक नसताना आणि काही कारण नसताना."

तिचा चेहऱ्यावरच्या रेषा बदलल्या. तिला तो प्रसंग आठवला. शार्दूलचा निरागस चेहरा डोळ्यासमोर आला.

"आणि तिथेच आमचे खरे मतभेद झाले आणि मी त्याला सांगितले की तुझे नि माझे रस्ते वेगळे आहेत आणि मग आबा आणि महेश ह्यांच्या सांगण्यावरून मी इथे आले काही दिवसांसाठी. पण मला प्रॉमिस कर यातले कुठे काहीच कळता कामा नये."

“एकदम निर्धास्त राहा. यातला एकही शब्द कुणाला कळणार नाही. पण एक सांगतो त्याची वाच्यता अशाच ठिकाणी होईल. जेथे तुला त्याचा फायदाच होईल.”

त्याला ती फारच निराश वाटली.

“एक सांगू.?”

कळेल न कळेल अशी ती हुंकारली. त्याला ते हुंकारणे त्याला खूपच नादमधुर वाटले.

“माझी एक मैत्रीण आहे...तुला माहीत आहे. तू तिला भेटली पण आहेस. शमाच्या वाढदिवसाला. तिने एक गाणं पण म्हटले होते. आठवलं?”

“हो. तुझी खास” खास या शब्दावर वेगळा जोर देत ती म्हणाली, “खास मैत्रीण!.”

“हो.मला आवडते ती. पण ती कोण आहे माहीत आहे का?

“तू सांगितलेस तर कळेल ना.”

“ती अर्चना सरदेसाई ची सख्खी बहीण!”

“अर्चना सरदेसाई. इंद्रजितची पहिली बायको?”

“हो”

तिचे डोळे विस्फारले.

“काय सांगतोस!”

‘मी जे सांगितले ते तिला अजिबात सांगू नकोस...”

“का?”

“नाही. तो माणूस इतका उलटया काळजाचा आहे की ही गोष्ट जर त्याच्यापर्यंत गेली तर त्यातून अजून काहीतरी वाईट निष्पन्न व्हायचे. सगळ्यांना त्रास व्हायचा.”

"त्याच्यापर्यंत जाईल कशी? आता त्यांच्यातून विस्तव जात नाही. श्वेता मला सांगत होती की तिच्या बहिणीची अवस्था अत्यंत केविलवाणी आहे. त्या हलकट माणसाने शार्दूलचा वापर तिच्यावर नियंत्रण करायला ठेवला आहे जणू तिला मानसिक छळ करण्यासाठी. शार्दूलचा वापर तो रीमोट कंट्रोलप्रमाणे करतो"

"तू तिला सांगणार आहे. माझ्याबद्दल?"

"अंदाज घेऊन. तुम्ही दोघी एकाच माणसामुळे त्रस्त आहात. तो तुम्हा दोघींना सांधणारा दुवा आहे. common factor! बरोबर.?"

ती पुन्हां हळुवार हुंकारली.

"तुम्ही दोघी जर एकत्र आल्या आणि दोघींकडे जे काही आहे त्याचा वापर करून यातून बाहेर पडण्याचा जर काही मार्ग सापडला. तर नक्की सांगेन?"

ती विचारात पडली.

"तिच्याकडे काही असे असेल की ज्याचा उपयोग तुला होईल आणि तुझ्याकडे जे आहे त्याचा उपयोग तिला होऊ शकतो! विचार कर."

"बघू! आत्तातरी नाही मी काही सांगू शकत. मला विचार करावा लागेल."

तो जरा नाराज झाला.

"ठीक आहे. तू विचार कर आणि मला सांग. तोपर्यंत मी तिला काहीच सांगत नाही आणि ऐक ना.तुला ते गाणे माहीत आहे ना.?"

"कोणते रे?"

"बदल जाये अगर माली चमन होता. नही खाली बहारे फिर भी आती है, बहारे फिर ही आयेंगी"

"शिकवणार आहेस?"

"नाही त्याचा अर्थ, माळी नसेल तरी फुल फुलायची राहातात का? यातून काहीतरी मार्ग निघेल नक्की"

"अरे बाबा! हा माळी, माळी नाही खाटिक आहे."

ती थोडी मोकळी झाली होती.त्याच्याशी बोलून.

"चल येऊ मी? घरी वाट पाहात असतील.जेवायसाठी"

"हो.ये...बरे वाटले तुझ्याशी बोलून."

तो तिथून बाहेर पडला. घरापर्यंत तो मोगऱ्याच्या फुलाचा सुवास त्याच्या बरोबर होता.

कॉलेजच्या कॉरिडॉरमध्ये शंतनूने श्वेताला पाहिले.

ती आपल्या मैत्रिणींबरोबर होती. तो सरळ तिच्याकडे गेला. कालच्या शलाकाबरोबरच्या भेटीमुळे तो थोडा उत्साहित झालेला होता. आणि तिला ते सांगायला तो उत्सुक होता. जणू आता त्याच्या दृष्टीने श्वेताचे सगळे प्रोब्लेम्स त्याने सोडवले होते.

त्याने तिला हाक मारली

"श्वेता..."

श्वेताने त्याच्याकडे पाहिले. तिच्या मैत्रिणींमध्ये नेत्रपल्लवी झाल्या. पण त्याला त्याचं काही सोयरसुतक नव्हते. श्वेता बरोबर नाव जोडले जातेय, तिच्या नावाने आपल्या चिडवताहेत हे त्याच्या दृष्टीने एखाद्या मोठ्या पुरस्कारापेक्षा कमी नव्हते. श्वेता जागीच थांबली. तिच्या मैत्रिणींनी काढता पाय घेतला.

"चल ना.जरा बोलू! खूप महत्त्वाचं बोलायचंय तुझ्याशी."

"नंतर बोलू ना. आत्ता इकॉनॉमिक्सचा पिरीयड आहे."

"जाऊ दे रे! नाहीतरी ते सर वाचूनच तर दाखवतात. मी तुला दाखवेन वाचून नंतर. ऐक ना. अत्यंत महत्त्वाचे बोलायचेय तुझ्याशी."

"शंतनू, आपण एवढ्यासाठी येतो का कॉलेजमध्ये? चार महत्त्वाचे शब्द कानावर तर पडतात ना?"

"अरे हे खूप महत्त्वाचे आहे. चल..." त्याने तिचा दंड धरला व ते दोघे चालत चालत गेटच्या बाहेर आले. तोफखान्यात

मुलं बसली होती.त्यामुळे त्यांनी तळ्याच्या मधल्या बांधावरून चालायला सुरूवात केली. दोन्ही बाजूला तळ्याचं पाणी. आणि मोकाट वारा. श्वेताचे केस भुरभुरत होते. तिला ते वारंवार सावरावे लागत होते.

"काल मी शलाकाशी बोललो. माझ्याकडून नियतीची काहीतरी योजना आहे. तुमच्या दोघींमध्ये आणन्यामागे. तुला ऐकून आश्चर्य वाटेल. इंद्रजितचा तुझ्या दिदीशी घटस्फोट झाल्यानंतर ती तुझ्या जीजाजींशी विवाह करणार होती. त्यांची

एन्गेजमेण्टसुद्धा झाली होती. आता बोल! श्वेता थक्क झाली. "पण जसंजसं त्याचा कूर स्वभाव तिला कळत गेला तिने माघार घेतली आणि त्याच्याशी आपले नाते तोडले"

"काय सांगतोस?"

"हो तेच तर सांगतोय. तुझी दिदी कुणालातरी घेऊन हॉटेलमध्ये गेली असताना त्याने मध्येच मोठं भांडण उकरून काढले होते का?"

"नाही मला माहीत नाही. पण हो ती आणि रमेश अंकल एकदा गेले होते हॉटेलमध्ये आणि परत आल्यानंतर दोघांचाही मूड ऑफ होता. कुणी काही बोलले नाही त्याविषयी. पण मला पण जाणवले की काहीतरी घडले होते त्या रात्री. पुन्हा त्यांनी तो विषय ही काढला नाही. मी ही विचारले नाही."

"शलाकाने मला सांगितले हॉटेलमध्ये बरेच काही घडले म्हणून. एकदा त्याने शलाकासमोर शार्दूलला विनाकारण मारले होते आणि त्यावरूनच त्यांचे भांडण झाले. तिला खूप वाईट वाटले होते. शार्दूलला मारले म्हणून."

"तिच्या समोर?"

"हो. तिने सांगितले मला तसे."

"त्यावरून त्याची खूप खडाजंगी झाली आणि तिथेच त्यांचा ब्रेकअप झाला. त्यावेळी त्याने तिला धमकावलेसुद्धा की तुला सुखाने जगून नाही देणार आणि तो आपल्या शब्दाला जागतोय"

"बाप रे!"

"ऐक न! मला काय वाटतेय.जर तुझी दिदी आणि शलाका यांची गाठभेट घालून दिली तर?"

"तर काय होईल?"

"नक्की चांगलेच काहीतरी होईल.एक से भले दो. दोघींना त्रास देणारा एकच माणूस आहे. मग दोघी एकत्र आल्या तर....?"

श्वेताचा चेहरा विचारग्रस्त होता.

"दिदी कशी react होईल मला माहीत नाही."

"प्रयत्न करून बघायला काय हरकत आहे?"

"तुला आहे आत्ता वेळ?"

"काय करायचे?"

"चल घरी जाऊ. दिदीला भेट. तू सांगितलेस तर कदाचित ती ऐकेल."

"आत्ता जायचे?"

"नाहीतरी मी पण आज बसने आलीय. दोन्ही गोष्टी साध्य होतील. मला लिफ्ट मिळेल. दिदीशी पण बोलणे होईल. आज शार्दूल पण आहे घरी"

"खरंच जायचे?" त्याला विश्वास बसेना

"हो रे!"

"चल मग.मला पण तुझ्या दिदीला भेटायची खूप खूप इच्छा आहे. पण तू तिला माझ्याबद्दल काही कल्पना दिली आहेस ना? नाहीतर ती मला घरातच घेणार नाही."

श्वेता हसली.

“थांब. मी बाईक.घेऊन येतो.”

“कशाला? मीच येते तिकडे. दोघेही तिकडेच जाऊ की. कशाला जा जा ये ये?” दोघे पुन्हा परतले आणि कॉलेजमध्ये येऊन त्यांनी पार्किंगमधून मोटारसायकल काढली.

क्षणात त्याची मोटारसायकल आंबोलीच्या दिशेने धाऊ लागली.

तळ्याच्या काठावरून, उप्रेलकर जिमखाना आणि मग अंबोलीचा घाट १० वाजून गेले होते. थंड वारे वाहात होते. श्वेताने आज जीन्स घातली होती व दोन्हीकडे पाय टाकून ती बसली होती.

हळूहळू जशी गाडी घाट चढू लागली एका बाजूला उंचच उंच पर्वताच्या हिरव्यागार रांगा, दुसऱ्या बाजूला दरीची खोली वाढत चालली होती.आजूबाजूला डोंगराच्या पायथ्याशी असंख्य रंगाची रानफुले दृष्टीला पडत होती. त्याचा मंद वास वातावरणात दरवळला होता. आज श्वेता त्याच्या मोटारसायकलवर त्याच्या मागे बसली असल्याने त्याला एक वेगळाच अनुभव येत होता.जणू तो या जगाचा सम्राट आहे आणि सगळे जीव आज त्याच्यासमोर तूच्छ आहेत.

तो खुशीत येऊन शीळ वाजवू लागला... “तुम जो हुवे मेरे हमसफर रस्ते बदल गये. लाखो दिये मेरे प्यार के राहो मी जल गाये.”

“अरे दिवसाचे कुठे दिवे दिसत आहेत रे तुला” श्वेताने हसतहसत विचारले.

दोघं खूप छान मूडमध्ये होते.

गाडी नागमोड्या रस्त्यावरून पळत होती.

एके ठिकाणी तिने त्याला गाडी हळू करायला सांगितली व उजवीकडे इशारा केला

उजवीकडे एक अतिशय देखणा, कलात्मक, टुमदार, दुमजली बंगला होता. एका बाजूने कौलारू असल्याचा आभास दिला होता.

त्याच्या बाहेर 'इंद्रप्रस्थ' अक्षरे अत्यंत कलात्मकरीत्या कोरलेली होती.

"किती लवकर आलं हिचं घर. आणखीन थोडा वेळ हिच्याबरोबर घालवायला किती मस्त वाटलं असतं"

श्वेता उतरली.तो गाडी बाहेरच पार्क करत होता. पण श्वेताने पुढे जाऊन गेट उघडले व गाडी आत आणण्यास सांगितले.

त्याने गाडी आत आणली.

बाहेर एकदम हिरवेगार lawn होते. एक झोपाळा होता. एका बाजूला बॅडमिंटन कोर्ट होते आणि खिडकीजवळ एक छोटासा टेंट होता. चौकोनी आकाराचा. त्याला गम्मत वाटली...टेंट जवळ एक भला मोठा कुत्रा बसला होता. शंतनूला बघितल्यावर त्याने थोडे गुरगुरल्यासारखे केले. पण श्वेताने "रोव्हर!" असे म्हणताच तो गप्प झाला. श्वेता पुढे झाली. व त्याला म्हणाली, "ये रे."

तिच्या मागोमाग शंतनू आत गेला.

एक मोठा प्रशस्त हॉल होता.

आत शिरल्या शिरल्या समोर डावीकडे एक जिना होता वरच्या मजल्यावर जाण्यासाठी. सुशोभित सुंदर सोफे होते. मध्ये एक टिपॉय होता. कोपऱ्यात फुलांच्या कुंडया होत्या. रंगसंगती अत्यंत उच्च प्रतीची होती आणि एक मंद प्रसन्न सुगंध दरवळला होता. खाली एक जाड लाल रंगाचे कार्पेट होते.

पलीकडून टी.व्ही.चा आवाज येत होता.

"तू बस मी आलेच फ्रेश होऊन. तुला व्हायचंय फ्रेश?"

"नाही! तू ये पटकन.मी बसतो."

तो सोफ्यावर बसला. तितक्यात अर्चना बाहेर आली. तिच्या लावण्याने तो स्तीमित झाला. एक साधेपणा होता. तिच्याबरोबर शार्दूल पण होता. तिला अगदी बिलगुनच होता.

शंतनू उभा राहिला. तिच्या व्यक्तिमत्त्वाने तो भारावलेला होता. तिचा घरंदाजपणा, खानदानी तेज, चेहेऱ्यावरचे सात्विक भाव.

"नमस्कार"

"नमस्कार. बैस ना." तिचा आवाज पातळ, मधुर आणि कानाला हवाहवासा वाटणारा होता.

"तुझ्याबद्दल श्वेता नेहमी सांगत असते. तुझ्या मेंडोलीन वादनाचे कौतुक करत असते. एकदा मला ऐकायचय."

त्यावरतो फक्त हसला. काय बोलावे त्याला सुचेना.

"सांगत असते बरेच. आम्हा दोघींना संगीताची आवड आहे न त्यामुळे तेवढेच लक्षात राहिले." ती म्हणाली. "बरं काय घेणारेस? थंड गरम?"

"नाही! खरच काही नको."

"ओहह ठीक आहे. माझ्या आवडीचे काहीही चालेल असेच सुचवायचेय का तुला.?"

"बरं चालेल"

"मम्मी! मला टीव्ही बघायचाय." मध्येच शार्दूल कुणकुणला.

"आत्ता नको राजा. किती सारखे ते चित्रपट बघत असतोस. ते बघ कोण आलेय. माऊचे मित्र आहेत आपल्याकडे. जा बोल बरे त्यांच्याशी. मी सरबत करून आणते."

असे म्हणून ती आत गेली. शार्दूल त्याच्याकडे पाहात होता. सशांसारखे भित्रे डोळे.

"ये इकडे. नाव सांग मला तुझे."

"शार्दूल."

"शाळेत जातोस?"

त्याने होकारार्थी मान हलविली.

"कोणत्या शाळेत जातोस?"

तितक्यात श्वेता आली.

"शार्दूल! काकांना त्रास देतोस?. जा खेळ जा.बाहेर."

"तुमचे नाव काय?" त्याने शंतनूला विचारले.

शंतनू हसला."माझे नाव काका."

"तुम्ही येता माझ्या बरोबर खेळायला?"

"हो. चल." शंतनू श्वेताकडे बघून हसला.

"त्याच्या बरोबर इथे राहाणारे त्याच्या वयाची फार मुले नाहीत. त्यामुळे तो थोडा एकलकोंडा झालाय. आणि कोणी आले की तो त्यांच्याशी दोस्ती करतो." श्वेता म्हणाली.

शार्दूलने त्याला हाताला धरून बाहेर नेले. मागोमाग श्वेता पण आली.

तो बाहेर त्याला टेंटकडे घेऊन गेला. बाहेर रोव्हर बसला होता. शार्दूलला पाहून तो शेपटी हलवू लागला. शंतनूने त्याच्या डोक्यावर हात फिरवला. शार्दूल प्रथम आत गेला. श्वेता बाहेर रोव्हरचे लाड करत थांबली. शंतनूला वाकून आत जावे लागले. बऱ्यापैकी मोठा असा तो वाटरप्रूफ टेंट होता.आतमध्ये दोन फोल्डेबल कॉट्स होत्या. त्यावर गुबगुबीत रंगीबेरंगी ब्लँकेट्स अस्ताव्यस्त पडली होती. खाली जाड कार्पेट होते. चारी बाजूला जाळ्यांच्या छोट्या खिडक्या होत्या. एक शेल्फ होते. त्यात बरीच परीकथेची पुस्तके होती.

एक टिपॉय होता. त्यावर बरीच खेळणी होती. बरीचशी मशीनगन पिस्तूल अशीच होती.

"अरे वा!"

"हे काय आहे?"

"हे माझे घर आहे. मी झोपतो इथे."

"रात्री सुद्धा? " शंतनू ने कौतुकाने विचारले

“हो”

“भीती नाही वाटत?”

“नाही! गन आहे ना माझ्याकडे. शिवाय रोव्हर असतो.” त्याने तिथली एक बंदूक उचलली. अगदी खरी वाटावी अशीच होती.

“मज्जा आहे बाबा.”शंतनू कौतुकाने म्हणाला.

“तुम्ही खेळता माझ्याबरोबर?”

“काय खेळायचे?”

“पोलीस आणि चोर.”

“मी कोण?”

“चोर”

“अरे वा.”

इतक्यात अर्चनाने खिडकीत येऊन हाक मारली. अगदी टेंटच्या वरच ती खिडकी होती.

श्वेताने आत डोकावून त्याला सांगितले की अर्चनाने बोलावले आहे. मग ती शार्दूलचा हात धरून त्याला पुढे घालून आत घेऊन गेली.

स्थानापन्न झाल्यावर मधल्या टीपॉयवर एका सुबक ट्रेमध्ये ठेवलेल्या सरबताच्या ग्लासापैकी श्वेताने प्रत्येकाला एक एक ग्लास दिला.

“तू घेणार?” तिने शार्दूलला विचारले.

“नाही! मी टिव्ही बघू पलीकडे?”

“हो जा! पण कार्टून बघ!”

इकडच्या तिकडच्या गप्पा झाल्यावर अर्चनाने विचारले.

“श्वेता म्हणत होती तुला काही महत्त्वाचे सांगायचेय म्हणून.”

तो थोडा अवघडला.

"हो! infact श्वेताने मला बऱ्याच गोष्टीची कल्पना दिलीय. We are best friends! योगायोगाने अशा काही घटना घडल्या की मलाही त्याच आश्चर्य वाटले आणि तुम्हाला त्या सांगाव्या असं वाटलं."

"श्वेताने.मला थोडी कल्पना दिलीय.

"माझ्या शेजारी एक मुलगी राहाते शलाका. काही कारणामुळे आमची ओळख झाली आणि काही गोष्टी मला ज्ञात झाल्या."

अर्चना त्याच्याकडे पाहात होती. जणू ती त्याला वाचत होती. तो किती विश्वास योग्य आहे आणि त्याच्या वागण्यात किती प्रगल्भता आहे.

"मी तिच्याकडे असताना एकदा तिला एक पत्र आले ते पत्र पाहाताच ती खूप भयभीत झाली. नेमका त्याच वेळी तिचा एक भाऊ जो पोलीसमध्ये इन्स्पेक्टर आहे तिथे आला आणि दोघांच्या बोलण्यातून मला कळाले की ती पत्रे इंद्रजित सरदेसाईकडून येत असतं"

"पण त्या पत्रात काय असते?" अर्चनाने विचारले.

"हो! त्या पत्रात वर्तमानपत्रातल्या बातम्यांची कात्रणे असत.त्या बातम्या ही अशा रक्तरंजित थरकाप उडवणाऱ्या असत."

"ओहह.........!" अर्चना उद्गारली. "पण असं दोघांच्यात घडलेय काय?"

"तिने जे मला सांगितले त्यावरून ती त्याच्याशी लग्न करणार होती. पण काही गोष्टी अशा निदर्शनाला आल्या की तिला त्याच्या जीवनातून बाहेर पडावं लागलं."

"अशा गोष्टी?"

"तिने दोन तीन सांगितल्या मला. त्यातली तुमच्या संबंधित. तुम्हाला हॉटेलमध्ये काहीतरी वाईट अनुभव आला ना?"

अर्चनाचा चेहरा गोरामोरा झाला.

"आणि दुसरा....?"

"दुसरा त्याने तिच्यासमोर शार्दूलला विनाकारण मारले होते."

अर्चनाचे डोळे चमकले.

"आपण एक काम करू या. अनायसा या शरद पौर्णिमेच्या रात्री मी आपल्या टेरेसवर एक छोटीसी पार्टी ठेवलीय.

फार नाही मोजकीच लोकं येणार आहेतआजूबाजूची."

ती थोडी थांबली.

"आपण तिला पण बोलावू या. घेऊन येशील तिला? शलाकाला?

शंतनूला धक्का बसला.

"इथे?"

"काय हरकत आहे?"

"रात्री?"

"गाडी पाठवू का?"

"नाही. तशी गरज नाही. पण शलाकाला विचारायला हवे."

"मी बोलू का? मला नंबर दे तिचा."

"मी विचारून बघतो. ती जर नाही म्हणाली तर तुम्ही बोला."

"आणि रात्री इथेच राहा.दुसऱ्या दिवशी जा."

ती कल्पना चांगली होती. शलाकाला मोटारसायकल वर घेऊन यायचे त्याला आवडले असते. त्याच्या डोळ्यासमोर चित्र तरळून गेले. तो बसलाय आणि शलाका त्याच्या मागे बसलीय त्याला धरून.

काय चाललंय हे? आपलं श्वेतावर प्रेम आहे ना?आता तिच्याबरोबर येताना किती छान अनुभव आला आणि लगेच मनात शलाकाबद्दलही तसेच विचार? योग्य नाही हे. त्याने लगेच मनात आलेला विचार झटकला. पण काय हरकत आहे? माझ्या मनात तिच्याबद्दल काहीही चुकीचं नाहीये. मला तिची कंपनी आवडते. फक्त एक चांगली मैत्रीण म्हणून तिच्याकडे पाहातो मी. दुसरी कसलीच अपेक्षा नाहीये. त्याचं त्यालाच जरा बरं वाटलं

"शंतनू." सरबत पी ना....मघापासून नुसताच ग्लास धरून बसलायंस." श्वेताच्या आवाजाने तो भानावर आला.

"पौर्णिमेच्या रात्री धम्माल करू. तुझं मेंडोलीन घेऊन ये. आम्हाला पण ऐकायला मिळेल," अर्चना म्हणाली.

"हो ठीक आहे. मी बोलून पाहातो तिच्याशी."

त्याने सरबत संपवले आणि तो उठून उभा राहिला.

"चला येऊ मी?"

"हो.अजून पंधरा दिवस आहे. शरद पौर्णिमेला ठरवा आणि सांगा मला."

त्या दोघी त्याला दरवाजापर्यंत पोहोचवायला आल्या. मग श्वेता त्याच्या मोटारसायकलपर्यंत आली.

"चल. खूप छान वाटले तुझ्या दिदीला भेटून.खूप छान स्वभाव आहे."

"हो ना! पण तिचे सगळे प्रॉब्लेम एकदा का सुटले की...."

"की आपल्या मधला अडसर दूर होणार," त्याने तिचे वाक्य पूर्ण केले.

ती हसली.

त्याला शार्दूल एका झाडाखाली उभा असलेला दिसला. खेळण्यातली गन हातात घेऊन कशावर तरी तो नेम धरत होता.

त्याने गाडीला किक मारली व सफाईदारपणे गाडी गेटच्या बाहेर काढली.

श्वेता गेटच्या बाहेर उभी राहून त्याला हात दाखवत होती. ती दूर दूर चालली होती.

सूर्याचा गोळा पर्वताआड दिसेनासा झाला की कावळे चार, तीन, दोनच्या थव्यांनी दश दिशातून परतू लागतात. त्याची मोटारसायकल

गावातल्या मधल्या चौकातून, चर्चवरून घराकडे धावत होती. आज त्याच्या दृष्टीने जग एकदम त्याच्या आवाक्यात आले होते. आपण कुणीतरी मोठे आहोत. आपल्याला वेगळाच मान आहे आणि मोटारसायकलवरून घरी येताना त्याची तशीच धारणा झाली होती. आजूबाजूचे लोक आपल्याकडेच बघताहेत असं ही त्याला वाटत होतं.

श्वेताच्या घरी त्याला खूप छान वाटले होते. त्याला श्वेताची मोठी बहीण आवडली होती. ते घर आवडले होते. शार्दूल आवडला होता.

त्याला घरी यायला थोडा उशीर झाला. विश्वासरावांची सक्त ताकीद असायची की घरी वेळेवर यायचे.उशीर झाला तर फोन करून सांगायचे.

मोटारसायकल पार्क करताना त्याने शलाकाच्या घरावर नजर टाकली.

लाईट लागलेली होती.

तिच्या बागेतील फुललेला मोगऱ्याचा सुगंध त्याला जाणवू लागला. त्याला साद घालू लागला.

त्याला अर्चनाच्या भेटीबद्दल सांगायचे होते आणि तिला पौर्णिमेच्या रात्रीचे आमंत्रण द्यायचे होते.

गाडी स्वत:च्या दारासमोर पार्क करून तो तिच्या घरी गेला.

बाहेर कुणीतरी पेपर वाचत बसले होते. त्याचा चेहरा पेपरमागे असल्याने त्याला तो दिसला नाही.

तो किंचित संभ्रमात पडला. क्षणभर मागच्या मागे जावे असे त्याला वाटले.

तेवढयात आतून शलाका बाहेर आली. तिने खूप छान पोशाख केला होताव हलकासा मेकअप केल्याने मूळचे तिचे सौंदर्य अजून खुलले होते.

“अरे! मास्टरजी!”

“मी नंतर येतो. सॉरी.”

त्या पेपर मागच्या व्यक्तीने पेपर बाजूला करून वर पाहिले. त्याला तो चेहरा ओळखीचा वाटला.

"अरे! महेश आहे. माझा भाऊ. पोलीस इन्स्पेक्टर आहे.आज आम्ही चित्रपट पाहायला चाललोय."

त्याने एकदा त्याला युनिफॉर्ममध्ये पाहिले होते. आज तो साध्या पोशाखात असल्याने त्याने त्याला ओळखले नव्हते. युनिफॉर्ममध्ये कुणालाही एक वेगळाच रुबाब येतो.

"ठीक आहे. मी उद्या येतो."

ती कुणाबरोबर तरी चित्रपट पाहायला जाणार ही कल्पना त्याला फारशी आवडली नाही.

त्याचा उत्साह मावळला. त्याचे खांदे पडले.

तो घरी परतला तर दारातच विश्वासराव उभे होते.

त्यांनी शंतनूचे तिकडे जाणे, लगेच परतणे व त्याचा पडलेला चेहरा या सर्वांची नोंद घेतली होती.

"काय रे? बरं वाटत नाही का? चेहरा का उतरलाय?"

"अं! थोड डोकं दुखतेय." त्यांच्या डोळ्याला डोळा न भिडवता उत्तर दिले व त्यांच्या अंगावरून तो आत आला.

आत जाऊन त्याने कपडे बदलले. हात पाय धुतले आणि तो वर माडीवर गेला. त्याने खिडकी उघडून शलाकाच्या घराकडे पाहिले.

तिच्या घरची लाईट विझली होती आणि ती गेलेली होती.

का कोण जाणे त्याच्या हृदयात एक कळ उमटली.

त्याला एकदम उदास उदास वाटायला लागले.

असं का होतंय आपल्याला? त्याने श्वेताचा विचार आणला मनात.

पुस्तक वाचत बसला पण त्याचे लक्ष लागेना. राहून राहून त्याची नजर तिच्या घराकडे जात होती.

शेवटी रात्री कधीतरी उशिरा गाडीचा आवाज आला. खिडकीतून बघितले ती परत आली होती.

तिच्या घराचे लाईट लागले. गाडी गेल्याचा आवाज आला आणि जरा वेळाने लाईट बंद झाले. तेव्हा तो झोपू शकला.

शंतनू कॉलेजमध्ये गेला खरा. पण त्याचे मन घराभोवतीच घुटमळत होते.

शलाकाच्या अस्तित्वाने तिच्या त्याच्या जीवनात येण्याने तो एका परी राज्यात गेला होता. आता त्यांची चांगलीच मैत्री झाली होती. त्याने शिकवल्याने 'न ये चांद होगा न तारे रहेंगे मगर हम हमेशा तुम्हारे रहेंगे' हे गाणे ती पूर्ण तर वाजवू शकत होतीच; त्याशिवाय अजून एक दोन गाणी ती वाजवू शकत होती. तो गेला की ती आता त्याच्यासाठी काहीतरी खायला करत असे.

त्याच्या घरी पूर्णपणे शाकाहार होता. विश्वासरावाना जेवताना अंडयाचे नाव घेतलेले सुद्धा चालत नव्हते. पण शलाकाने त्याला एकदा अंडयाचे ऑम्लेट खाऊ घातले होते. तिने जेव्हा प्रथम त्याला खायला दिले होते तेव्हा त्याने आढेवेढे घेतले होते.पण नंतर त्याला ते इतके आवडले होते. की तो बरेच वेळा स्वत:हून तिला करावयास सांगत असे. हे त्याने घरी कळू दिले नव्हते हा भाग अलाहिदा. तिच्या घरी मोगऱ्याची फुले नेहमी असत. त्यामुळे कुठे ही मोगऱ्याचा सुगंध आला की त्याला तो सुगंध तिच्याकडे घेऊन जाई. दोन तीन दिवसांपूर्वीसुद्धा तो असाच धुंदावून तिच्या घरी गेला होता. पण समोर तिचा तो कोण भाऊ बसलेला पाहून त्याचा चांगलाच हिरमोड झाला. आज परत जायचंच शलाकाकडे. अर्चनाचं निमंत्रण द्यायचं राहूनच गेलंय. त्यानंतर सतत काही ना काही कारणामुळे तिच्याकडे जाताच आलं नाही. आज कॉलेज सुटले की कसंही करून तिच्याकडे जाऊन अर्चनाकडे असलेल्या कार्यक्रमासाठी त्याला विचारायचे होते. आपल्या मोटारसायकलवरून घेऊन जायला तो उत्सुक होता.

"शंतनू."

श्वेताने मारलेल्या हाकेने तो बाहेर आला.

"काय हे! किती हाका मारल्या. कसल्या विचारात असतोस?

"तुझ्या"

"अहाहा... त्यादिवशी घरी येऊन गेल्यापासून तुझा एकही फोन नाही आणि खोटे खोटे सांगतोस माझाच विचार करत होतास....... हो ना?"

"कसं बोलतेस श्वेता!" मनात तो खजील झाला होता.

"मला जाणवतेय रे. तुझा माझ्यातला इंटरेस्ट कमी होतोय ते. कदाचित तू ते जाणीवपूर्वक करत असशील. मला विसरायला. पण खरं सांगू अपेक्षेविना जे नातं असतं ना ते शाश्वत असतं."

"\त्याने तिच्या डोळयात पाहिले. किती निरागस, किती साधी सरळआहे ती. तो तिच्याशी प्रतारणा तर करत नव्हता ना? तो तर शलाकाचा विचार करत होता...शलाका विषयीचे आकर्षण कसले आहे? ती काही त्याची अर्धांगी बनूच शकली नसती. ती वयाने मोठी होती. त्याला तिच्याविषयी सहानुभूती वाटत होती. एवढी सुंदर, गुणी मुलगी. केवळ निष्कारण फसली होती. प्रेमप्रकरण हा काही गुन्हा नव्हता. पण चुकीच्या ठिकाणी केलं की त्याचे परिणाम किती भयंकर होतात.

वाहात्या जीवनातून एकदम बाहेर फेकली गेली होती ती. तिची काळजी घेणारे आहेत की तिचे आजोबा, भाऊ, गावाकडे असलेली आई, सख्खा भाऊ. मग आपण का एवढी काळजी करतो तिची?

तिच्यात काहीतरी खास....... "बच्चमजी! पुन्हा हरवलास विचारात?"

"नाही रे. पौर्णिमेच्या रात्री काय करता येईल त्याचा विचार करतोय."

"तू बोललास का तुझ्या त्या शलाकाशी....?

"नाही अजून. आज उद्या बोलेन.पण खरं सांगू श्वेता? मला तुझ्या दिदीसारखी तिची पण दया येते. किती गुणसंपन्न आहे. सुंदर आहे.

सगळ्या गोष्टीत निपुण आहे. तिचीपण अवस्था दिदीसारखीच झालीय. आणि ती ही त्याच माणसामुळे.

"खरं. का रे माणसं असं वागतात माणसाशीच?" श्वेताने विचारले.

"एक साहित्यिकांनी लिहिलेलं आठवलं मला की माणसापेक्षा हिंस्त्र आणि धोकेबाज जनावर जगात दुसरे कोणतेच नाही. कारण लिहीणे, बोलणे, विचार करणे या गोष्टी त्यालाच जमतात आणि त्याचा उपयोग स्वत:च्या स्वार्थासाठी करायचा ट्रेण्ड वाढत चाललाय." शंतनू.

"जीवन एकदाच मिळते. पण प्रत्येकाच्च्या जीवनाकडून केवढ्या अतर्क्य, अमाप अपेक्षा असतात. खरंतर प्रत्येकाचे जीवन ही एक अद्भुतरम्य कादंबरीच असते."

**"जीवन इतके अनंतरूप आहे की अगदी संपूर्णपणे माझ्यासारखेच आयुष्य असलेला माणूस पूर्वी कधी झाला नाही व पुन्हा कधी होणार नाही. त्या दृष्टीने प्रत्येक सामान्य माणूसदेखील अद्वितीय असतो. मी गेल्यानंतर एक अद्वितीय भावविश्व पूर्णपणे विरुन जाणार आहे. ते पुन्हा कधी जन्मणार नाही." असे मी कुठेतरी वाचलेय.**

"लवकरात लवकर दिदीचा प्रॉब्लेम सुटायला हवा रे."

"हो श्वेता. विश्वास ठेव. लवकरात लवकर तुझ्या दिदीचा प्रश्न सुटणार आहे. दिदीचा प्रश्न सुटणार म्हणजे तुझा प्रश्न सुटणार आणि तुझा सुटला की माझा सुटणार. तू मला हवी आहेस माझ्या जीवनात श्वेता."

"मी तुझीच आहे शंतनू. तू एक गाणे ऐकलंस आशाताईंचे?"

'स्वप्नातल्या कळ्यांनो उमलू नकाच केव्हा, गोडी अपूर्णतेची लावील जीवा.'

"हो! ऐकलंय ना. पण आत्ता का आठवलं?"

"काय की मला सगळं क्षणभंगुर भासायला लागलेय. कशात तत्थ्य नाही असेच वाटते. कोणतीही सुंदर वस्तू, अनुभव, आनंद क्षणिक असतो. अमर, अक्षय असे काय आहे या विश्वात?"

“हे विश्व आहे ना अमर, अक्षय.”

“तसेच प्रेम मला तुझ्यावर करायचेय शंतनू. अक्षय.अमर.......! तुझ्याशी लग्न नाही करू शकले तर मी तशीच राहीन. पण तुझ्यावरच प्रेम करत राहीन. तुझ्या आयुष्यात इंद्रधनुष्य बनून राहायला आवडेल मला. मग आकाशात जेव्हा जेव्हा इंद्रधनुष्य दिसेल तुला माझी आठवण येईल.”

“श्वेता.”

तो एकदम निशब्द झाला.बोलता बोलता ती वेगळेच काहीतरी बोलून गेली होती.

शंतनू आज श्वेताच्या वागण्याने भारावलेला होता.

गेटच्या आत मोटारसायकल घेत असतानाच त्याला आवाज आला.

“शंतनू”

त्याने चमकून आवाजाच्या दिशेने बघितले. उजवीकडे झाडाखाली पेरू खात शलाका उभी होती. हिरव्यागार वनश्रीमध्ये. पोपटी रंगाचा फुलाफुलांचा सलवार कुडता घालून ती एखाद्या फुलराणीसारखी दिसत होती.

त्याने गाडी थांबवली. तिने एक पेरू त्याच्याकडे फेकला. त्याने तो अचूक झेलला.

“आज ट्युशन नाही?”

“येतो ना. गाडी ठेऊन.”

“ये लवकर.”

त्याने दारात गाडी लावली व आत गेला. हॉलमध्ये शमा पुस्तक वाचत बसली होती. तो किचनमध्ये गेला. आईचं काहीतरी चाललेलंच होतं. त्याने ग्लासभर पाणी घेतले व घटाघटा प्यायला.

"बसून पाणी प्यावे. किती वेळा सांगायचे?"

सुलभादेवींनी त्याला सांगितले. तो नेहमी उभ्याने पाणी पीत आणि त्या नेहमी त्याला हेच सांगत.

"मी आलोच दहा मिनिटात."

"कुठे चाललास.आत्ताच तर आलास ना. जेवून जा?

"आलोच."

मागच्या पावली तो बाहेर पडला व शलाकाकडे गेला.

आतून ऑम्लेटचा मस्त वास येत होता

ती किचन मध्येच होती. तो तडक किचनमध्ये गेला.

"ये!"

तिने एका प्लेटमध्ये ऑम्लेट टाकले.

"घे. कशा बरोबर खातोस?"

"मला नुसतेच आवडते.तुझ्या हातचे ऑमलेट खायला. थोडा सॉस दे."

तिने त्याला सॉस दिला.

"चांगले झालेय का?"

"अर्थात"

खाता खाता तो म्हणाला.

"कालचा सिनेमा कसा होता?"

"कसल काय. जवळ जवळ अर्ध्या सिनेमा संपल्यावर आम्ही गेलो. पण जेव्हढा बघितला तो आवडला"

"काय होती स्टोरी?"

"काय असणार. या सिनेमावाल्यांना प्रेमाशिवाय दुसरे काही सुचते का?"

ती हसली.

"नायकाचे नायिकेवर प्रेम असते. पण तो त्याचा कधी इजहार करत नाही. तो तिच्या घरी तिला शिकवायला जात असतो. मग काय तिचे लग्न दुसऱ्याशी होते आणि हा तेरी दुनियासे होके मजबूर चला म्हणत निघून जातो."

ती पुन्हा गोड हसते.

"खूप वर्षांनी सिनेमा पाहिला. पण तो बघताना मला तुझी आठवण आली."

"माझी?"

"हो. तू जसा मला शिकवायला येतोस. तसाच तो नायक नायिकेला शिकवायला तिच्या घरी जातो."

"काय शिकवतो? संगीत?

"हो तो तिला शास्त्रीय संगीत शिकवत असतो. आणि ती त्याला मास्टरजी म्हणते. मी सुद्धा तुला मास्टरजी म्हणून हाक मारते."

आता हसायची पाळी त्याची होती.

"योगायोग आणखी काय? बरं ऐक ना. एक गोष्ट सांगायची आहे तुला!"

"सांग की?"

"काल श्वेता भेटली.

"कोण?"

"अर्चना इंद्रजित सरदेसाईची सख्खी बहीण"

"ओहो.तुझी खास मैत्रीण"

"हो. काल तिच्या घरी गेलो होतो."

"कुठे राहते ती?"

"आंबोलीला. तिच्या बहिणीला भेटलो."

त्याने तिच्याकडे पाहिले. ती निर्विकार होती, की ती तसे दाखवत होती?

"इंद्रजितची पहिली बायको?"

"हो"

ती गंभीर झाली.

"मी तिला तुझ्याबद्दल काल सांगितले सगळे. आपली ओळख आहे, तू माझ्या शेजारी राहातेस हे सुद्धा सांगितले."

त्यान तिच्याकडे बघितले. त्याला वाटले ती रागवेल.पण तिचा चेहरा निर्विकार होता.

"मग काय म्हणाली ती?"

"तिला तुला भेटायचंय."

"ते कशाला?"

"तुझ्याशी बोलायचंय म्हणाली."

ती विचारात पडली.

"काय हरकत आहे?" त्याने वकिली सुरू केली.

"भेटून काय फरक पडणार आहे?"

"पण असे हातावर हात धरून बसण्याने काहीच फरक पडणार नाही हे तर त्रिकालबाधित सत्य आहे की नाही?"

ती हनुवटीवर हात ठेऊन विचार करू लागली.

"या शरद पौर्णिमेला तिने तिच्या घरी एक फंक्शन ठेवलेय. मौज, मस्ती, गप्पा, गाणी, डिनर."

"आपण रात्री जायचे?" तिने डोळे मोठे करून "कसे शक्य आहे?" विचारलं.

"भीती वाटते?"

“भीती नाही म्हणता येणार.पण ते शक्य नाही रे. आबा, महेश पण परवानगी नाही देणार.”

“त्यांना कशाला सांगायचे?”

“न सांगता जायचे?”

“हो. आपण १२ पर्यंत घरी येऊ परत. कारण मला पण रात्रभर बाहेर राहायचे म्हणजे अशक्य आहे. घरी कारण काय सांगणार ना?”

ती पुन्हा गोंधळलेली.

“यातून नुकसान तर काही होणार नाही ना. समजा नाही पटले तुझे आणि तिचे विचार तर सोडून द्यायचा विषय!

पण एकदा जायला काय हरकत आहे आणि मी आहे ना तुझ्याबरोबर.”

तिला त्याही परिस्थितीत त्याच्या या शेवटच्या वाक्याचे हसू आले आणि कौतुक ही वाटले तो कॉलेजमध्ये जाणारा मुलगा. त्याला स्वत:चे असे वेगळे अस्तित्व, स्थान काहीच नाही. पण हे तारुण्य बोलत होते. नाही म्हणायला त्याने व्यायाम शाळेत जाऊन स्वत:ची तब्येत चांगली ठेवली होती. पण चार लोक अंगावर आले तर काय करणार होता?

तो इतक्या आशेने तिच्याकडे पाहात होता की त्याला नाही म्हणणे तिच्या जीवावर आले.

खरंतर तिला मदत करणे यात त्याचा कोणताही स्वार्थ नव्हता.

“ठीक आहे! तू म्हणतोस तर जाऊ आपण. पण राहायचे नाही.”

तो आनंदित झाला. त्याचा चेहरा फुलला.

“ठीक आहे. मी सात वाजता बाईक घेऊन बाहेर गेटपाशी उभा राहीन. तू तिथे ये. तिथूनच आपण दोघे बरोबर गेलो. तर घरच्यांनाही काहीतरी वेगळे वाटेल.”

“पण सगळे ठीक होईल ना रे?” तिने चिंतातूर आवाजात विचारले.

"यातून नक्कीच काहीतरी चांगले निर्माण होईल. विश्वास ठेव माझ्यावर."

"नक्की." त्याने तिच्या सुंदर चिंताग्रस्त चेहेऱ्याकडे पाहात तिचे गौरेपान नाजूक हात हातात घेतले.

तो त्याला झालेला तिचा पहिलाच स्पर्श होता.

शलाकाने स्वत:च्या रूपावर आरशात शेवटची नजर टाकली.

फिकट गुलाबी रंगाची जॉर्जेटची साडी तिने नेसली होती. त्यावर त्याच रंगाचे स्लीवलेस ब्लाऊज आणि त्यावर काळ्या रंगाचे स्वेटर घातले होते.

केसाची पोनी बांधली होती. तिला या सगळ्या प्रकारची थोडी धास्तीच वाटत होती. आबा आणि महेश यांना न विचारता तिने ते धाडसी पाऊल उचलले होते. ते सुद्धा एका मुलाच्या नादाने. ज्याला जीवनाचा काय अनुभव होता? पण का कोण जाणे, तिचा शंतनूवर विश्वास होता. कसलीही अपेक्षा न करता तो तिला मदत करत होता.

त्यातून नक्कीच काहीतरी फायदा होणार होता.

इतक्यात तिच्या कानावर शिळेचा आवाज आला. तिने ओळखले शंतनू बाहेर गाडी घेऊन उभा आहे. तिने कुलूप घेतले. आतला दिवा विझवला व दरवाज्याला कुलूप लावले. ते लावले नसते तरी तशी काही भीती नव्हती. ती झपझप पावले टाकीत बाहेर आली. शंतनू गाडीच्या टाकीवर मेंडोलीन ठेऊन उभा होता.... त्याने जर्किन घातले होते.

त्याने तिच्याकडे एक नजर टाकली. किती सुंदर दिसत होती ती.

"हे धरून बसता येईल? आपल्याला आंबोलीला पोहोचायला. एक तास लागेल."

"हो"

ती बसल्यावर त्याने तिच्या हातात मेंडोलीन दिले.

"खूप हलके आहे रे."

"हो पोकळ तर असते. निघायचे.?" उतारावर गाडी त्याने इंजिन चालू न करता नेली आणि थोडे पुढे केल्यावर चालू केली.

बाहेर थंडगार हवा होती. डोंगराच्या आडून परातीएवढा फिकट, निस्तेज चंद्र डोकावत होता.

गाडीने वेग घेतला.

ते बाहेर पडले तेव्हा समोर उभा असलेला एक माणूस जवळच्या टेलिफोन बूथमध्ये घुसला व त्याने एक नंबर डायल केला.

"हॅलो! इंद्रजित सरदेसाई हीयर?"

बराच वेळ तो माणूस इंद्रजितला माहिती पुरवत होता.

गाडीने एक वळण घेतले.

"आपण गावातून जाण्यापेक्षा. गावाबाहेरच्या रस्त्यावरून जाऊ."

तो रस्ता थोडासा कच्चा होता. त्यामुळे त्याला गाडी हळू चालवावी लागत होती.

गाडीच्या दिव्याच्या प्रकाशात फक्त समोरचा रस्ताच दिसत होता. बाकी चहूकडे मिट्ट अंधार होता. वर येणाऱ्या चंद्राचा प्रकाश आजूबाजूचा परिसर अजून भेसूर करत होता.

आता मात्र शलाकाला या धाडसाचा मनोमन पश्चाताप होऊ लागला होता.

गाडी आता विस्तीर्ण तलावाच्या बाजूने चालली होती. तलावाच्या गर्भातून एक दिव्य प्रकाश फाकल्यासारखा तिला वाटला.

नेहेमीप्रमाणेच ती भारावल्यासारखी झाली. काय संबंध माझा या तळ्याशी? गेल्या जन्मीचा की या जन्मीचा?

आता गाडी एस.टी. स्टँड मागे टाकून, जिमखान्याचे मैदान पार करून, सुंदरवाडीच्या वेशीबाहेर पडली आणि आंबोलीच्या मार्गाने धाऊ लागली.

रस्ता सुनसान होता. तुरळक एखादे वाहन जायचे. त्यांचा प्रवास चालू होता. मोटारसायकलचा लयबद्ध आवाज वातावरणात मिसळत होता.

इतक्यात एका वळणावर मागून एक भला मोठा अजस्त्र ट्रक अंधारातून अचानक उगवल्याप्रमाणे त्यांच्या मागे आला.

त्याच्या हेड लाईटचा प्रखर प्रकाश त्यांच्यावर पडला. रियर व्ह्यू मिररवरून परावर्तीत होऊन तो शंतनूच्या डोळ्यावर पडला. त्याने तो थोडा बाचकला. पण त्याने थोडा आरशाचा कोन बदलून घेतला.

"त्याला जाऊ दे पुढे," शलाकाने त्याच्या खांद्याला स्पर्श करून सांगितले.

त्याने गाडी थोडी बाजूला घेतली आणि त्या ट्रक वाल्याला पुढे जायचा इशारा केला.

पण त्याच्या आश्चर्याला पारावार उरला नाही जेव्हा तो ट्रक अगदी त्याच्या मागेच आला.... खूप कडेला...

आता त्याचा इरादा स्पष्ट झाला होता. त्याच्या नशिबाने रस्त्याच्या डाव्या बाजूला खडकाळ जमीन होती आणि फार उतार नव्हता.

आता चंद्र बराच वर आल्याने त्याच्या प्रकाशात बऱ्यापैकी स्पष्ट दिसत होते. शंतनूने आटोकाट प्रयत्न केला पण त्या ट्रकचा धक्का त्यांना लागलाच. तरी एक बरे झाले शलाकाने साडी घातल्यामुळे ती एका बाजूला पाय टाकून बसली होती तिने जर तिने ड्रेस किंवा जीन्स घातलेली असती व दोन्ही बाजूला पाय टाकून बसली असती तर तिचा उजवा पाय गेलाच असता.

गाडी त्या धक्क्याने डांबरी रस्ता सोडून कच्या रस्त्यावर बरीच आत गेली. थोडा तोल गेल्यासारखी डगमगली. पण शंतनूने कशीबशी सावरली. शलाकाने त्याला घट्ट पकडले होते. त्यामुळे ती बचावली.

“bastards.” अभावितपणे त्याच्या तोंडून शिवी निघाली.

तो ट्रक आता थांबला होता आणि त्यातून चार लोक हातात काठ्या घेऊन उतरली व त्यांच्या दिशेने येऊ लागली.

“शंतनू.” शलाका घाबरून उद्गारली.

“घट्ट धर मला.”

तिने त्याला अजून घट्ट पकडले. त्याने गाडी सावरली आणि ऍक्सिलेटर फिरवला.

त्याला अंधुक पायवाट दिसत होती. त्याने त्यावरून गाडी पळवायला सुरूवात केली. त्या माणसांनी बघितले की ते निसटून चाललेत. ते पुन्हा ट्रककडे वळाले.

एकाने फेकून मारलेली काठी त्यांच्या अगदी मागे पडली.

खूप पुढे गेल्यानंतर ती पायवाट मेन रस्त्याला मिळाली. ते रस्त्यावर आले. त्यांनी मागे बघितले.तो ट्रक कुठेच दृष्टीक्षेपात नव्हता.

“पण ते नक्कीच पाठलाग करत असणार आणि आपल्याला इजा पोहोचवायचा त्यांचा हेतू होता हे तर खरंच. कदाचित...... कदाचित ठार मारायचासुद्धा?” शलाका उद्गारली.

शंतनू शहारला.

आपण किती मोठ्ठा धोका पत्करतोय!!

शलाका पण आतून बाहेरून घाबरलेली होती. तिने त्याच्या पाठीवर डोके टेकवून त्याला घट्ट पकडून. घट्ट डोळे मिटून घेतले होते. तिच काळीज धडधडत होते.

तिचा श्वासोच्छश्वास जोरात चालला होता.

बंगल्यात पोहोचेपर्यंत दोघांच्या जीवात जीव नव्हता. न जाणो कुठून त्या चंद्र प्रकाशित परिसरामधून काहीतरी भुतासारखे प्रकट होईल आणि त्यांना भिववेल. त्यांना हानी पोहोचवेल. काहीच भरवसा नव्हता.

शेवटी एकदाचे ते बंगल्याच्या गेटपाशी पोहोचले.

श्वेता जणू त्याची वाटच पाहात होती. त्याची गाडी बघितल्याबरोबर ती खाली आली व तिने त्याचे व शलाकाचे दोघांचे स्वागत केले.

शंतनू तिच्याकडे बघून हसला. आज श्वेता अवर्णनीय सुंदर दिसत होती. गंमत म्हणजे तिनेसुद्धा अतिशय तलम मखमली असा गुलाबी रंगाचा अनारकली घातला होता. वरुन कमरेपर्यंत तंग अंगाला बसलेला आणि कमरेपासून अगदी पायांपर्यंत घेर असलेला तो ड्रेस तिच्या शेलाटया शरीरयष्टीला वेगळाच रुबाब, एक डौल देत होता. त्याच्या बाहया पूर्ण लांबीच्या होत्या व त्याच्या कडांवर अस्पष्ट असे सोनेरी वर्ख होते. पांढरा अस्पष्ट डिझाईन असलेला घागरा आणि थोडेसे पांढरे वीणकाम केलेला गुलाबी ब्लाऊझ यामध्ये थोडीशी जागा होती. पण त्यावर तलम गुलाबी वस्त्र असल्याने त्यातून तिचे गोरे पान अनावृत्त पोट अस्पष्ट दिसत होते. श्वेताला जाणवले शंतनूचे लक्ष तिकडेच आहे ते. अत्यंत सात्विक पण कुणाच्या काळजाचे ठाव घेईल अशा सौंदऱ्याचे श्वेता म्हणजे ज्वलंत उदाहरण होते. क्षणापूर्वी झालेला प्राणघातक हल्लासुद्धा तो विसरला.

ती त्याच्याकडे बघून गोड हसली व तिने शलाकाला हाताला धरून आत नेले.

ताजेतवाने होऊन जेव्हा दोघे वर टैरेसवर गेले तेव्हा बरीच माणसे जमली होती.

चंद्र बऱ्यापैकी वर आला होता. आता त्याचा धूसर, तांबूसपणा जाऊन तो आता आपला पूर्ण प्रकाश धरित्रीवर पसरवत होता व सगळीकडे लख्ख प्रकाश पडला होता.

गच्चीवरचे सगळे विजेचे दिवे बंद केले होते. मध्ये मध्ये गोलाकार टेबले ठेवली होती. त्यावर मेणबत्त्या होत्या आणि त्या वाऱ्याने विझू नये म्हणून त्या भोवती काचेचे नक्षीदार आवरण होते व एक फुलांचा गुच्छ होता. हलक्या आवाजात शिवकुमार शर्मा आणि उस्ताद झाकीर हुसेन यांची संतूर वरची जुगलबंदी चालू होती. व ते स्वर चंद्राच्या चांदण्यात सरमिसळ करून वातावरण अजून मदहोश करत होते.

मध्यभागी गोल स्टेज होते.

अर्चनाने पुढे होऊन शलाकाचे स्वागत केले. तिनेही काळ्या रंगाचा सोनेरी वर्ख असलेला अनारकली ड्रेस घातला होता. तेवढयातही शलाकाच्या मनात येऊन गेले की इंद्रजित किती मूर्ख असावा. एवढया प्रसन्न आणि सुंदर स्त्रीला त्याने आपल्या आयुष्यातून जाऊ दिले.

अर्चनाच्या मागे एक रुबाबदार पुरुष होता.

“हॅलो शलाका! कशी आहेस?”

“मी एकदम ठीक. तुम्ही?”

“मी कशी दिसतेय? आणि हो.हे आहो जाहो सोडून दे. आपण मैत्रिणी आहोत. इथून पुढे जिवाभावाच्या आणि आपल्या या भेटीचे सारे श्रेय शंतनूला.” तिने श्वेताच्या शेजारी उभ्या असलेल्या शंतनूकडे कौतुकाने पाहिले. “हा रमेश.कस्टम्स आणि क्लियरंसमध्ये ऑफिसर आहे.” तिने आपल्या मागे उभ्या असलेल्या रुबाबदार तरुणाची ओळख करून दिली.

रमेशने हात पुढे केला हस्तांदोलनासाठी. पण शलाकाने दोन्ही हात जोडून त्याला नमस्कार केला.

त्यानंतर कार्यक्रमाला सुरूवात झाली.

एक युवती आली आणि तिने व्यासपीठावरच्या माईकचा ताबा घेतला.अत्यंत रसिल्या आणि लोभस आवाजात तिने आजच्या कार्यक्रमाचे प्रयोजन आणि आयोजन सांगितले

“नमस्कार.... या शरद पौर्णिमेच्या रात्री आपण सर्व इथे एकत्र जमलो आहोत. हा मणीकांचन योगच आहे म्हणायचे. खरंतर हा

कार्यक्रम आयोजित करण्याचे निव्वळ कारण म्हणजे एकत्र येणे. म्हणजे खऱ्या अर्थाने M2G2 मौज, मस्ती, गप्पा, गाणी, आणि हो त्याबरोबरच शेजारी जे काउंटर्स आहेत, डावीकडे पूर्ण शाकाहारी मेनू आहे. उजवीकडे पूर्ण नॉन व्हेजचे काउंटर्स आहेत. रुचकर पदार्थांची रेलचेल आहे. निसंकोचपणे कार्यक्रम पाहाता पाहाता प्रत्येकाने त्याचा आस्वाद घ्यायचा आहे. करमणुकीच्या कार्यक्रमात कुणीही प्रतिथयश कलाकार नाहीय. पण अट अशी आहे की आज प्रत्येकाने आपली कला सादर करायची आहे. मग त्यात चुटकुले असोत. गाणी असोत.एकादा किस्सा असो. वाचलेली गोष्ट असो व अंगभूत कोणतीही कला असो. जेणेकरून आनंद द्विगुणीत होईल. इथे कुणाला आग्रह केला जाणार नाही. हा आनंद द्यायचा आणि घ्यायचा स्वयंस्फूर्तीचा मामला आहे... तर करू या सुरूवात? सर्वात प्रथम. श्वेता आणि शंतनू हे आज आपले मनोरंजन करणार आहेत. श्वेता एक सुंदर वातावरण खुलवणारं गाणं म्हणणार आहे आणि शंतनू तिला मेंडोलीनवर साथ करणार आहे. श्वेता आणि शंतनू...."

टाळ्यांच्या कडकडाटात दोघ स्टेजवर आले.

शंतनूने कॉलेज Gathering मध्ये त्याने आणि श्वेताने मिळून जे गाणे एकदा सादर केले होते, तेच रिपीट केले.

सर्वांनी खूप कौतुक केले. श्वेताचा आवाज खूपच गोड, लवचिक, पातळ आणि नाजूक होता. शंतनूचे वाजवणे पण तितकेच सफाईदार होते.

त्यानंतर एका मागून एक सर्वजण स्टेजवर येऊन आपापली कला सादर करत होते. कुणी चुटकुले सादर केले. कुणी जोडीने एखादे बेसुर गाणे सादर केले. कुणी विनोद सागितले. अशा तऱ्हेने रात्र पुढे सरकत होती. हास्याची कारंजी उडत होती.

शलाकाने एक गाणे म्हटले. सुमन कल्याणपुरने गायिलेले, शांताराम नांदगावकरांचे लिहिलेले आणि दशरथ पुजारी यांनी संगीत दिलेले समयोचित गाणे गाऊन वातावरण रोमांचित केले होते. **रात्र आहे पौर्णिमेची. तू जरा येऊन जा जाणिवा थकल्या जिवाच्या एकदा ऐकून जा निथळला तो भाव सारा वितळल्या चंद्रातूनी मिसळल्या**

**मृदु भावनाही झोपल्या पानांतूनी जागती नेत्रांतली ही पाखरे पाहून जा पाखरे पाहून जा. जी वाढली पंखाविना सूर कंठातील त्यांच्या जाहला आता जुना त्या पुराण्या गीतिकेचा अर्थ तू ऐकून जा अर्थ तू ऐकून जा फुलवील जो वैराणही रंग तो पाहून जा जो तोषवी अंधासही ओंजळीच्या पाकळ्यांचा स्पर्श तू घेऊन जा**

शलाकाचा आवाज, ते शब्द आणि ते वातावरण यांचा एकत्रित असा काही परिणाम झाला की सगळेच मंत्रमुग्ध झाले.

त्यानंतर केशरी दूध प्यायचा कार्यक्रम होता. कार्यक्रम पाहाता पाहाता सगळ्यांनी काऊंटरवरचे रुचकर पदार्थ खाऊन उदर भरण केले होतेच.

एका कोपऱ्यात दूध पिता पिता अर्चनाने शलाकाला गाठले आणि शलाकाशी बोलणे चालू केले.

“शलाका खरंच तू खूप सुंदर आहेस. उगीच नाही इंद्रजित तुझ्यावर फिदा झाला. मी जरी पुरुष असते ना तरी माझीही तीच अवस्था झाली असती,” ती शलाकाकडे पाहात हसून म्हणाली.

शलाका थोडी लाजली. पण काहीतरी बोलायचे म्हणून म्हणाली.

“आपल्या दोघींची निवड चुकली असेच म्हणावे लागेल.”

“मी पूर्ण फसले. तू चतुर निघालीस म्हणून वेळच्यावेळी बाहेर पडलीस.”

“हं! नशिबाच्या पुढे माणूस जाऊ शकत नाही हेच खरे. बरे कुणाच्या कपाळावर लिहिलेले नसते कोण कसे असते ते. अनुभव घेऊन ठरवणे हेच आपल्या हातात असते. पण हा अनुभव मात्र खूपच जीवघेणा ठरला.”

“मी तुला हॉटेलमध्ये त्याच्या बरोबर बघितले तेव्हाच मला वाटले होते की तुला सावध करावे. पण तू विश्वास ठेवला असतास की नाही देव जाणे.”

"स्वत: मेल्याशिवाय स्वर्ग दिसत नाही. शिवाय प्रेम आंधळे असते. बरे झाले तुम्ही तसा प्रयत्न नाही केला. ते जरी त्याला कळाले असते तरी तुमच्या अडचणीत भरच पडली असती."

"मी त्याच्यापासून दूर झाले आणि सुखी झाले. एकच प्रॉब्लेम आहे. तो सुटला की मी आणि रमेश विवाहबद्ध होऊ."

"ओहह! अरे वा...अभिनंदन......! पण प्रॉब्लेम काय आहे?"

"शार्दूल.....! तो दर रविवारी त्याच्याकडे असतो ना. तेव्हा त्याचा खूप छळ होतो तिथे. मग तो परत घरी आल्यावर इतका बिथरलेला असतो.की त्याला सांभाळता सांभाळता मुश्कील होतं."

"हो हे मात्र खरे. एकदा त्याने माझ्यासमोर शार्दूलला विनाकारण मारले होते."

"का?"

"काही कारण नव्हते. अचानकच. मी विचारल्यावर तो एवढेच म्हणाला" लाडावून ठेवलाय त्याला त्याच्या आईने. पण त्याला सरळ कसे करायचे मला माहीत आहे......!

"शलाका." अचानक अर्चना भावविवश झाली.

शलाकाने चमकून तिच्याकडे पाहिले.

अर्चनाने तिचे हात हातात घेतले.

"तू मनात आणलेस तर तू हा प्रॉब्लेम दूर करू शकशील.माझ्या आयुष्यात पुन्हा बहार आणू शकशील."

"मी! तो कसा?"

"तू कोर्टात साक्ष द्यायची. की तुझ्या समोर त्याने शार्दूल ला विनाकारण मारले ते. म्हणजे सिद्ध होईल की इंद्रजित शार्दूलचा छळ करतो."

"मी?"

“हो शलाका. तू माझ्या आशेचा किरण आहेस. तुझ्यामुळे मला माझा शार्दूल परत मिळेल. माझ्यासाठी एका आईसाठी तेवढे करशील?””

शलाका गोंधळली.

“पण……”

“पण नको आणि बिण नको. एवढी भिक घाल मला तू. मी आयुष्यभर विसरणार नाही तुझे हे ऋण.”

शलाकाला काय बोलावे सुचेना.

अर्चनाने तिचा हात हातात घेतला.

“इंद्रजित त्याचा मानसिक आणि शारीरिक छळ करतो हे सिद्ध करायला ही घटना पुरेशी आहे. त्यामुळे शार्दूलची पूर्ण कस्टडी मला मिळू शकेल आणि माझे सगळे सगळे प्रॉब्लेम खरंच दूर होतील.” अर्चनाच्या डोळ्यात पाणी तरळले.

शलाकाने आपला हात तिच्या हातून हलकेच सोडवून घेतला.

“तुमची सॉरी तुझी मनस्थिती मी समजू शकते. पण इंद्रजित किती उलट्या काळजाचा आहे हे तुला ही माहीत आहे. आणि मलाही. मी आत्ताच येता येता तो अनुभव पुन्हा घेतला”

“का. काय झाले?”

“आत्ता मी आणि शंतनू बाईकवर येत असताना आम्हाला जवळजवळ ठार मारायचाच प्रयत्न झाला.”

“अरे देवा….! कसे झाले हे?”

“एका ट्रकने आम्हाला चिरडण्याचा प्रयत्न केला. नशिबाने आणि शंतनूच्या प्रसंगावधानाने आम्ही वाचलो. मी कोणत्या परिस्थितीतून जाते आहे माझं मला माहीताय. त्यामुळे कोणत्याही परिस्थितीत त्याच्या विरोधात जायची सध्यातरी माझी मनस्थिती नाही. तुला नाही म्हणावे लागतेय याचे मला वाईट वाटते. खरंतर शार्दूलसाठी माझाही जीव तिळतिळ तूटतोय.”

"तुझ्या नाही म्हणण्याने माझ्या आशा पार धुळीला मिळाल्या" अर्चनाच्या डोळ्यात पाणी आले.

अर्चना निराश झाली होती. शलाकाने तिचा हात हातात घेतला.

"नाही तरीसुद्धा.आपण काय करता येईल यावर विचार करू. मला थोडा वेळ द्या."

अर्चनाची नजर खाली वळाली.

"शार्दूल कुठेय??"

"तो झोपी गेलाय टेंटमध्ये. खरंतर आज श्वेताबरोबर झोपायचं होतं त्याला. दिवसभर तसा हट्टही चालू होता श्वेताकडे. पण ती सुद्धा दमलेली होती. म्हणून तिने कसंबसं समजावलंय त्याला. उद्या तिच्याकडेच झोपणार ह्या बोलीवरच तयार झालेत महाराज"

"आई गं. त्याला ही टेरेसवरची मजा एन्जॉय करायला मिळालीच नाही का?"

"नाही ना. दहा वाजताच झोपतो म्हणून नेहमीप्रमाणे आज बाहेर टेंटमध्ये झोपलाय. खूप धाडसी आहे माझं पिल्लू. नेहमी वेगळ्या दुनियेत वावरत असतो. वाघ, सिंह, चोर, पोलीस यांच्या जगात."

"म्हणजे?"

"अ गं त्याला हे मशीनगन्स, पिस्तूल, बंदुका यांच्याशी खेळायला आवडते खूप. रोव्हर कधी वाघ असतो. तो ही साधा नाही नरभक्षक आणि मग त्याची शिकार होते. कधी मी चोर असते, रमेश डाकू असतो आणि हा आम्हाला पकडून तुरुंगात डांबतो."

शलाका हसली. तिला बरे वाटले. कमीत कमी अर्चना त्या विचारातून बाहेर तरी आली होती.म्हणून तिने विषय पुढे सुरू ठेवला.

"हा बाहेर झोपतो.याला भीती नाही वाटत?"

"अजिबात नाही आणि हातात पिस्तूल असेल तर त्याला वाटते तो जगातला सर्वात शूर माणूस आहे. मग ते खेळण्यातले का असेना पिस्तूल."

"अरे वा."

"आता तर काय त्याला हल्ली कधी कधी रमेशचे खरे पिस्तूल मिळते ना रात्री."

"खरेखुरे?"

"अगं हो. तो कस्टम क्लीयरंस आणि एक्साईज मध्ये आहे ना!.पण तो ही त्याला ते देताना गोळ्या काढून घेऊन देतो."

"ओहह. मग ठीक. तरी पण........."

"काही नाही गं, त्याला आवड आहे."

तितक्यात शंतनू आणि श्वेता तिथे आले.

"चला. बारा वाजून गेले निघायचे," शंतनू शलाकाला म्हणाला.

"हे काय? आत्ता जाणार तुम्ही?"

"जायलाच हवे." शंतनू.

"आणि समजा ते लोक रस्त्यातच दबा धरून बसलेले असतील तर? मला शलाकाने सांगितलेय काय झाले तुम्ही येताना ते. माझे ऐका, आज नका जाऊ. अशा या अवेळी. ते लोक अजून दबा धरून बसलेले असायची शक्यता आहे. मी अगदी मनापासून सांगतेय."

रमेशने पण त्याला दुजोरा दिला.

थोडा वेळ शांतता पसरली. शंतनू आणि शलाका दोघांनाही पटले ती म्हणत होती त्यात तथ्य होते.

पण शंतनूला भीती होती. त्याने घरी रात्री उशीर झाला तरी परत येतो म्हणून सांगितले होते. तो नाहीच गेला आणि घरातून प्रश्न विचारले तर उत्तर काय द्यायचे. शिवाय त्याच्या बरोबर आता शलाका होती.

"शंतनू, खरे आहे. मला पण राहून राहून भीती वाटतेय. मघाशी आपण वाचलो खरे." तिच्या डोळ्यात खरंच भीती दाटून आली होती.

श्वेताने पण आग्रह केला की नका जाऊ. उद्या पहाटे पहाटे उठून जा.

आणि मग शंतनूचा नाईलाज झाला. आता घरी फोन करून सांगण्यात पण काही अर्थ नव्हता. सगळे झोपलेले असणार. खूपच उशीर झाला होता.

हळूहळू सगळे आलेले निमंत्रित जात होते. अर्चना व रमेश त्यांना निरोप देण्यात मग्न होती.

तोपर्यंत श्वेता, शलाका आणि शंतनू गप्पा मारत उभे होते.

शंतनूने सहज टेरेसवरून खाली पाहिले. गार हिरवळीवर शार्दूलचा टेंट दिसत होता. बाहेर भला मोठा अल्सेशियन जातीचा रोव्हर दोन्ही पायावर मान टाकून बसला होता. जरा खूट आवाज झाला की तो इकडेतिकडे पाही. जणू टेंटमध्ये झोपलेल्या आपल्या छोटयाशा मालकाच्या रक्षणाची जबाबदारी त्याच्यावरच होती. शंतनूला पण ती टेंटची आयडीया आवडली व कधीतरी आपल्याला पण असेच टेंटमध्ये झोपायला आवडेल असा विचार त्याच्या मनात येऊन गेला.

बंगल्यात सगळी सामसुम झाल्यावर अर्चना रमेश त्यांच्याकडे आले.

"शंतनू, तू आज शार्दूलच्या बेडरूममध्ये झोप. ती रिकामीच आहे. शार्दूल बाहेर झोपलाय ना. एक एक्स्ट्रा बेडरूम आहे तिथे शलाका झोपेल. चल शलाका, मी दाखवते तुला तुझी बेडरूम. श्वेता तू शंतनूला शार्दूलची बेडरूम दाखव. मी रमेशला निरोप देऊन आलेच." ती रमेशबरोबर दरवाज्यापर्यंत गेली.

श्वेता शंतनूला शार्दूलची रूम दाखवायला आली होती. एसी चालू करून दिला.

"श्वेता. एसी नको मला. त्यापेक्षा खिडकी उघडून दिलीस तर मला इथली स्वच्छ.निर्मळ हवा inhale करायला आवडेल."

श्वेता हसली आणि एसी बंद करून तिने खिडकी उघडली.

दोघे खिडकीत उभे होते.

बाहेर प्रचंड मोठे माळरान होते. अधूनमधून कुठेतरी घरातले दिवे दिसत होते. पण संपूर्ण माळरान चंद्रप्रकाशात खूपच अगम्य दिसत होते. शंतनूला आर्थर कॉनन डायल यांच्या 'हॉऊंड ऑफ द बास्कर्व्हील' या कादंबरीमधल्या माळरानाची आठवण झाली. अशाच माळरानांतून तो फ़ॉस्फरस लावलेला मोठा, भयंकर कुत्रा येऊन राजघराण्यातल्या लोकांचे प्राण घेत असे. त्याला माळरानावर लांब तसाच कुत्र्याचा भास झाला.

त्याला क्षणभर वाटले की खिडकी लावून घ्यावी.

तितक्यात शेजारी उभ्या असलेल्या श्वेताकडे त्याचे लक्ष गेले. ती अजून त्याच समारंभातल्या पोशाखात होती आणि खूप गोड दिसत होती.

त्याला राहावले नाही आणि तिला त्याने दोन्ही हात तिच्या कमरेभोवती टाकून तिला जवळ ओढली.

त्याच्या त्या अचानक कृतीमुळे ती बावरली.

"अरे, बघेल कुणीतरी," लटके स्वरात सुटायचा प्रयत्न करत ती म्हणाली.

"कोण बघणार? आज किती सुंदर दिसत होतीस."

त्याच्या डोळ्यात खट्याळपणा आला. तिने विरोध सोडून दिला आणि ती त्याच्या मिठीत सामावली.

"शंतनू, आज मी खूप खुष आहे. केवळ माझ्यासाठी तू शलाकाला इथे घेऊन आलास. मला कळाले रस्त्यात तुम्हाला खूप त्रास झाला? आणि मला माहीताय हे तू सर्व करतोस ते केवळ माझ्यावरच्या प्रेमापोटी. आज शलाका आणि दिदी बोलत होत्या. खुश दिसल्या. अजून मला कळाले नाही त्यांच्यात काय बोलणे झाले. पण नक्कीच काहीतरी चांगले निष्पन्न होईल यातून. thanks शंतनू, त्याचे बक्षीस मी आज तुला देणार आहे."

आणि काही समजायच्या आत श्वेताने आपले तांबूस, ओलसर ओठ त्याच्या ओठांवर टेकवले.

ते काही काम वासनेने पिसाटलेल चुंबन नव्हते. त्यात एक आदर होता. एक पावित्र्य होतं.

श्वेताची नेत्र निरांजानासारखी तेवत होती.

शंतनू खुश झाला.

"आपले चांगले दिवस आले आहेत शंतनू. आता सगळे छान होईल. सगळे खुश. आता मी पूर्ण पणे तुझी. आता कसलीही अट नाही. दुरावा नाही. राजरोसपणे. आपण एकमेकांवर प्रेम करू..." "श्वेता" त्याने तिला घट्ट जवळ घेतले...

"Thanks रमेश. as usual.तुझी खूप मदत झाली. तू खूप थकलेला दिसतोयस"

"हो खूप. पण आज खूप मजा आली. खूप छान वाटले."

"मध्ये बराच वेळ मी तुला शोधत होते. कुठे गायब झालेलास तू?"

"अरे बाबांना जरा अस्वस्थ वाटत होते. म्हणून आईचा फोन होता. त्यांना औषधे देऊन आलो."

"ओहह. काय झालं? म्हणून तू एवढा अस्वस्थ आहेस का? आता कशी आहे तब्येत?"

"nothing to worry! चल बाय, घे काळजी." तो अत्यंत घाईघाईने तिथून निघून गेला. त्याचं तिलाही जरा आश्चर्य वाटले. बहुतेक त्याच्या वडिलांची तब्येत बरी नसावी म्हणून तो लगबगीने गेला असावा. तसा त्यांना बीपी, डायबेटीसचा त्रास होताच. दुसऱ्या दिवशी त्यांना भेटून त्यांच्या तब्येतीची चौकशी करायचे तिने नक्की केले व ती झोपायला आपल्या बेडरूमकडे वळाली.

शंतनूची बेडरूम बंगल्याच्या मागच्या बाजूला होती. शलाकाची पुढे दर्शनी भागात होती. तिच्या बाल्कनीतून गेट, उभी असलेली कार, शार्दूलचा टेंट, त्यासमोर बसलेला रोव्हर सगळे दिसत होते.

साधारण एक वाजता झोपायला जाण्यापूर्वी ती थोडा वेळ बाल्कनीत उभी राहिली.

चांदण्यात किती सुंदर दिसत होता तो परिसर.

पलीकडून जाणारा भरगच्च झाडीतून अधूनमधून दिसणारा छोटासा डांबरी रस्ता.

धुक पसरलेलं...

एखादया गूढ चित्रपटात असतं अगदी तसं वातावरण होतं.

आता झोप तिच्या पापण्यावर अलगद उतरत होती. आत येऊन बेडवर पहुडली पूर्ण विचार करत. तो ट्रक, त्यातली माणसे, शंतनूचे प्रसंगावधान.

आता परिस्थिती जास्त बिघडणार.

इंद्रजित आता अजून पेटून उठणार.

ती अर्चनाला भेटली हे त्याला आता कळाले होते. तो आता आणखीन पिसाळणार होता.

आपण शंतनूच्या नादाला लागलो ही फार मोठी चूक हे तिला आता पूर्ण जाणवले होते. इथे येऊन फायदा तर काहीच झाला नाही. उलटे हे प्रकरण फारच गंभीर झालेय. अंगाशी येईल असे वाटायला लागलेय. महेश आणि आबांना तिचा हा आततायीपणा कळाला तर ते अजून एक वेगळे वळण लागणार होते. पण तिला हे कळेना, ती जर इंद्रजितची माणसे होती तर त्याला कळाले कसे की ते दोघे इकडे येणार आहेत ते?

अर्चनाने कोर्टात साक्ष देशील का म्हणून विचारले ते तिच्या स्वार्थासाठी. शेवटी प्रत्येक जण स्वत:चाच विचार करतो हे तितकेच खरे. पण अजून एक गोष्ट खरी आहे, इंद्रजितने चांगलेच कचाट्यात धरलेय तिला. तिलाच का आपल्यालासुद्धा. बरं, समजा दिली आपण कोर्टात साक्ष तर काय होणार? अर्चनाला शार्दूलची पूर्ण कस्टडी मिळेल. त्यात शलाकाचा काय फायदा? उलटपक्षी इंद्रजित अजून हात धुऊन लागणार होता तिच्या मागे.

तिने ठरवले. आता महेश म्हणतो तसे इथे राहायचेच नाही. काही वर्षे परदेशात जाऊन राहायचे.

तिचे नातेवाईक होते काही न्यू जर्सी मध्ये.

तिचे डोळे मिटायला लागले व ती झोपेच्या आधीन झाली.

मध्येच कधीतरी कसल्यातरी आवाजानं शलाकाला जाग आली.

थोड भान येईपर्यंत तिला वेळ लागला. ते नेहमीच ठिकाण नव्हतं. ती कुठेतरी वेगळ्याच ठिकाणी होती. मग तिला आठवलं, आपण आंबोलीला आहोत - अर्चनाच्या घरी. श्वेताच्या बेडरूममध्ये. किती वाजले होते देव जाणे.

पण मग तो आवाज कसला होता?

काहीतरी खाली पडल्याचा?

दिवाळीतल्या फटाक्याचा?

पिस्तुलाच्या गोळीचा? छ्या! हा विचार कसा काय आला? पिस्तुलाचा आवाज? तो आवाज तिने फक्त चित्रपटातच ऐकला होता. पण तसाच काहीसा होता.

तिने पुन्हा झोपायचा प्रयत्न केला. पण आता तिला झोप येईना.

तिचा घसा कोरडा पडला होता.

पाण्याची नितांत गरज होती तिला. श्वेताला पाण्याचा जग भरून ठेवायला सांगायला हवा होता.

शंतनू आणि श्वेता गाढ झोपले असतील?

किती छान जोडी आहे दोघांची अनुरूप. त्यांना पण तो आवाज आला असेल का?

तिला काही काळ इथे वावरल्याने घराची रचना माहीत झाली होती. खाली जाऊन फ्रीजमधून पाण्याची बाटली आणावी म्हणून ती

जिना उतरून चाचपडत खाली आली. जिन्यात निळ्या एलइडी बल्बचा मंद प्रकाश होता.

किचनमध्ये गेली आणि तिने किचनचा दिवा लावला.

तिने फ्रीज उघडला. त्यातली एक पाण्याची बाटली काढली. दोन घोट पाणी पिऊन तिने घसा ओला केला. तिला बरे वाटले.किचनमध्ये सगळा पसारा होता.

पुढे होऊन लाईट बंद करणार इतक्यात तिला एक लॅपटॉप दिसला.

किचन मध्ये? त्यातून एक एन्व्हलप बाहेर आलेले दिसत होते.

तिने ते एन्व्हलप उचलले.

आणि तिला आश्चर्याचा धक्का बसला.

त्यावर तिचे नाव आणि पत्ता होता.

तशाही परिस्थितीत तिला घाम फुटला.

एखादं पिशाच्च दिसावं तशी ती त्या एन्व्हलपकडे पाहात राहिली. तिथे अजून काही एन्व्हलप्स होती. प्रत्येकावर तिचे नाव आणि पत्ता होता.त्यातले एक एन्व्हलप घेऊन ती पुन्हा आपल्या बेडरूममध्ये आली.

त्या बंगल्यात स्मशान शांतता होती. टाचणी पडेल तर आवाज होईल इतकी शांतता. ती पुन्हा हळूहळू जिन्याने वर आली. आता तिच्या अंगातले त्राण गेले होते. त्या एन्व्हलप्सनी तिच्या मनात खळबळ माजवली होती. इतक्यात खाली गाडीचे इंजिन सुरू झाल्याचा आवाज आला.

अरेच्या एवढ्या उशिरा? तिला राहावलं नाही व ती पटकन उठून बाल्कनीत आली.

एक कार गेटच्या बाहेर पडत होती.

गाडी गेटच्या बाहेर पडली. तिने डावीकडे एक वळण घेतले व दिसेनाशी झाली.

धुक्यातून असपष्ट होणाऱ्या कारच्या मागच्या लाल दिव्याकडे ती पाहात होती.

आत्ता या वेळी कोण असेल? तिने खांदे उडवले.

त्यानंतर ती झोपू शकली नाही. तिला पत्रे पाठवण्यात अर्चनाचा काही हात होता?

पण ती का करेल असे काही? आज प्रथमच तिची ओळख झालीय.

छ्या!...तिचे डोके फिरायची वेळ आली.

वेगवेगळे विचार आणि स्वप्नांनी ती विचलित झाली होती. पहाटे पहाटे तिचा कधीतरी डोळा लागला. पण ती झोप चित्र विचित्र. भीतीदायक स्वप्नांनी चाळवलेली होती.

श्वेताने तिला हाक मारून जागे केले तेव्हा तिला जाग आली.उठून तिने बेडरूमचे दार उघडले. बाहेर श्वेता प्रसन्न मुद्रेने उभी होती...... फुलासारखी.

"लागली ना झोप?" हसत विचारले. किती निरागस आणि टवटवीत दिसत होती श्वेता. मग श्वेताचे तिच्या लाल झालेल्या डोळ्याकडे लक्ष गेले.

"ओह! झोप झालेली दिसत नाही. जागा बदलली की बरेच वेळा असे होते."

"श्वेता! रात्री तुला कसला आवाज आला?"

"नाही तर. कसला?"

"जाऊ दे! शंतनू कुठे आहे?"

"खाली शंतनू.वाट पाहातोय. तयार होऊन बसलाय.सारखं टुमणं लावलंय. जायची घाई करतोय. घरी गेले पाहिजे, घरी गेले पाहिजे." शलाकाच्या डोक्यात वेगळेच विचार चालू होते. जरी आता स्वच्छः सूर्यप्रकाशाने रात्रीचे अशुभ सावट दूर झाले होते तरी तिच्या मनात त्या

घटनांची अस्पष्ट पडछाया डोकावत होती. अगदी ते स्वप्न होते की आभास होता की सत्य होते ह्या सीमारेषेवर रेंगाळताना तिच्या जवळचे एन्व्हलप तिला जाणीव करून देत होते की ते सत्य होते.

दोघी खाली आल्या.

शंतनू डायनिंग टेबलवर बसला होता. सर्कशीतला सिंह जसा स्टुलावर बसतो तसा. तो खूप टेन्शनमध्ये दिसत होता.

शलाकाने बेसिनजवळ जाऊन तोंडावर थंड पाणी मारले व चेहरा टिपत ती डायनिंग टेबलवरची खुर्ची सरकवून बसली. श्वेताने चहा करून ठेवला होता. समोर बिस्किटे होती. शंतनू चहाचे घोट घेत होता.

तिने शंतनूकडे पाहिले. तो अस्वस्थ दिसत होता.

"शलाका. सात वाजलेत.आपल्याला निघायला हवे. आज घरी गेल्यावर माझे काही खरे नाही."

"तुला रात्री कसला आवाज ऐकू आला?" शलाकाला राहावले नाही व तिने त्याला विचारलेच.

"कसला आवाज? छे! इतकी गाढ झोप लागली मला की विचारू नकोस."

"मला पण छान झोप लागली होती." श्वेता म्हणाली." पहाटे. दिदीने उठवले तेव्हा मला जाग आली."

"दिदी झोपलीय? दमली असेल ना. कालची दगदग आणि जागरण" शलाका.

"नाही. ती गोव्याला गेली पहाटे?"

शलाकाला एक गाडी बाहेर जाताना बघितल्याचे आठवले. तो आवाज झाल्यानंतर साधारण अर्ध्या तासाने.

"अचानक? गोवा?"

"नाही. अचानक नाही. It was planned. शार्दूलची शाळेची ट्रीप जाणार आहे गोव्याला आणि तिला त्याला शाळेत सोडायचेच होते. पण

या गडबडीत ती ते विसरूनच गेली होती. मग सकाळी रमेश अंकल आणि ती दोघे त्याला घेऊन गेलेत असं तिने मला सांगितले."

"ओहहह! "शलाका उद्गारली." हो मी कार गेटमधून बाहेर जाताना बघितली"

चहा पिऊन झाल्यावर शंतनू उभा राहिला.

"अरे बस तिचा चहा तर पिऊन होऊ दे." श्वेताने हसून म्हटले. "किती घाई.? तरी बरे मुलगाच आहेस."

"तसे नाही श्वेता. तुला माहीत नाही एक तर मी रात्रभर बाहेर राहिलोय न सांगता. दुसरे शलाका आहे बरोबर."

शलाकाला त्याचे पटत होते.

"हो चला. निघू! श्वेता काही वाटले तर फोन कर"

श्वेताचा निरोप घेऊन औपचारिक बोलणी होऊन श्वेताला गेट पाशीच उभे सोडून दोघे बाहेर पडले.

बाहेर हिरव्यागार गवतावर शार्दूलचा टेंट एकाकी उदास उभा होता.

गाडी मार्गाला लागली.

शंतनू अंमळ वेगात गाडी चालवत होता.

रात्रीचे भयाण, भेसूर वातावरण व साकळलेले विचार सकाळच्या कोवळ्या उन्हांनी कुठल्या कुठे पळवून लावले होते. सकाळचे गार गार वारे चेहऱ्यावर घेत शलाका सर्व घटनांचा त्रयस्थपणे विचार करत होती. तिला राहून राहून त्या एन्व्हलप्सचे आश्चर्य वाटत होते. तिकडे अर्चनाच्या घरी काय करत होती? काय गौडबंगाल असावे? शंतनू आत्ता त्याच्या चिंतेत इतका गढला होता की तो जास्त बोलत ही नव्हता. त्याला याबद्दल निवांत सांगावे. पण हे एन्व्हलप

महेशला दिल तर तो काहीतरी प्रकाश पाडू शकणार होता.

काल जिथे त्यांना ट्रकने उडवायचा प्रयत्न केला होता. त्या जागेवर आल्यावर शलाकाची नजर उगीच सगळ्या परिसरावरून फिरली.

ती जणू शोधात होती की ते अजून तर त्या जागी लपून बसले नव्हते ना. पण रात्री जेवढी भीती वाटली होती ते वढी आता काहीच वाटत नव्हते.

ते निर्धोकपणे घरी पोहोचले.

घरी गेल्यावर जसे शंतनूला अपेक्षा होती तसेच घडले.

घरी गेल्यावर शंतनूला जाणवलेच. घरातले वातावरण नेहमीसारखे नव्हते.

विश्वासराव आराम खुर्चीत पेपर वाचत बसले होते.

त्याला बघितल्यावर विश्वासरावांना हायसे वाटले. पण त्यांच्या कपाळावर एक सुक्ष्म आठी आली. शंतनूच्या नजरेतून ती चुकली नाही.

शंतनूला खूप अपराधी वाटले. त्यांना प्रश्न विचारून द्यावा की आपणहून सॉरी म्हणावे शंतनू संभ्रमात पडला.

तो त्यांच्यासमोर खाली मान घालून उभा राहिला.

"I am Sorry पापा."

विश्वासरावांच्या कपाळावरची आठी नाहीशी झाली व चेहेऱ्यावरच्या रेषा मृदू झाल्या. त्याचा आवाज ऐकताच सुलभादेवी आतून पदराला हात पुसत बाहेर आल्या.त्यांचा चेहरा लाल झाला होता. जाणवत होते की मोठ्या मुश्किलीने त्या स्वत:वर नियंत्रण ठेवत होत्या. बहुतेक विश्वासरावांनी त्यांना ताकीद दिली असावी. नाहीतर नेहमीच्या सवयीप्रमाणे त्यांनी बराच गोंधळ घातला असता.

"फोन का नाही केलास? काळजी लागून राहाते."

"खूप उशीर झाला होता."

"कुठे होतास रात्रभर?"

"श्वेताकडे."

"बरोबर कोण होते?"

"शलाका"

"तिलाच का नेली होतीस? शमाला घेऊन जायचे."

"त्याला तसे कारण होते. पप्पा"

"बैस. आणि मला सविस्तर सांग सगळे."

शंतनूने त्यांना मग अथ पासून इति पर्यंत सगळे सांगितले. त्यात इंद्रजित, अर्चना, शलाका, यांचे संबंध आणि त्याचा त्यामागचा उद्देश हे सर्व सांगितले. श्वेताच्या घरी जातानाचा ट्रकचा प्रसंगसुद्धा त्याने सांगितला.तो ऐकताना विश्वासराव गंभीर झाले.

"कोण असणार ती माणसे?"

"कल्पना नाही पण. त्या इंद्रजित सरदेसाईने पाठवलेली असावीत असा शलाकाचा अंदाज आहे."

"हे बघ. आपण सामान्य लोक आहोत आणि या मोठ्या लोकांपासून आपण दूरच राहायला हवे. काल काही बरेवाईट झाले असते तर? ज्या पासून चांगले काहीच निष्पन्न होत नाही अशा गोष्टीपासून चार हात लांबच राहायला हवे."

ते थोडा वेळ थांबले.

शंतनूच्या मनात येऊन गेले. की आपण का त्यात पडलो ते सांगून टाकावे. पण त्याने गप्प राहाणे पसंत केले.

"Everything that glitters is not Gold' ती मुलगी कशी आहे काय आहे आपल्याला काहीच माहिती नाही.आणि मी तुला सांगतो की तिच्यापासून दूर राहा. अगोदरच अभ्यासाच्या नावाने बोंब आहे."

"पण मी तिच्याशी बोललोय पप्पा. ती परिस्थितिने गांजलेली आहे."

"तुझा अनुभव किती? काय अनुभव आहे तुला जगाचा?तो तिचा कोण चुलत भाऊ की मामे भाऊ येतो. रात्री अपरात्री तिच्याकडे. त्याच्याबरोबर ती रात्री अपरात्री बाहेर जाते...त्यांच्यात काय संबंध

आहेत आपल्याला काय माहिती. जग मोठं फसवं असतं. सावध राहायला हवं आपण.”

“तिचा मामे भाऊ आहे तो.”

“दोन दिवसापूर्वी रात्री बाहेर गेले होते.”

“सिनेमाला गेले होते ते”

“कशावरून? तू तिकीट पाहिलीस? जसे दिसते तसे नसते या जगात.”

शंतनू हतबुद्ध झाला.

विश्वासराव पुढे बोलणार होते. पण तेवढयात शमा आली कॉलेजमधून म्हणून त्यांनी आवरते घेतले. सुलभादेवींना पण बरेच काही बोलायचे होते पण ते राहून गेले.

शंतनूची सुटका झाली. तरीसुद्धा जाता जाता शेवटी ते एकच वाक्य बोललेच.

“कोणी बुडत असेल तर त्या बरोबर बुडणे म्हणजे सर्वनाश. त्यासाठी स्वत: तेवढे सक्षम असणे आवश्यक आहे. तेव्हा प्रथम आपला मार्ग, आपली प्रगती, शिक्षण. हे सगळे सोडून परमार्थ अनाठायी. तेव्हा आता तिच्याकडे लक्ष देणं कमी करा आणि अभ्यासावर जास्त लक्ष केंद्रित करा.”

शलाका झोपाळ्यावर महेशची वाट बघत उदास बसली होती.

तिला कशाचा काही अर्थच कळत नव्हता. तिने नुकताच महेशला फोन केला होता. अर्जंट येऊन भेटून जा म्हणून

तिला येत असलेली एन्व्हलप्स अर्चनाच्या घरात कशी काय होती? म्हणजे तिला जी धमकीवजा पत्र येत होती ती अर्चना पाठवत होती?

तिचा काय संबंध होता या सगळ्याशी? तिला काय फायदा?

आपण श्वेताकडे जाणार हे फक्त अर्चनाला माहीत होते. इंद्रजितला माहीत असायची कितपत शक्यता होती?

आपल्या जीवावर उठून अर्चनाला काय फायदा?

ते एक पत्र आणलेले ती पाहात होती.

अशी बरीच पाकिटे तिथे होती, ज्यावर केवळ तिचे आणि तिचेच नाव आणि पत्ता होता. शिवाय तो लॅपटॉप.

हे नक्कीच कुणाचे तरी.काहीतरी षड्यंत्र होते.

तितक्यात महेश तिथे आला. तो युनिफॉर्ममध्येच होता.

"बोल, का बोलावलंस? मी पोलीस स्टेशनला चाललो होतो. सगळं ठीक आहे ना?"

"नाही. काही ठीक नाही. तू रागावणार नसलास तर तुला काही सांगायचेय मला"

"सांग ना!"

"काल मी एक धाडस केले.पण तुला खरं सांगते महेश, मी मनातून खूप घाबरलेय. राहून राहून मला असं वाटतेय की या जगात मी एकटी पडलेय. आणि सगळे जग माझ्या विरोधात आहे."

"काय बोलतेस? नीट सांग ना काय झाले ते…!"

"काल मी एक धाडस केले. शेजारी तो मुलगा राहातो ना शंतनू त्याच्या सांगण्यावरून त्याच्या बरोबर मी आंबोलीला गेले होते, अर्चना इंद्रजित सरदेसाईकडे."

"आंबोलीला?"त्याच्या कपाळावर सुक्ष्म आठ्या उमटल्या "ते का?"

"अर्चनाला भेटायला."

मग तिने त्याला जे घडले ते संपूर्ण जसेच्या तसे सांगितले. त्यात शंतनू आणि श्वेताची ओळख, मग शंतनूची आणि तिची ओळख कशी झाली, मग शंतनूची दोघींना एकत्र आणायची कल्पना, ती अर्चनाकडे जायला कशी राजी झाली, जाताना त्या ट्रकने केलेला पाठलाग आणि

त्यांना चिरडण्याचा केलेला प्रयत्न मग तिथे जाणे, कार्यक्रम, तिथेच झोपणे, रात्री कसल्यातरी आवाजाने जाग येणे, मग ते एन्व्हलप मिळणे, त्यावर तिचेच नाव आणि पत्ता बघून तिला बसलेला धक्का, लॅपटॉप, ती रात्री कार बाहेर जाताना पाहाणे, सर्व सर्व इत्थंभूत सांगितले.

त्याचा चेहरा गंभीर झाला होता.

"हे बघ त्यातले एक पत्र मी घेऊन आलेय. तुझा विश्वास बसावा म्हणून."

तिने ते पाकीट त्याच्या हातात दिले. त्याने हलक्या हाताने ते पाकीट हातात घेतले उलटेसुलटे करून बघितले. त्याचा वास घेतला व मग त्याने तिच्याकडे बघितले.

"मी हे पाकीट फिंगर प्रिंट ब्युरोकडे पाठवतो. कुणाच्या बोटाचे ठसे मिळतात का पाहू. दुसरे अर्चना सरदेसाईच्या घराचे सर्च वॉरंट मिळते का ते ही पाहातो. कितपत यश येईल शंकाच आहे. पण प्रयत्न करायला काय हरकत आहे."

त्याने तिच्याकडे पाहिले. तिचा चेहरा उतरलेला होता. डोळ्यात पाणी यायचेच बाकी होते.

"तू तिकडे जाताना.मला तरी कल्पना द्यायची होतीस. असो.जे झाले ते झाले. त्यामुळे एक महत्त्वाचा क्लू तरी आपल्या हाती लागला. पण तुझ्या जीवावर बेतले होते त्याचे काय?"

त्याने घड्याळाकडे नजर टाकली, "चला नऊ वाजून गेलेत. पळायला हवे. तुला कळवतो काय ते. अन आता काळजी घे. आणि काहीही धाडस करण्यापूर्वी मला विचारत जा."

तिने कळेल न कळेल अशी मान हालवली.

तिचा निरोप घेऊन तो निघाला. व थेट पोलीस चौकीत पोहोचला.

चौकीत नेहमीचेच दृश्य होते. मोटारसायकल पार्क करून तो आपल्या केबिनमध्ये गेला. पलीकडच्या टेबलवर हवालदार मारामारीच्या केसचा पंचनामा लिहून घेत होता.

त्याला खरे कंटाळा आला होता या सर्व गोष्टीचा. एके काळी शांत असलेले सुंदरवाडी का बरे इतके ढवळून निघाले होते?

डॉ. अग्रवालच्या मृत्यूपासून त्याची मनःशांती ढळली होती. त्यांच्या मृत्यूचे रहस्य तसेच रहस्य म्हणूनच राहिले होते. सायमन नावाच्या एका भाडोत्री गुंडाचा निर्घृण खून, त्याचे ही धागे दोरे मिळत नव्हते. आणि आता हे शलाकाला येणाऱ्या पत्राचे गूढ. त्या दोघांना पूर्ण खात्रीहोती की ते इंद्रजितचेच कारस्थान होते. मग अर्चना सरदेसाईचा सहभाग यात कुठून आला? की अजूनही त्या दोघांचे संबंध आहेत? दुनियेला दाखवायला ते विभक्त झालेत? त्याच्या सांगण्यावरून तर ती पत्रे नव्हती ना पाठवत?

टेलिफोनची रिंग वाजली.

त्याने फोन उचलला.

“हॅलो. मी रॉयल गोल्फ क्लबचा मॅनेजर थोरात बोलतोय. इथे क्लबच्या बाहेर झाडीत एक कार पहाटेपासून उभी आहे. आणि त्यात एक माणूस आहे.”

“त्याचे काय झाले?”

“कार बंद आहे आणि आतला माणूस निपचित पडून आहे. तो स्टीयरिंग वर झुकलेला आहे आणि त्याचा चेहरा दिसत नाहीय.”

“ठीक आहे. कुणाला तरी पाठवतो”.

प्रथम इन्स्पेक्टर महेशला वाटले की सब इन्स्पेक्टर चौधरीना पाठवून द्यावे. पण त्याच्या मनात काय विचार आला. या पोलीस स्टेशनच्या बाहेर तर पडता येईल. उबग आलाय खरा.

एका हवालदाराला घेऊन महेश जीपने गावाबाहेरच्या रॉयल क्लबपाशी पोहोचला. तेव्हा लांबूनच त्याला दिसले, एक अलिशान कार बाहेर उभी होती. आजूबाजूला दाट झाडी होती. तुरळक लोक आत पाहायचा प्रयत्न करत होते. ज्यांचं बघून झालं ते थोडे लांब जाऊन उभे होते.

पोलिसांची जीप दिसताच तिथे थोडी हालचाल झाली. सगळे जण कार भोवती जमा झाले.

"चला इथे गर्दी करू नका. लांब उभे राह…"

त्याने गर्दी पांगली. मॅनेजरने सांगितल्याप्रमाणे तो माणूस कोण आहे हे कळत नव्हते. पण त्याच्या अंगावर भारी कपडे होते व तो बहुदा जिवंत नसावा असेच वाटत होते. रात्रीच्या दवाने खिडकीवरून पाण्याचे ओघळ वाहात होते. त्यामुळे आतले स्पष्ट दिसत पण नव्हतेआणि फिंगर प्रिंट ब्युरो फोटोग्राफर आल्याशिवाय काहीच करता येत नव्हते.

त्याने की मेकरवाल्याला बोलावून घेतले व कारचा दरवाजा उघडला.

महेशने आत वाकून बघितले. हात लावल्यावर आला जाणवले त्याचे शरीर थंड होते. त्याने त्याला मागे सीटकडे ढकलले.

आणि त्याला धक्का बसला.

त्याच्या छातीतून रक्त येऊन ते आता साकळले होते.

त्याच्या छातीत गोळी लागली होती.

त्याचा देखणा गोरापान गुलाबी चेहरा एकदम काळवंडला होता. निस्तेज व मरताना झालेल्या वेदनेने वेडावाकडा झाला होता.

तो इंद्रजित सरदेसाई होता.

शलाका मांजराबरोबर खेळत होती. एका दोरीला पुढे रुमाल लावून ती हालवत होती आणि मांजर त्याच्यावर झडप मारत होते. पंजाने त्याला पकडायचा प्रयत्न करत जमिनीवर झोपून चारी पायांनी त्या रुमालाला पकडायचा प्रयत्न करत होती. तिला खूप गंमत वाटत होती. त्या मांजरीला कळूनसुद्धा केवळ शलाकाला खुश करण्यासाठी हे नाटक करत होती की तिला हे काहीतरी उंदरासारखे सजीव वाटत होते? ती सुद्धा नाही का आत्ता मांजराशी खेळायचे नाटकच करत

होती. तिचे लक्ष होते शंतनूकडे. त्याची आता ही कॉलेजला जायची वेळ होती. त्याला बघितले की बरे वाटायचे तिला.

इतक्यात तिचा मोबाईल वाजला. महेशचा फोन होता. आत्ता तर तो गेला मग फोन? तसंच काहीतरी महत्त्वाचं असणार.

"Shalaka! Indrajit Sardesai is no more. He is Murdered. Shot to death." महेशचा आवाज.

तिचे डोळे विस्फारले. शलाकाला क्षणभर समजेना ती काय ऐकतेय. ऑफिसमध्ये प्रथमच प्रवेशणारा इंद्रजित, तिच्यासमोर बसून बोलणारा इंद्रजित, तिला हॉटेलमध्ये रागाने लाल झालेला इंद्रजित, तिचा हात मुरगाळणारा इंद्रजित आणि आता मृत इंद्रजित क्षणभरात डोळ्यासमोरून तरळून गेले.

"काय काय?"

"इंद्रजित सरदेसाईचा खून झालाय शलाका."

स्वत:ला सावरून तिने विचारले.

"कुणी केला?"

"त्याचा तपास अजून लागायचाय. पण गावाबाहेरच्या जिमखान्या जवळच्या रॉयल क्लबच्या आवारात त्याचा मृतदेह त्याच्याच गाडीत मिळाला."

"ओह माय God." याची तिने कल्पनाच नव्हती केली.

"इथे मी त्याच लोकेशनवर आहे. गडबडीत आहे. नंतर बोलू. तुला नंतर भेटतो. चल बाय."

मोबाईल कट झाला तरी कितीतरी वेळ ती तो कानाशी धरून होती. मग तिच्या बऱ्याच वेळाने लक्षात आले की मोबाईल कट झालाय.

हसावं की रडावं हेच तिला कळत नव्हतं.

आता तिला लपून राहायची काहीच गरज नव्हती. तिचे सगळे प्रॉब्लेम्स एका क्षणात नाहीसे झाले होते.

पण हे झाले कसे?

जो जसे करतो तो ते तसे भरतो या उक्तीवर तिचा विश्वास होता आणि त्याचा शेवट तसाच झाला होता.

पण कुणी मारले असेल त्याला?

अर्चना? तिच्या डोळ्यासमोर पहिले नाव तिचेच आले तसं त्यात काही तथ्य नव्हतं. तिला भेटल्यावर तिच्याकडे बघितल्यावर ती असं काही करेल यावर कुणाचाही विश्वास बसला नसता. पण प्रथमदर्शनी इंद्रजितच्या मृत्यूमुळे सर्वात जास्त फायदा तिचाच तर होता. पिस्तूल तिला अगदी सहज मिळणे शक्य होते. मग तिला आठवले, काल रात्री आलेला तो आवाज कशाचा आहे. याचं तेव्हा तिला आकलन झाले नव्हते पण तो पिस्तुलाचाच होता तिला आता खात्रीझाली. पण त्याची डेड बॉडी रॅायल क्लबपाशी सापडली असं म्हणाला होता महेश. हे काही जुळत नव्हते.

शार्दूलची त्याच्या कचाट्यातून सुटका होणार होती. शिवाय सर्व संपत्तीचा एकुलता एक वारस शार्दूल तर होता. ती जरी एक रात्रभर अर्चना बरोबर होती तरी तिला ती तशी वाट ली नव्हती. पण कुणाचे काय सांगावे. तिचे ते अचानक रात्री जाणे. त्यात ही काही गौडबंगाल नक्कीच असावे.

तिची खात्रीझाली.

ती दरवाजात आली. शंतनू बाहेर कॉलेजला जायला निघालाच होता. त्याला गाठून ही बातमी दिलीच पाहिजे.

तिने दरवाजा ओढून घेतला व पायात स्लीपर सरकवून लगबगीने पेरूच्या झाडामधून ती गेट पर्यंत गेली तेवढ्यात शंतनूची मोटारसायकल तिथपर्यंत पोहोचली होती.

"मास्टरजी."

शंतनूने पाहिले. शलाका पेरूच्या झाडाखाली उभी होती. त्याने गाडी थांबवली.

"मला तुझ्याशी बोलायचेय महत्त्वाचे."

"चर्चपाशी येऊन भेटतेस? बाबा दरवाजात उभे आहेत."

"घरी चल की."

"नको. तुला कारण नंतर सांगतो. तू तिकडे येऊन भेट," तो दबक्या आवाजात म्हणाला.

शलाका चटकन हो म्हणाली. किती परिस्थिती बदलली होती इंद्रजितच्या मृत्युमुळे. तिच्यावरची टांगती तलवार दूर झाली होती.

त्याच्याशी फारकत झाल्यापासून ती एकदाच बाहेर पडली होती. शंतनू बरोबर आंबोलीला जायला आणि तेव्हासुद्धा त्याने गोंधळ घातलाच होता.

"घरी का येत नाहीस?"

"सांगतो तुला."

"बरं येते."

शंतनू.चर्चपाशी थांबला होता. अमंळ वार सुटलं होतं. वावटळ यायची शक्यता होती.

शंतनूला शलाका येताना दिसली.

तो चर्चच्या जवळ एका निर्मनुष्य ठिकाणी थांबला होता. डॉ. अग्रवाल यांचा खून म्हणा, अपघात म्हणा ज्या चर्चजवळ झाला होता ते मोठे चर्च गावाबाहेर होते आणि हे छोटे पांढऱ्या रंगाचे चर्च गावातच होते.

गाडी स्टॅंडवर लावून तो गाडीवरच बसला होता. तिला पाहातच उभा राहिला.

ती धापा टाकतच आली.

चालल्यामुळे घामाचे बिंदू तिच्या गोऱ्यापान गुलाबी चेहेऱ्यावर उमटले होते.

"घरी का नाही आलास?"

"माझ्या अपेक्षेप्रमाणे जे घडायचे होते ते रामायण घडले. पप्पा खूप अपसेट झालेत. कालच्या आपल्या रात्रभर बाहेर राहाण्याने. मला त्यांनी तुला भेटायची बंदी केलीय." त्याने चेहरा दु:खी केला.

"तुला माहीत आहे? इंद्रजितचा खून झाला आहे." तिला ती बातमी त्याच्या कानावर घालायची घाई होती. त्यामुळे त्याने सांगितलेल्या विश्वासरावांनी त्यांना भेटायला बंदी घालायच्या बातमीकडे दुर्लक्ष करून तिने आपली बातमी दिली.

"काय सांगतेस?" तो ही ती बातमी ऐकून उडालाच. शलाकाने असली थट्टा कधीच केली नसती.

"हो आत्ताच महेशचा अर्ध्या तासा पूर्वी फोन आला होता. तो तिथेच आहे रॉयल क्लबजवळ. तिथेच त्याचा खून झालाय."

शंतनूला शॉक बसला.

त्याने तिच्या डोळ्यात पाहिले.

सशांसारखे भाव होते तिच्या डोळ्यात.

"मला तुला खूप सांगायचेय.सकाळी तू खूपच गडबड केलीस त्यामुळे मला बोलता आले नाही. बसू या का तिकडे पायरीवर?"

दोघे पायरीवर बसले.

"हे बघ आज सकाळी गोड शिरा केला होता. तू येशील म्हणून. तुला आवडतो ना. तू घरी आला नाहीस मग डब्यात आणलाय तुझ्यासाठी घे."

तिने टपरवेअरचा एक डबा काढला व उघडून त्याच्या समोर धरला. त्यात एक चमचा होता. शंतनूने तो हातात घेतला व खायला सुरूवात केली.

"काल रात्री मी त्या बंगल्यावर खूप अनुभव घेतले. त्या सगळ्यांना आता अर्थ प्राप्त झाला आहे."

त्याने खाता खाता फक्त प्रश्नार्थक नजरेने तिच्याकडे पाहिले. बदाम घालून केलेला तो साजूक तूपातला शिरा खूप छान झाला होता.

"अर्चनाचा किंवा त्या बंगल्याचा या खुनाशी कुठेतरी काहीतरी संबंध आहे."

"कशावरून म्हणतेस?"

"काल रात्री मला खूप चमत्कारिक अनुभव आले. एक म्हणजे रात्री मला पिस्तुलाच्या आवाजासारखा आवाज आला. त्यानेच माझी झोपमोड झाली"

त्याने चमकून तिच्याकडे पाहिले.

"पिस्तूल?"

"हो. तो नक्कीच पिस्तुलाचाच असणार; तसाच होता. आपण प्रत्यक्ष नसला कधी ऐकला तरी चित्रपटात ऐकतोच कि. त्यानंतर अर्ध्या तासाने अर्चना कारमधून बाहेर जाताना दिसली."

"पण खुन तर रॅयल क्लबपाशी झाला म्हणतेस ना तू? तो तर आंबोली घाट सुरू होतो तिथेच आहे.घरापासून किती तरी लांब."

"अजून एक - मला त्यांच्या किचनमध्ये मला जी धमकीवजा पत्र येत होती ना, ती ज्या पाकीटात यायची तशाच प्रकारचे पाकीट पण सापडले तिथे."

"कुठे?"

"किचनमध्ये. रात्री मी पाणी प्यायला गेले होते. सगळा पसारा पडला होता. ते बरोबर आहे. रात्री कार्यक्रम होता ना. त्या पसाऱ्यात फ्रीझपाशी एक लॅपटॉप दिसला आणि तिथेच ही पाकिटे होती. एक चार पाच होती. प्रत्येक पाकिटावर माझे नाव आणि पत्ता. प्रिंट केला होता."

आता मात्र चकीत व्हायची पाळी शंतनूची होती.

"एक पाकीट मी आणले पण होते."

"कुठे आहे?"

“ते मी महेशला दिले. तो म्हणाला यावरून काही क्ल्यू मिळतो का पाहू.”

शंतनूला एकदम श्वेताची आठवण झाली. ती एकटीच असणार बंगल्यात.

“मला श्वेताला भेटायला हवं....”

तो विचार करत म्हणाला

“तू कशी आलीस? तुला सोडू घरी?

“नको तू जा श्वेताकडे. मी जाईन!

शंतनू कॉलेजवर गेला.

नेहमीच्या जागी त्याला श्वेताची गाडी दिसली नाही. मग त्याने पुढे जाऊन तिची खास मैत्रीण होती नयना तिला विचारले, “नयना, श्वेता कुठे आहे?”

“हे तू मला विचारतोस? नयना डोळे चमकवत म्हणाली.

“अरे नाही खरंच विचारतोय. सकाळपासून दिसली नाही.”

“अरे आज मला पण दिसली नाही ती अजून.

शंतनूने तिला मोबाईलवरून कॉल केला.

“हॅलो.” श्वेताचा आवाज त्याला नेहमीच आवडायचा. त्यात थोडी अनुनासिकता आणि माधुर्य होते.

“श्वेता. आली नाहीस कॉलेजला?”

“नाही अरे. मी.दिदीची वाट पाहातेय.”

“काय!अजून नाही आली? आता एक वाजायला आला,” त्यालाही कमालीचे आश्चर्य वाटले.

“हो ना रे. फोन पण नाही लागत तिचा.”

"मी येऊ का भेटायला?"

"ये की.असेल वेळ तर ये. विचारायचे काय त्यात."

"आलोच."

त्याला पोहोचायला अर्ध्या तास लागला. खरंतर त्यालाही उत्सुकता होती. तिच्या किचन मध्ये डोकावयाची. शलाका म्हणाली होती, किचनमध्ये लॅपटॉप आणि एनव्हलप्स तिला दिसले होते.

तो बंगल्यावर पोहोचला तर एक भयाण शांतता पसरली होती. तिकडेपण वारं सुटलं होतं.

वातावरण पण मळभ आल्यासारखे झाले होते.

बाहेर शार्दूलचा टेंट वाऱ्याने फडफडत होता

त्याने पुढे होऊन डोअर बेल वाजवली.

त्याचा आवाज आतमध्ये कुठेतरी घुमला. त्याला तो एकदम गूढ वाटला.

जरा वेळाने श्वेताने येऊन दार उघडले.

ती झोपेतून उठलेली असावी. आणि तरीही खूप छान दिसत होती. गुलाबी ढगळ नाईट ड्रेस घातला होता. तो गुलाबी रंग तिच्या चेहेऱ्यावर पसरला होता.

त्याला पाहाताच तिचा चेहरा खुलला.

"बरं झालं तू आलास. किती बोअर झाले होते. एवढया मोठया घरात मी एकटीच."

"दिदीचा फोन पण नाही आला?"

"नाही ना. मी करतेय तर बंद येतोय."

"तुला माहीताय श्वेता? इंद्रजित सरदेसाईचा खून झालाय."

"काय सांगतोस? अरे देवा... कस झाले हे सगळे." श्वेताला बसलेला धक्का तिच्या चेहऱ्यावर स्पष्ट दिसत होता. ही गोष्ट तिला माहीत नसणार याची तिला कल्पना होती.

"आज सकाळी. दहा च्या दरम्यान त्याची डेड बॉडी त्याच्याच कारमध्ये रॅयल गोल्फ क्लबपाशी मिळाली. त्याला कुणीतरी गोळी मारलीय."

तिचा चेहरा कसानुसा झाला. तिला नक्कीच वाईट वाटले होते.

"ओह्हह.......!! पण म्हणजे आता दिदीचे सगळे प्रॉब्लेम सुटणार तर." ती उत्साहित होत म्हणाली. टाळ्या वाजवायचीच बाकी राहिली होती.

चमकून त्याने तिच्याकडे पाहिले. तिलाही ते जाणवले.

"म्हणजे मला तसे नव्हते म्हणायचे त्यांच्या मृत्यूचे दु:ख मलाही आहे. शेवटी ते शार्दूलचे वडील होते. दिदीचे Ex.Husband. पण देवाच्या दरबारी न्याय आहे. ज्याचे माप त्याच्याच पदरात तो घालतो हे नक्की झालं आत्ता. एकदाच आकाश निरभ्र झाले."

"पण झाले ते चांगले नाही झाले श्वेता.......!"

"म्हणजे?"

"श्वेता. खून झालाय.खून! नैसर्गिक मृत्यू असता. अपघातात गेला असता तरी आपण दिवाळी साजरी करु शकलो असतो. आता कोणाकोणावर संशयाच्या सुया फिरतील माहीत नाही."

तिने चमकून त्याच्याकडे पाहिले.

"हो श्वेता, खरा खुनी सापडेपर्यंत संशयी नजरा आपल्या प्रत्येकावर रोखलेल्या असणार आहेत. काल रात्री आम्ही येथे झोपलो होतो. शलाकाला दिदी बाहेर जायच्या अर्ध्या तास अगोदर.पिस्तुलाचा आवाज ऐकू आला होता."

"आपल्या सर्वांना ऐकू यायला हवा होता." तिच्या चेहऱ्यावरच्या रेषा बदलल्या.

"May be आपल्या दोघांच्या बेडरूम्स मागच्या बाजूला होत्या. त्यामुळे ऐकू आल्या नसेल. आपण गाढ झोपेत असू."

"पण."

"मी तुला जे जसं घडलेय ते सांगतोय. अजून एक चमत्कारिक गोष्ट. शलाका जेव्हा खाली गेली होती तेव्हा किचनमध्ये तिला एक लॅपटॉप आणि काही एन्व्हलप्स मिळाली.ज्यावर तिचा नाव आणि पत्ता छापला होता."

"कस शक्य आहे? ती खोटे कशावारुन बोलत नसेल?"

"श्वेता. तिने त्यातले एक एन्व्हलप आपल्या बरोबर नेलंय आणि ते आता पोलीस स्टेशनमध्ये गेलंय."

श्वेता थक्क झाली. तिच्या भुवया शर संधानापुर्वी धनुष्य ताणल्याप्रमाणे वक्र झाल्या.

"आपण किचनमध्ये जाऊन चेक करू शकतो." श्वेता म्हणाली.

"चल."

दोघे किचनमध्ये गेले. पसारा आता साफ झाला होता. दोघांनी खूप सगळीकडे शोधले पण तसे काहीच मिळाले नाही.

"बघ! मी सांगितले होते तुला."

"इथे कोण कोण येऊन गेले?"

"मी नि कामवाली बाई. ती सगळे साफ करून गेली."

"किती वाजता आली होती ती?"

"सकाळीच नऊ वाजता"

"शंतनू. मला खरंच काही कळत नाही काय घडतेय ते." तिचा सुंदर मुखचंद्रमा काळजीच्या ढगांनी झाकोळला गेला.

"रोव्हर पण दिसला नाही सकाळपासून. कुणी आला की तो भुंकतो. त्याचा ही आवाज नाहीय."

"रोव्हरला दिदी घेऊन गेली असेल."

"नाही रे ती नाही घेऊन जात सहसा. दोन माणसांची जागा व्यापतो तो गाडीत."

"टेंटमध्ये असेल बसलेला."

"नाही रे. तो कधीच शांत नसतो. दार उघडायची वाट पाहात असतो. लगेच घरात घुसतो."

"चल बरे आपण बघू या."

दोघे बाहेर गेले. बाहेर अंगणात रोव्हरचा कुठेच पत्ता नव्हता. शंतनू टेंटजवळ गेला. श्वेता त्याच्या मागे होतीच. तो टेंटमध्ये आत गेला उन्हातून एकदम आत गेल्याने आत जास्त अंधार वाटला. पण डोळे सरावल्यावर सगळे स्पष्ट दिसू लागले. आत रोव्हरचा पत्ता नव्हता.

पण त्या प्रकाशात त्याला सर्वात प्रकर्षाने जाणवले ते टें ला चार पाच फुटावर पडलेले एक रूपयाच्या नाण्याएवढे भोक. ज्यातून प्रखर सूर्यप्रकाश आत येत होता. बेडवरची दुलई अस्ताव्यस्त होती. चादर विस्कटलेली होती. जणू त्याला झोपेतच कुणी तरी शार्दूलला उचलून नेला होता. ते दोघे बाहेर आले.

बाहेर येऊन त्याने ते टेंटला पडलेले भोक बाहेरून बघितले. त्याच्या कडा किंचित जळाल्यासारख्या काळ्या पडलेल्या होत्या.

पिस्तुलाच्या गोळीने? तेवढयात त्याचे लक्ष गवतावर गेले. काहीतरी लालसर, काळपट द्रव सांडल्यासारखे वाटत होते.

त्याने जवळ जाऊन बघितले.

रक्त?

त्याला आश्चर्य वाटले.

"काय आहे रे? कसले डाग?"

"माहीत नाहीत असतील कसलेतरी," ती घाबरू नये म्हणून शंतनूने वेळ मारून नेली.

"शंतनू, आता मला खूप काळजी वाटायला लागलीय रे.काहीतरी अघटीत तर नाही ना घडले?"

त्यालाही ती सगळी परिस्थिती बघून काळजी वाटायला लागली होती.ते टेंटला पडलेले भोक. रक्ताचे डाग. तिच्या टपोऱ्या डोळयातून पाणी यायचेच बाकी राहिले होते.

त्याने तिला जवळ घेतले.

"माहीत नाही श्वेता. काहीतरी घडलंय हे मात्र निश्चित.मला वाटतं आपण असं हातावर हात धरून बसण्यात काही अर्थ नाही. तुझ्या दिदीशी कॉन्टॅक्ट झाला असता तर सगळ्या प्रश्नांची उकल झाली असती कदाचित. बघ बरे पुन्हा एकदा लावून."

श्वेताने मोबाईल वरून कॉल केला. नो रिस्पॉन्स.

"आपण एक काम करू या?"

श्वेताने सश्यासारख्या भेदरलेल्या डोळ्यांनी प्रश्नार्थक नजरेने त्याच्याकडे पाहिले.

"पोलिसात जाऊ या?"

"पोलिसात?"

"Yes! Before it is too late! मला वाटतेय इथे काहीतरी वेगळे नाट्य घडलेय. आणि त्यांच्या जीवाला धोका होण्यापूर्वी आपण मदत घेतली पाहिजे आणि आपल्याला मदत करणार कोण?

ती खूपच केविलवाणी झाली होती.

"मला काहीच समजेनासे झालेय."

"होईल सगळे ठीक. काळजी नको करूस."

त्याने तिला पुन्हा जवळ घेतले.

अचानक गाडीचा हॉर्न वाजला आणि अर्चनाची गाडी गेट मधून आत आली. रमेश गाडी चालवत होता. अर्चना शेजारी बसली होती.

गाडी पोर्चमध्ये येऊन थांबल्या थांबल्या. श्वेता धावत पुढे गेली आणि तिने दार उघडून उतरणाऱ्या अर्चनाला मिठी मारली. व ती रडू लागली.

"अरे! अरे!! काय झाले? "तिने श्वेताला जवळ घेतले.

शंतनूच्या लक्षात आले की ती खूप दमलेली आहे. थकलेली आहे. तसंच तिच्या चेहऱ्यावर एक प्रकारचा ताण पण आहे. अर्चनाने श्वेताच्या कपाळाचे चुंबन घेतले. मग तिचे लक्ष शंतनूकडे गेले.

"अरे शंतनू! कसा आहेस? कधी आलास?" थकलेल्या आवाजात तिने विचारले.

शंतनू पुढे झाला.

"मी ठीक आहे. श्वेता खूपच काळजी करत होती."

"नको काळजी करू.सगळं ठीक आहे.आता मी आलेय ना. पूस बरं डोळे. मी पण खूप थकलेय. जरा फ्रेश होते. आणि एक झोप काढते. मग आहोतच तू आणि मी. बोलू नंतर."

तिने श्वेताच्या गालावर हलकेच थोपटले. मग रमेशकडे वळून ती म्हणाली.

"रमेश, Thanks for everything! तू पण थोडा आराम कर."

"Thanks काय त्यात.? It was my duty! भेटू नंतर."

श्वेता तिच्याबरोबर चार पावलं चालली व म्हणाली, "दिदी जिजाजी"

अर्चना थोडी चमकली, निदान शंतनूला तरी तसे वाटले.

श्वेताचे वाक्य पूर्ण व्हायच्या अगोदर तिने तिला मानेने व डोळ्यांनी थांबवले.

"श्वेतू I know. तू बोल शंतनूशी. आपण नंतर बोलू म्हटले ना या विषयावर. चल आलेच फ्रेश होऊन."

अर्चना आत निघूनसुद्धा गेली.

काहीतरी बिनसले होते यात शंकाच नव्हती. माणसाने कितीही काहीही लपवायचा प्रयत्न केला तरी चेहेऱ्यावरचे भाव कसलेल्या कलाकाराला सुद्धा पूर्णपणे लपवता येत नाहीत.

"शंतनू, I am so relieved."

श्वेताच्या बोलण्याने तो भानावर आला.

"श्वेता. रोव्हर"

"मी विचारून घेईन तिला सर्व गोष्टी. तुझ्यासाठी कॉफी बनवू?"

दोघे घरात गेले. श्वेता कॉफी बनवायला आत गेली. शंतनूला शार्दूलची आठवण आली. टीव्हीवर मारधाडीचे चित्रपट बघणारा शार्दूल, पिस्तूल घेऊन खेळणारा शार्दूल, टेंटमध्ये झोपायचा हट्ट करणारा शार्दूल.

श्वेता कॉफी घेऊन आली. दोघे बसून कॉफी प्यायले तेव्हा त्यांच्या गपांचा विषय कॉलेज, कॉलेजमधले मित्र, अभ्यास हाच होता पण अर्चना काही खाली यायची चिन्ह दिसेना. तेव्हा जरा वेळाने तिचा निरोप घेऊन शंतनू निघाला. "चल, मी चलू? काही असेल तर मला फोन कर."

"हो! Thanks शंतनू. तुझा मला आधार वाटत आलाय नेहमीच."

"I am always there for you." त्याने तिचा हात हातात घेतला. प्रेमाने तिच्या डोळ्यात बघितले "Take care Sweet heart."

"सांभाळून जा..." ती गोड हसली. अर्चना आल्याने तिचे टेन्शन दूर झाले होते.

गाडीला किक मारता मारता शंतनूला आपल्यावर कुणीतरी तरी नजर ठेऊन आहे असे जाणवले. त्याने पटकन वर अर्चनाच्या बेडरूमकडे पाहिलं. कुणीतरी पडद्याआड होते.

बाहेर आज पण सकाळी सकाळी ढगाळ वातावरण होते. हे असे वातावरण परिस्थिती आणखीनच भयाण करत होते.

शंतनू हातात मेंडोलीन घेऊन बसला होता. त्याच्या वाद्यातून गूढ स्वर निघत होते. तो असे ठरवून काही वाजवत नव्हता. पण जे स्वर निघत होते त्यात एक गूढपणा होता. त्याच्या मनातला गुंता स्वरावाटे बाहेर पडत होता.

काय होतेय......काय घडतेय......आणि काय होणार आहे? नुसते प्रश्नच.

इंद्रजितच्या खुनाने खरंच बरेच प्रश्न निर्माण केले होते. कुणी केला असेल? अर्चना? छे छे. ती कशी करेल? ती तर त्याच्या जगातल्या सर्वात प्रिय व्यक्तीची बहीण होती. केवळ तेवढेच कारण नव्हते. पण त्यालाही कुठेतरी आतून खात्रीहोती की अर्चना असं काही करू शकत नाही.

पण मग बरेच प्रश्न अनुत्तरीत राहातात. शलाकाला ऐकू आलेला गोळीचा आवाज, अर्चनाच्या घरात किचनमध्ये तिला सापडलेली एन्व्हलप्स.तिचे रात्री अचानक नाहीसे होते. दुसऱ्या दिवशी उशिरा येणे. बाहेरून आल्यानंतर थकलेला, घाबरलेला चेहरा, जास्त न बोलणे याचा अर्थ काय?

श्वेता म्हणाली होती. शलाका खोटे बोलतेय. शलाका तरी कशाला खोटे बोलेल?

बरे त्यातले एक एन्व्हलप तिने प्रूफ म्हणून उचलून आणलेय व महेशला दिलेय असे ती म्हणतेय. म्हणजे ते तिला पडलेले स्वप्न नव्हते की भास नव्हता.

"आज कॉलेजमध्ये नाही जायचे का?"

तो भानावर आला व सावरून बसला. त्याच्या समोर विश्वासराव उभे होते.

"पाहिले दोन पिरियड्स ऑफ आहेत," त्याने मेंडोलीन बाजूला ठेवले.

"नक्की?"

शंतनूला त्यांच्या विचारण्यातला रोख कळला नाही.पण त्यांच्या रोखून बघण्यात मोठ्ठे प्रश्नचिन्ह मात्र दिसले.

"म्हणजे?"

"म्हणजे.दुसरे काही कारण नाही ना. न जाण्याचे?"

"नाही मी खरे बोलतोय बाबा."

"बऱ्याच वेळा भयापोटी माणूस सत्य लपवायचा प्रयत्न करतो. पण जर वेळेवर सत्य बाहेर आले तर त्यावर काही उपाय करता येतात. त्याच्या परिणामाची तीव्रता कमी करता येते"

त्याला काहीच उमगेना. त्यांचा बोलण्याचा रोख कुठे आहे ते. त्याच्या चेऱ्यावरचे भाव बघून त्यांनी हातातले वर्तमानपत्र त्याच्या पुढे धरले.

"जर तू कोणत्याही प्रकारे प्रत्यक्ष अप्रत्यक्षपणे इन्व्हॉल्व असशील तर स्पष्ट सांग. विनासंकोच सांग. मी तुझ्या पाठीशी राहीन. वाच हे."

पहिल्याच पानावर इंद्रजित सरदेसाईचा फोटो आणि मोठ्या अक्षरात बातमी होती.

***"प्रसिद्ध उद्योगपती.श्री इंद्रजित सरदेसाई यांची निर्घृण हत्या"***

***सुप्रसिद्ध उद्योगपती श्री प्रतापराव सरदेसाई यांचे एकुलते एक सुपूत्र इंद्रजित यांची काल शरद पौर्णिमेच्या मध्यरात्री गोळी मारून हत्या करण्यात आली आहे.***

***आज सकाळी त्यांचा मृतदेह त्यांच्याच कारमध्ये सापडला. या यामागे काही राजकीय हेतू होता की काही वैयक्तिक स्वार्थ होता याचा पोलीस कसून तपास घेत आहेत.***

***त्यांच्या छातीत अगदी जवळून गोळी मारण्यात आली आहे व त्यामुळेच त्यांचा मृत्यू झाला.***

***कारच्या मागच्या सीटवर लॅपटॉप आणि काही एन्व्हलप्स सापडली आहेत व त्यावर कुणा एका स्त्रीचे नाव आणि पत्ता***

*लिहीलेला आहे. त्या स्त्रीचा याच्याही काही संबंध आहे का हे ही पोलीस पडताळून पाहात आहेत.*

*त्यांच्या मृत्यूमुळे सगळीकडे हळहळ व्यक्त करण्यात येत आहे. त्यांच्या हत्येच्या निषेधार्थ व्यापाऱ्यांनी स्वयंस्फूर्तीने दुकाने बंद ठेवली होती.*

सगळे वर्तमानपत्र त्याच बातमीने भरून गेले होते. इंद्रजितचे फोटो. त्याची माहिती.

लॅपटॉप आणि **एन्व्हलप्सचं वाचून** शंतनूला **शलाकाची आठवण** झाली.

"आता मला खरं खरं सांग. यात तुला कितपत आणि काय माहिती आहे? कारण कोणतीही परिस्थिती अंगाशी येऊन माणूस आयुष्यातून उठू शकतो आणि एकदा का गाडी रुळावरून घसरली की जागेवर आणणे सोपे नसते... पोलीस कमिशनर माझ्या चांगले परिचयाचे आहेत."

"नाही बाबा, या उप्पर मला काहीच माहीत नाही आणि तुम्हाला खरं खरं सांगितलेय सगळे. लपवण्यासारखे माझ्या हातून काहीच घडलेले नाही."

विश्वासराव त्याच्याकडे रोखून पाहात होते. ते त्याचा चेहरा वाचायचा प्रयत्न करत होते. त्यांना मनात कुठेतरी खात्रीपटली की तो सांगतोय ते सत्य सांगतोय.

"कालपासून तुझ्या वागण्यात फरक पडलाय. सारखा कसल्यातरी विचारात असतोस. काहीही असेल तर मला सांग. माझ्यापासून लपवून ठेऊ नकोस. असंगाशी संग केव्हाही वाईट. ते शिकवणी वगैरे एकदम बंद. इथून पुढे तिला भेटणे पण बंद. आपला अभ्यास आणि आपण. Is that clear?"

त्याचे त्यांच्या बोलण्याकडे लक्ष नव्हते. त्याचे मन शलाकाला भेटायला अधीर झाले होते.

पोलीस स्टेशनमध्ये महेश बसला होता.

त्याचे मस्तक चक्रावून गेले होते. इंद्रजितचा खून झाला यात त्याला वाईट वाटायचे तसे काहीच कारण नव्हते. खुनी जर महेशला भेटला असता तर त्याने त्याचे पुष्पगुच्छ देऊन आभारच मानले असते. पण वाईट हे होते की शलाका त्यात गुंतली गेली होती. ती तिच्या नावाची एन्व्हलप्स खुनाच्या जागी सापडली होती. त्यानेच तिचे नाव गुलदस्त्यात ठेवले होते.अन्यथा ती त्यात ओढली गेली असती. डॉ. अग्रवाल यांच्या खुन्याचा काही पत्ता लागत नव्हता.तेवढयात अजून एक अति महत्त्वाच्या व्यक्तीचा खून झाला होता. एरवी शांत असलेले सुंदरवाडी ढवळून निघाले होते.

इतक्यात बाहेर थोडी गडबड त्याला जाणवली. त्याने बाहेर बघितले.

पोलीस स्टेशन समोर एक अलिशान पांढरी कार थांबली. शोफरने लगबगीने दार उघडले…

एक भारदस्त व्यक्तिमत्वाचे गृहस्थ उतरले.आणि चालत पोलीस स्टेशनमध्ये आले. त्यांच्या चालण्यात सिंहाचा रुबाब होता.

ते होते प्रतापराव सरदेसाई. राजकारणी धुरंदर, बिझनेसमन.

अनाहूतपणे महेश उठून उभा राहिला.

त्यांच्या येण्याचे प्रयोजन काय याबद्दल त्याच्या मनात शंकाकुशंका निर्माण झाल्या होत्या.

ते त्याच्या समोरच्या खुर्चीत बसल्यावर तो बसला.

प्रतापरावांचा चेहरा थकल्यासारखा होता. एकुलत्या एक मुलाच्या अकाली मृत्यूचे ते ही अशा भयाण पद्धतीने झाल्याची खंत, दु:ख त्यांच्या चेहऱ्यावर स्पष्ट दिसत होते.

"नमस्कार प्रतापराव, तुम्ही येण्याचे कष्ट घेतलेत? मला सांगितले असते तर मी आलो असतो भेटायला." महेश.

"मी फार वेळ नाही घेणार तुमचा. पण काही महत्त्वाच्या गोष्टीवर मला तुमच्याशी बोलायचेय. मी तुमच्या वरिष्ठांशी बोललेलो आहे. पण

ही केस तुमच्याकडे आहे. म्हणून मी जातीने आलोय तुम्हाला भेटायला. मला या बाबतीत कोणतीही हयगय नकोय. ज्याने हे कुकर्म केलं आहे तो लवकरात लवकर सापडला जावा आणि त्याला शिक्षा व्हावी, ही माझी इच्छा आहे. आणि मला यामागचे कारण हवे. या घटनेचे जे महत्त्वपूर्ण धागेदोरे देतील त्यांना मी माझ्यातर्फे एक लाख रूपयाचे बक्षीस जाहीर करत आहे. तशी जाहिरात मी माझ्या वर्तमानपत्रात दिलेलीच आहे."

"सर, पोलीस पूर्ण प्रयत्न करत आहेत..."

"मला माहीताय. पूर्ण प्रयत्न करूनसुद्धा अजून डॉ. अग्रवाल यांचा खुनी सापडलेला नाही. या केसमध्ये तसे होऊ नये अशी माझी इच्छा आहे."

महेश निरुत्तर झाला. गोष्ट तर खरीच होती.

"आणि हे बक्षीस सर्वांसाठी आहे. नागरिक, पोलीस डिपार्टमेंटमधला स्टाफ. सर्वांना सांगा लवकरात लवकर खुनी कोण ते शोधून काढा."

ते उठून उभे राहिले. महेश उठून उभा राहिला आणि त्याने त्यांना त्यांच्या कारपर्यंत सोडले.

एक डौलदार वळण घेऊन धुरळा उडवत कार निघून गेली.

महेशवर दुहेरी जबाबदारी होती.

शलाकाने त्याला बंगल्यात शरद पोर्णिमेच्या रात्री घडलेल्या पूर्ण घटना सांगितल्या होत्या. तिला ऐकू आलेला पिस्तुलाचा आवाज. तिला त्या घरात सापडलेली एन्व्हलप्स, लॅपटॉप नक्कीच तिथे काहीतरी गूढ घडले असणार.

त्याने ठरवले तेथूनच तपासाला सुरूवात करायची.

शरद ऋतूचे स्वछ सुंदर वातावरण होते. आकाश निळेभोर होते. त्यात वर्षा ऋतूचे काही रेंगाळलेले पांढरेशुभ्र चुकार ढग भरकटत होते.

चर्चच्या नेहमीच्या जागेवर शंतनू आणि शलाका भेटले.

शंतनूला घरातून तंबी मिळाल्यापासून त्यांनी ठरवले होते की इथेच भेटायचे.

आता तर शलाकाला इंद्रजितची भीती नव्हती. ती मोकळेपणाने फिरू शकत होती. तिचा विजनवास संपला होता.

शंतनुला दोन दिवस कॉलेजला सुट्टी होती व श्वेताची आणि त्याची गाठभेट झाली नव्हती.

नेहमीप्रमाणे शलाकाने त्याच्यासाठी खायला आणले होते.

“मी साधारण एकच्या दरम्यान श्वेताकडे गेलो होतो. तोपर्यंत तिची दिदी आलेली नव्हती.”

“खूप वेळ लागला त्याला शाळेत सोडून यायला. जवळजवळ बारा तासाच्या वर.”

‘जवळजवळ पाच वाजता ते दोघे आले. तोपर्यंत मला आणि श्वेताला बऱ्याच उल्लेखनीय गोष्टी आढळल्या.”

“काय आढळले?”

“शार्दूलच्या टेंटला पडलेले एक भोक. ते पिस्तुलच्या गोळीनेच पडलेले असणार.नक्की... निदान मला तरी तसेच वाटतेय”

“कशावरून? त्याच्या कडा जळालेल्या होत्या. त्या भोकाच्याच बरोबर समोर. साधारण चार पाच फुटावर मला रक्ताचे डाग दिसले.

आणि कुणी तरी त्यावर माती टाकून ते नाहीसे करण्याचा प्रयत्न केला होता.”

“माझी खात्रीआहे शंतनू.तिथे त्या रात्री नक्की काहीतरी झालेले आहे.”

“तू म्हणतेस तसा तुला ऐकू आलेला पिस्तुलाचा आवाज, तुला सापडलेले लिफाफे, लॅपटॉप, टेंटला पडलेले, भोक, रक्ताचे डाग हे ओरडून ओरडून हेच दर्शवताहेत की तिथे काहीतरी घडलेले आहे. काहीतरी उलथापालथ झालीय तिथे.”

“इंद्रजितचा खून?”

“पण इंद्रजितची बॉडी तर घाटाच्या सुरुवातीला असलेल्या रॉयल गोल्फ क्लबजवळ सापडली.”

दोघे विचारात पडले.

“काही अंदाज बांधणे अवघड आहे खरे.”

दोघे विचारात पडले.अचानक काही आठवल्यासारखे करून शंतनूने विचारले.

“अरे हो आणि तुला माहीताय. तो लॅपटॉप आणि ते लिफाफे त्या खून झालेल्या कारमध्येच मागच्या सीट वर होते. जे तुला किचनमध्ये दिसले. तेच असणार ते. आणि मला सांग जर ते लिफाफे आणि तो लॅपटॉप तिकडे जाऊ शकतो तर डेड बॉडी का नाही.?”

सगळा गोंधळ होता. विचार कर करून दोघांची डोकी दुखायला लागली होती.

“श्वेताकडून बऱ्याच प्रश्नांची उत्तरे मिळतील.” शलाका म्हणाली.

“उद्या येईल ती कॉलेजमध्ये. मी विचारतो तिला”

“तू आता कधीच घरी येणार नाहीस?” तिचा चेहरा उतरलेला होता.

“नाही ना. बाबांनी स्पष्ट सांगितलेय. तुझ्याकडे जायचे नाही म्हणून”

तिचा चेहरा मलूल झाला.

“महेश कालच सांगत होता की तू आता घरी चल म्हणून इथे राहायची आता काही गरज नाही. पण मीच म्हटले की राहाते थोडे दिवस.”

शंतनूने तिच्या कडे बघितले. त्याला लगेच कळाले की त्याच्याच साठी तिने नाही म्हटलेय म्हणून. ती त्याच्या डोळ्याला डोळा न भिडवता बोलत होती.

"शालू........." तो घोगऱ्या आवाजात म्हणाला. त्याने तिचा हात हातात घेतला.

शंतनूला तिला जवळ घ्यावेसे वाटले.

तिचे सगळे संभ्रम त्याला खूपच मोहक वाटले.तिच्या गोऱ्या गालावर हात ठेऊन तिच्याकडे बघत राहावे असे वाटले त्याला

"एक काम कर.शालू........." नंतर त्याला ही जाणवले. तो पटकन. अनाहुतपणे तिला शालू म्हणून गेला होता."रोज संध्याकाळी मी मित्राना भेटायला बाहेर जातो. आत्ता अंधार पण लवकर पडतो. संध्याकाळी मी बाहेरून परस्पर तुझ्या कडे येईन पेरूच्या बागेतून तुझ्या घरी. बाहेर पडवीतली लाईट बंद करत जा. मग आपल्याला बसता येईल.बोलता येईल अर्ध्या एक तास. चालेल?"

"अरे पण."

"हे सगळे प्रकरण धसाला लागेपर्यंतच रे! मला तुझ्या हातचे काही खाता पण येईल. मला पण तुला भेटलो नाही की चैन नाही पडत."

दोघे एकमेकांकडे पाहात राहिले.

दोघांच्याही नजरा एकमेकात काहीतरी शोधत होत्या. पण तो शोध कशाचा होता. दोघेपण अनभिज्ञ होते.

ती विचार करत राहिली पण नाही म्हणू शकली नाही.

"श्वेता......"

कॉलेज सुटल्यानंतर शंतनूने पुढे जाणाऱ्या श्वेताला हाक मारली. ती आली. तो तिच्या जवळ आला.

"कशी आहेस?"

"आज प्रथमच हा प्रश्न विचारलास."

"म्हणजे?

"म्हणजे वाघाचे पंजे. जाऊ दे बोल." "come on श्वेता!"

"नाहीतर नेहमी हाय श्वेता. हाय जानू, हाय स्वीट हार्ट अशी हाक मारतोस," ती डोळे मिचकावत म्हणाली

"बरं! हाय डार्लिंग!." तो ही डोळे मिचकावत म्हणाला.

"आता काय जो बुंद से आयी वो हौद से नाही आती"

"आज भांडायचा मूड आहे?"

"हो

"आपण कधी भांडलोय का?"

"एखादी गोष्ट आयुष्यात कधी केली नाही म्हणून ती कधीच पुढे करायची नाही असा अलिखित नियम आहे का?"

शंतनूने तिच्या डोळ्यात पाहिले. तिचा मूड आज काही न्याराच होता.

"तू रागावलीस माझ्यावर?"

"छे! मी बाई कशाला रागाऊ?"

"तू रागावलीयस माझ्यावर." मघाच्या प्रश्नाचे आता ठाम विधान झाले.

"अरे नाही सांगितले ना."

"श्वेतू का अशी वागतेस काय झाले? माझे काही चुकले का?"

तिने सरळ त्याच्या डोळ्यात बघितले.

"तुला आता नव्या मैत्रिणी मिळाल्यात"

"मैत्रिणी? कोण?"

मग त्याच्या लक्षात आलं, तिचा रोख शलाकाकडे होता. त्याला हसू आलं.

"Jelousy. thy name. Shwetaa"

"बिलकुल नाही हा."

"वेडू. ती माझ्यापेक्षा मोठी आहे आणि आमच्यात तसे काही नाही. आमच्यात गुरु शिष्याचे नाते आहे. माझी प्रिया तू आहेस. आणि आता दिदीचा प्रॉब्लेम पण सॉल्व्ह झालाय." त्याने तिचा हात हातात घेतला.

"श्वेतू. आजपासून तू पूर्णपणे माझी. जीवनात तुझी साथ हवीय मला. त्या रात्रीच तू कबूल केलंयस?"

तो भावविवश झाला होता.

ती गोड हसली.

"हो रे. खरंच! मला पण आज खूप छान वाटतेय. एका माणसाने किती जणांना सळो की पळो करून सोडलं होतं ना? माझी दिदी.तुझी शलाका."

'तुझी शलाका' हे तिने हेतू पुरस्सर म्हटले.शंतनूला ते जाणवले. त्याने तिच्या दंडावर एक नाजूक ठोसा मारल्यासारखं केलं.

तो म्हणाला.

"तुझी दिदी काही बोलली रोव्हरबद्दल.शार्दूलबद्दल? इतका वेळ का झाला त्याबद्दल?"

"नाही मी नाही विचारले"

"विचारले असतेस तर बऱ्याच प्रश्नांची उत्तरे मिळाली असती."

"कोणत्या प्रश्नांची?"

"शलाकाला आलेला पिस्तुलचा आवाज. तिला दिसलेले लिफाफे लॅपटॉप."

"शंतनू, तू त्या शलाकाचा डिटेक्टिव्ह आहेस?"

शंतनूला जाणवले आपण उत्साहाच्या भरात केवढी मोठ्ठी चूक केलीय ते.

"तुला दिदीबद्दल किंवा माझ्याबद्दल काहीच वाटत नाही. सारखं ते शलाका, शलाका पिस्तुलचा आवाज, लिफाफे"

श्वेताचा सुंदर चेहरा वक्र झाला. रेखीव भुवया तीर सोडताना धनुष्य जसे ताणले जाते तशा ताणल्या गेल्या.

"sorry! श्वेतू. मला म्हणायचं होतं. ते टेंटला पडलेल होल. रक्ताचे डाग यांचे काहीतरी clarification मिळाले असते."

"काही नाही.मला जाणवलेय. तू त्या शलाकाचे जास्त तरफदारी करतोयस. दिदी.समंजस आहे.ती माझी दिदी आहे. माझे कर्तव्य आहे तिला त्रास होईल अशी कोणतीही कृती न करणे"

तिने फणकाऱ्याने त्याच्याकडे पाहिले.

"तिला वाटेल तेव्हा ती सांगेल सगळे. आणि मी कोण तिला हे सगळे विचारणारी?"

"गैरसमज करून घेऊ नकोस श्वेतू. तू माझी आहेस. ठीक. बरं मी नाही विचारणार काही. बघ ना माझ्या कडे."

तो लाडीगोडी लाऊ लागला.

बऱ्याच वेळाने.महत्प्रयासाने श्वेताचा पारा थोडा उतरला.

"चल मी जाऊ?" तिने विचारले "आज गाडी नाही आणली. बस ने जाणार…"

"आता मी रागाऊ?"

"तुला काय झाले?"

"हक्काच्या माणसाला सांगता येत नाही का? मला घरी सोड म्हणून"

"तुला.शलाकाला भेटायचे असेल तर?" ती मिस्कीलपणे म्हणाली.

"आता मात्र मी तुझ्यावर खरंच रागवेन हा."

"काय करशील? नवरेपणाचा हक्क आत्तापासून गाजवणार का?"

"तुला मी फुलासारखी घरपर्यंत सोडून येणार आणि रस्त्यात मस्त आपण कुठेतरी कॉफी पिणार. आज सेलिब्रेशन"

"चल"

त्याने तिचा हात हातात घेतला. व ते दोघे मोटारसायकल कडे जाऊ लागले.

त्याने मोटारसायकल स्टार्ट केली. श्वेताने आज ब्ल्यू जीन्स आणि पांढरा टॉप घातला होता त्यावर रंगीबेरंगी नाजूक फुले होती. आज त्याला ती फुलराणीच भासली.

श्वेता दोन्हीकडे पाय टाकून हात त्याच्या खांद्यावर ठेवून बसली होती. आज श्वेतादेखील आनंदी मूडमध्ये होती. तिच्याही नकळत ती गुणगुणू लागली.

शंतनू एकदम खुश झाला.

तलाव मागे टाकत त्यांची गाडी रॉयल क्लबवरून आंबोलीच्या दिशेने धावू लागली.

अचानक एक पावसाची सर आली आणि सर येऊन गेल्यावर लगेच उन्ह पण पडले. रस्ते निसरडे झाले होते.

"शंतनू, सावकाश चालव रे गाडी. रस्ते निसरडे झालेत"

"हो रे.मला माहीताय. माझ्या मागे माझे पंचप्राण बसलेत आणि माझ्या प्राणाची काळजी मीच घेणार ना."

तिने त्याच्या पाठीत धपाटा मारला.

"ओ महाशय जास्त रोमँटिक नका होऊ.आरशातून माझ्याकडे बघण्यापेक्षा समोर बघा."

पाऊस पडून गेल्यावर लगेच उन्हं आल्यामुळे ओली झालेली झाडांची पाने. व त्या वरचे थेंब लोलकाप्रमाणे चमकत

होते. सूर्यकिरण त्यामधून परावर्तीत झाल्याने त्यांना रत्नजडीत झळाळी प्राप्त झाली होती.

सूर्य पश्चिमेला कलत असल्याने पूर्वेला एक सुंदर स्पष्ट इंद्रधनुष्य उमटले.

205

तुरळक पांढरे ढग निळेभोर आकाश त्यावर ते इंद्रधनुष्य खूपच रेखीव आणि मन मोहक दिसत होते.

एका सनसेट पॉइंटला एक छोटेसे टुमदार हॉटेल पाहून शंतनूने गाडी बाजूला घेतली.

"तू इथेच थांब. गाडी वर बसून राहा. मी कॉफी घेऊन येतो."

श्वेता. तिथेच गाडीवर बसून राहिली. आजूबाजूला तुरळक लोक होते. तिथून जाणारे काही हौशी प्रवासी गाडया थांबवून फोटो काढत होते.

पाऊस पडून गेल्याने हवेत गारवा होता.

शंतनू हातात गरम गरम कॉफीचे वाफाळते ग्लास घेऊन आला.

अत्यंत प्रसन्न वातावरण होते. जणू निसर्ग सुद्धा आज त्यांचे मनोमिलन साजरे करत होता.

एका बाजूला उंच सुळके. मध्ये तो रस्ता. दुसऱ्या बाजूला खोल दरी. दरीतून हात लागेल असे तरंगणारे कापसासारखे ढग. त्यातून दिसणाऱ्या खाली छोट्याशा दिसणाऱ्या वहाणाऱ्या नद्या. अनंत हिरव्या छटेची हीरवीगार शेत. छोटी छोटी कौलारू घर. त्यातून बाहेर पडणारा धूर.

आणि पार्श्वभूमीवर इंद्रधनुष्य.

सगळं कसं विलोभनीय दिसत होते. काही वेळाने जोराच्या पावसाला सुरूवात झाली. ह्या रुंद पानावर, डांबरी रस्त्यावर पावसाचे थेंब पडून वाजत गाजत येत होते. त्याचे पडसाद दूरपर्यंत जाऊन वातावरणात विलीन होत होते. त्या पावसाने सगळीकडे मृदगंध सुटला.

शंतनू आणि श्वेता भिजून ओलेचिंब झाले. श्वेताच्या चेहेऱ्यावरून पावसाच्या धारा निथळत होत्या. झोंबणाऱ्या गार वाऱ्याने श्वेता शहारली. शंतनूला आठवले आणि त्याने गाडीच्या डिकी बॉक्समधून त्याचे नेहमी करता ठेवलेले पावसाळी जर्किन काढले व दोघांच्या डोक्यावर धरले.

"मला पावसात भिजायला आवडते. पण कधी संधी मिळत नाही आज खऱ्या अर्थाने पावसात भिजले"

"मी तुझ्या सहवासात प्रेमात भिजलो आज."

दोघांचे चेहरे आता जवळ जवळ आले होते. दोघांच्या हातात कॉफीचे गरम गरम ग्लास होते आणि त्या जर्किनच्या आत

ते दोघे पीत होते.

नाही म्हटले तरी वातावरणाचा आणि सहवासाचा परिणाम दोघांवर झाला होता.

कॉफीचे घोट घेत ते अगदी इतक्या जवळून प्रथमच एकमेकांकडे पाहात होते.

"श्वेतू! लव्ह यु....!!" पत्रात लिहील्यानंतर प्रथमच त्याने प्रेमाचा इकरार केला होता.

ती किंचित लाजली.

"Me too."

त्याने हलकेच पुढे होऊन तिच्या टपोऱ्या ओठावर आपले ओठ अलगद टेकले.

तिने डोळे मिटून घेतले.

तिच्या डोळ्यासमोर इंद्रधनुष्याच्या सप्तरंगाची उधळण झाली होती.

वातावरण फार टिकले नाही पाऊस थांबला आणि झाडाझाडातून वारा वाहू लागला. पावसामुळे सगळीच माणसे आडोश्याला गेल्याने झालेली सुनसानता नाहीशी झाली. आजूबाजूला माणसांचे आवाज, पदरव जाणवू लागले.

"Thank you. शंतनू..."

" कशाबद्दल?"

"कॉफी आणि एक वेगळा अनुभव दिल्याबद्दल."

"तो अवर्णनीय मधुर अनुभव तर तू मला दिला होतास. आठवतं, शरद पौर्णिमेच्या रात्री...... आज मी त्याची परत फेड केली.सव्याज."

दोघे हसले.

"चला जायचे? दिदी वाट बघत असेल"

त्याने श्वेताला तिच्याच सांगण्यावरून बंगल्यापासून थोडे लांब सोडले आणि तिथून ती चालत घरी गेली.

दोघांना एकमेकांचे निरोप घेववत नव्हते.

श्वेता एका वळणावरून दिसेनाशी होईतो तो तिच्याकडे अनिमिष नयनांनी पाहात होता. श्वेताही पुन्हा पुन्हा मागे वळून पाहात होती.

ती घरी पोहोचली तेव्हा दार उघडेच होते.

हॉलमध्ये रमेश आणि अर्चना जवळ जवळ बसले होते. अर्चनाचा सुंदर चेहरा रडवेला दिसत होता.नाकाचा शेंडा लाल झाला होता.

श्वेताला पाहील्यावर दोघे चपापले. रमेश तिच्यापासून थोडा दूर जाऊन बसला.

श्वेताला प्रथम वाटले जिजाजींच्या मृत्यूमुळे तिला दु:ख झाले असावे. ती तिच्या शेजारी जाऊन बसली व तिने तिचा हात हातात घेतला.

शंतनू घरापाशी आला तो खूप आनंदात होता. श्वेताच्या सहवासातले ते क्षण. तिचा घेतलेल ते चुंबन. त्याच्या जीवनात प्रथमच त्याने कुणाचे तरी आपणहून चुंबन घेतले होते.जे बघितले ते चित्रपटातच बघितले होते. त्याने आज घेतलेले तिचे चुंबन तसे ओझरतेच होते. पण त्याचे माधुर्य अवीट होते. तिच्या गरम श्वासाची अनुभूती. तिचे अर्धोन्मीलित नेत्र.

घरात शिरता शिरता अभावितपणे त्याची नजर शलाकाच्या घराकडे गेली.

अंधार होता......

त्याला आठवले, त्याने तिला सांगितले होते की रात्री बाहेरची लाईट बंद ठेव मी येईन. ह्या व्हरांड्यातला लाईट चालू असला की त्या पटट्यातून प्रकाश बाहेर पडत असे.त्यामुळे सगळे अंगण प्रकाशित होत असे आणि मग शंतनू आत जाताना त्याच्या घरच्या लोकांना दिसायची शक्यता होती म्हणून ती तजवीज.

ती वाट पाहात असेल? त्याची पावल क्षणभर अडखळली.

कोण आहे तिला तरी? एकटी भुतासारखी राहाते. त्याला आठवले ती एकदा म्हणाली होती. काय आहे माझ्या आयुष्यात? सकाळ उगवली की रात्र कधी होते याची वाट पाहायची. रात्र झाली की सकाळ कधी होते याची वाट पाहायची.

एवढी सुंदर.गुणी मुलगी. एका चुकीमुळे संकटाच्या गर्तेत कोसळली होती.

आपल्या आयुष्यात तर श्वेता आहे. शलाकाला पण असाच छानसा जोडीदार मिळायला हवा. सुखी व्हायला हवी ती.

आता त्याला घरूनसुद्धा तंबी मिळाली होती. तिच्याकडे न जाण्याची.

काय करावे?

जाता जाता भेटून जावे का? नेमका त्याने त्या दिवशी काळा टीशर्ट घातला होता.त्याने गाडी एका झाडाच्या मागे न दिसेल अशी उभी केली आणि झाडीतून तो तिच्या घराच्या दिशेने निघाला

पुढे गेल्यावर त्याला दिसले.दार उघडेच होते व ती अंधारात झोपाळ्यावर बसली होती. डोके झोपाळ्याच्या कडीवर ठेऊन. शेजारी रेडियो चालू होता.

गीतादत्त दर्द भऱ्या स्वरात गात होतं. “मेरा सुंदर सपना बीत गया. मैं प्रेम मे सब कुछ हार गयी.बेदर्द जमाना जीत गया”

शंतनूचे काळीज लक्कन हालले.

ते स्वर आणि ते दृश्य. आणि येता येता त्याने तिच्याबद्दल केलेला विचार. या सर्वांचा एकत्रित असा वेगळाच काहीतरी परिणाम शंतनूवर झाला.

त्याला एकदम तिच्याबद्दल सहानुभूती वाटू लागली.

"शालू " दरवाजातून त्याने तिला हाक मारली

ती खडबडून जागी झाली. एकतर तिला झोप लागलेली असावी अथवा ती कुठल्यातरी गहन विचारात गुंगलेली असावी.

"शंतनू..." तिच्या तोंडून अस्फुट उदगार निघाला.

झोपाळ्यावरून उतरून ती उभी राहिली आणि आत गेली.आतल्या खोलीतला लाईट चालू होता. तो तिच्या मागे आत गेला.

बेड वर सिंथेसायझर पडलेला होता. त्याच्या शेजारी तिचे मांजर मिशा चाटत बसले होते. घरात मोगऱ्याचा घमघमाट सुटला होता. तिला सवय होती.मोगऱ्या ची फुले गोळा करून काचेच्या प्लेटमध्ये ठेवायची.

तिने बेसिनजवळ जाऊन चेहेऱ्यावर थंड पाणी मारले व पाणी टिपत टिपत ती त्याच्या समोर आली.

त्याला जाणवले ती रडत होती. चेहरा उतरलेला होता. नाकाचा शेंडा लाल झाला होता.

"रडत होतीस....? काय झाले?"

"काही नाही रे. या जीवनात मी कोलमडून पडली आहे. कुठ मला क्षणाची चैन नाही. माझी चूक नसताना. माझ्या बाबतीत जे घडले.घडत आहे त्याचा स्वीकार करण मला शक्यच होत नाही."

ती पुन्हा हमसून हमसून रडू लागली. तो एकदम भावना प्रधान झाला. स्त्रीच्या अश्रूत दगडाला पाझरवण्याची शक्ती असते. तो तर वयात येऊ घातलेला पुरुष होता. शंतनूला क्षणभर कळेना. तो तिच्या जवळ गेला. त्याचेही डोळे भरून पाणावले.

"शालू " त्याचा आवाज घोगरा झाला होता.

शलाकाने असहाय्य नजरेने त्याच्याकडे पाहिले आणि दुसर्याच क्षणी ती त्याच्या कुशीत शिरली.

शंतनू क्षणभर अवघडला...

त्याने पाहिले, शलाका खूप disturbed होती आज.

तिने त्याच्या छातीवर डोके टेकले आणि आपल्या अश्रुना मोकळी वाट करून दिली.

अभावितपणे त्याचे हात तिच्या भोवती गेले.त्याने तिला जवळ घेतले.

त्याला तिच्या केसाना लावलेल्या सुवासिक शॅम्पूचा वास येत होता. पण मन मात्र श्वेता बरोबर घालवलेल्या धुंद क्षणातच रमलं होतं.

तिला कसं आवराव काय करावं त्याला कळेना...

तो मायेने तिच्या पाठीवरून हात फिरवत राहिला.

जरा वेळाने तिने स्वत:ला सावरले

"I am Sorry. शंतनू. आज दिवसभर मी खूप विचार करत होते. की आपले भवितव्य काय.पुढे काय होणार?"

"पण एवढे मौल्यवान अश्रू असे वाया घालवायचे का?"

"तुझी आठवण येत होती ना म्हणून. आता आलास छान वाटले. दोन दिवस झाले आपली भेट नाही."

त्याला खूप छान वाटले तिच्या त्या वाक्याने.क्षणभर वाटले ती थोडयाशा थट्टेने तसे म्हणत असावी. पण तशी खूण काही तिच्या चर्येवर दिसली नाही.

"खरं सांग ना"

"काय सांगू. कंटाळा आलाय रे. असे वाटते कुठेतरी लांब निघून जावे. सर्व चिंता, काळज्यापासून लांब."

"पण आता कसली काळजी? आता तर चिंतेचे मुळ दूर झालेय"

"तसं नाहीय रे. एका प्रश्नाचा निकाल लागला की त्यातून अनेक उपप्रश्न सुरू होतातपण जाऊ दे. तुझ्यासाठी बघ मी काय बनवलेय"

तिने एक डिश त्याच्या समोर ठेवली. शंतनूने पाहिलं. डिशमध्ये नीट रेखीव आकारात कापलेल्या मलई बर्फीच्या वडया होत्या.

पांढऱ्या शूभ्र बर्फीच्या तुकडयावर हिरव्या पिस्त्याचे काप पसरुन शलाकाने खूप छान सजावट केली होती. आधीच त्याला गोड खूप आवडायचं त्यात श्वेताच्या आजच्या धुंद करणाऱ्या भेटीची. घेतलेल्या पहिल्यावहिल्या चुंबनाची गोडी अजूनही ओठावर रेंगाळत होती.

आणि आता ही त्याची सर्वात आवडती मिठाई शलाकाने त्याच्या समोर आणली स्वारी भलतीच खूश झाली.

"काय सांगतेस? ही मिठाई तू घरी स्वतः बनवलीस?" त्याला तिला पूर्ववत मूडमध्ये आणायचं होतं.

"हो. तू म्हणालेलास न की तुला गोड आवडतं. म्हणून खास तुझ्यासाठी बनवली आहे. खाऊन बघ तरी कशी झालीय ते"

शंतनूला खूप भरुन आलं. त्याने बर्फी तोंडात टाकली.

गोड मधाळ बर्फीचा तुकडा अतिशय स्वादिष्ट होता. शलाका अपेक्षेने त्याच्याकडे पाहात होती. तिने खास त्याच्यासाठी बनवलेली गोष्ट त्याला आवडली क़ी नाही हे जाणून घ्यायला ती उत्सुक होती.

"कशी बनवलीस गं एवढी सुंदर मिठाई?"

"अरे खूप सोपी आहे रेसीपी. थोडा खवा आणि थोड पनीर समप्रमाणात घेऊन त्यात साखर घालायची आणि कढईत घट्ट गोळा होईपर्यंत घोटायचं. शेवटी थोडी instant milk powder घालायची आणि तूप लावलेल्या थाळीत हे मिश्रण थापायच. मिश्रण थंड झालं की वड्या पाडायच्या आणि वेलची पूड पिस्त्याचे काप लावून सजवायचं. एवढे सोप आहे. आवडली?"

शंतनू ती डिश बघताच प्रेमात पडला. शिवाय तिने खास ती त्याच्यासाठी बनवली होती.

"रेसिपी कळाली नाही. पण तू खूप कष्ट घेतलेस एवढे कळाले."

त्याने मिटक्या मारत ती बर्फी संपवली.

शेवटचा एक तुकडा राहिला.तेव्हा त्याच्या लक्षात आले

"तू खालीस की नाही?

ती हसली......

त्याने तो तुकडा तिच्या समोर धरला. तिने तो त्याच्याच हाताने खाल्ला.

प्रतापराव आता खूपच एकटे झाले होते.

त्या अलिशान बंगल्यात कुणीच नव्हते. सगळ्या घटना अशा काही घडल्या होत्या की विचार करायलासुद्धा सवड मिळाली नाही.

पत्नी जाऊन २० वर्षे झाली. आता एकुलता एक मुलगा गेला. सून त्या अगोदरच गेली. आपल्या बरोबर दुधावरची साय पण घेऊन गेली होती. आता कुणासाठी जगायचे? कसला अट्टाहास असतो जगण्याचा....

भल्या बुऱ्या मार्गांनी त्यांनी ही एवढी संपत्ती उभी केली. आता पुढे काय?

धर्मादायी?

कुणासाठी जगायचे? एका क्षणापुरता त्यांच्या मनात आत्महत्येचासुद्धा विचार आला. किंवा मग निघून जावे कुठेतरी हिमालयात.

पण इंद्रजितचा कुणी केला असेल खून?

मग त्याच्या मस्तकातली एक शीर उडू लागली. ज्याने आपला नाश केला त्याला सोडायचे नाही.......

सगळ्या भावनावर मात करून एक सुडाची भावना वर आली.

मग ती कुणी का असेना.

त्यांनी फोन उचलला.

“हॅलो...”

“प्रोब डिटेक्टिव्ह एजन्सी.”

“मी प्रतापराव सरदेसाई बोलतोय ते दमदार आवाजात बोलले.

पलिकडच्या आवाजात एकदम बदल झाला. त्यात कमालीची अजिजी आली.

“नमस्कार साहेब. काय सेवा करू साहेब...”

त्याकडे दुर्लक्ष करून ते म्हणाले.

“सेवा करायची संधी तर देतोच आहे. बरोबर भरपूर पैसे कमवायची पण संधी देतोय. त्याचा किती फायदा करून घेताय ते तुमच्या कार्य क्षमतेवर अवलंबून आहे.

“तुम्ही फक्त हुकुम करा सर. प्रोब डिटेक्टिव्ह एजन्सी तुमच्या इशाऱ्यावर नाचेल”

“मला नुसता नाच नकोय. रिझल्ट हवा.”

पलीकडे शांतन्ता.

“पोलीस काम करताहेतच. पण त्यांच्या कार्यक्षमतेवर माझा पूर्ण विश्वास नाही. इंद्रजितच्या खुन्याचा शोध लवकरात लवकर लावायचा. पैसे मुह मांगे. पण काम झाल्यावर”

“हो सर”

फोन कट झाला.

त्यांचीही विचारचक्र पुन्हा सुरू झाली. आता या सगळ्याचा वारस शार्दूल आहे. इंद्रजितने अट पूर्ण केल्यामुळे जुने मृत्यूपत्र बाद करून नवीन बनवले होते आणि सगळ्याचा अनभिषिक्त वारस इंद्रजित होता. इंद्रजितच्या मृत्यूने सगळेच गणित बदलले.

कोणत्याही परिस्थितीत शार्दूलचा ताबा मिळवायलाच हवा

पैशाचा, शक्तीचा वापर करावा लागला तरी चालेल.

त्यांच्यामानानेनिश्चिंतकेलेशार्दूलचाताबामिळवायचाआणित्याला आपल्या साम्राज्याचा उत्तराधिकारी बनवायचा.......आणि...... आणि. अर्चनाचा काटा काढायचा.........

तिच्या मुळेच त्यांचा एकुलता एक लाडका इंद्र त्यांच्यापासून कायमचा हिरावला होता.........

तिचा काटा काढायचा.........

त्यांनी पुन्हा फोन लावला

“हॅलो.प्रतापराव सरदेसाई बोलतोय. त्यात अजून एका कामाची नोंद करायचीय..........मला माझा नातू. शार्दूल हवा..........”

तो रविवार होता. सुट्टीचा दिवस......

दिवाळी नंतर अंबोलीत क्वचित पाऊस पडतो. परंतू त्या दिवशी वातावरण पावसाळी होते. श्वेताने निश्चय केला आता अभ्यासावर लक्ष केंद्रित करायचे. पहाटे लवकर उठून ती अभ्यास करायला बसली होती.

अभ्यासात तिची प्रगती चांगली होती... मध्ये घडलेल्या घटना क्रमाने तिचे मनस्वास्थ हरवले होते. पण आता चांगले दिवस येऊ घातले होते. इंद्रजित सरदेसाई. ज्याला ती आत्तापर्यंत दुर्दैवाने जिजाजी म्हणत आली होती. त्याच्या मृत्यूमुळे आता सगळे प्रश्न सुटल्यातच जमा होते. कालची शंतनूबरोबरची संध्याकाळ चांगलीच लक्षात राहिली होती.अजूनही ती त्याच हळूवार मूडमध्ये होती. आता दिदीचा रमेश अंकलबरोबर विवाह करून सुखी होण्याचा मार्ग सुकर झाला होता.

शार्दूलसुद्धा आता फक्त अर्चनाकडे राहाणार असल्याने त्याची परवड होणार नव्हती. रमेश अंकलचा शार्दूलवर खूप जीव होता.

कालची तिची आणि शंतनूची भेट खूपच छान झाली होती. त्याने घेतलेल्या चुंबनाच्या आठवणीने तिचे अंग अंग पुन्हा रोमांचित झाले होते. रसिक, कलाकार, उत्साही मनोवृत्तीचा शंतनू तिला आवडे.

ते भेटत. तेव्हा नेहमीच तो तिची खूप काळजी घेत असे. तिला जपत असे. आणि जीवनाचा साथीदार म्हणून मनोमन तिने त्याला स्वीकारलेदेखील होते.

शंतनूच्या वडिलांनी सालई वाडयातला ते राहातात तो अर्ध्या भाग विकत घेतला होता. त्यामुळे त्यांची तिथे झाली होती.

कॉलेजचे हे शेवटचे वर्ष होते. ज्याचा शेवट गोड ते सगळेच गोड....

एक गोष्टीच मात्र तिला राहून राहून नवल वाटत होते.

इंद्रजितचा खून झाल्यापासून अर्चना खूप बदलली होती. ती बोलेनाशी झाली होती. तिला जिजाजींच्या मृत्यूचे दु:ख झाले होते का?

कस शक्य आहे?

इतक्या नीच माणसाच्या मृत्यूमुळे तिला दु:ख व्हायचे काहीच कारण नव्हते. पण चित्र उलटे दिसत होते. पौर्णिमेच्या रात्रीपासून ती खूपच विचलित दिसत होती.

बघावे तेव्हा रमेश अंकल आणि ती कुजबुजत बोलताना दिसत. ती तिथे गेली की त्यांचे चेहरे गोरेमोरे होत असत.

शार्दूल आज तीन दिवस झाले तरी अजून आलेला नव्हता.

तिने सगळ्या गोष्टीकडे दुर्लक्ष केले होते.

रोव्हरचा पत्ता नव्हता. तिने आज ठरवलं तिला विचारायलाच हवं.

“चहा घेतोस मन्या?”

मागून अर्चनाचा आवाज आला. कधी कधी लाडाने ती तिला मन्या म्हणायची. तिने मागे वळून बघितले. अर्चना चहाचा ट्रे घेऊन उभी होती. तिच्या अंगावर गाऊन होता.

तीन चार दिवस झाले श्वेताला आणि तिला नीट भेटायला वेळच मिळाला नव्हता. सकाळी उठून ती कॉलेजमध्ये जायची आल्यावर तिच्या तिच्या कामात असायची ती काहीतरी.

श्वेताने मागे वळून बघितले.

तिला धक्काच बसला. किती खराब झाली होती ती.

डोळ्याभोवती काळी वर्तुळे. चेहरा निस्तेज. फिकट. श्वेता उठून उभी राहिली आणि तिच्या जवळ गेली. तिच्या हातातला चहाचा ट्रे तिने घेतला.

"दिदी! काय गं? बरं नाही का?"

"नाही गं. कुठे काय?"

"मग अशी काय झालीय तुझी अवस्था? असे वाटते तू रात्री झोपलेली नाहीस."

अर्चनाच्या मनाचा बांध फुटला...व ती हमसून हमसून रडू लागली.

श्वेताच्या काळजाचे पाणी पाणी झाले. तिने तिला जवळ घेतले.

"दिदी."

श्वेताला मिठी मारून ती खूप वेळ रडत होती. मग जरा सावरल्यावर श्वेताने तिला बेडवर बसवले. तिला पाणी दिले. चहा दिला.

तिच्या पाशी ती बसली.

"नक्की काय झालेय दिदी?"

"कस सांगू तुला. श्वेता. तुला सांगू की नको हा ही प्रश्न आहे मला....पण ते रहस्य हृदयात ठेऊन माझे हृदय फुटायची वेळ आलीय"

श्वेताने तिच्या केविलवाण्या अवस्थेकडे बघितले.

तिला पुन्हा घट्ट मिठीत घेतले......अर्चना पुन्हा ढसा ढसा रडू लागली...श्वेताच्या डोळ्यातून सुद्धा तिला असे रडताना बघून घळा घळा पाणी वाहू लागलं.

बराच वेळ तसा गेला...... दोघी शांत झाल्यावर ताने तिचा चेहरा दोन्ही हातात धरला... आणि तिच्या डोळ्यात पाहात विचारले "सांग मला दिदी.सांग काय झालेय. तुला एवढ हतबल कधीच बघितल नव्हतं मी."

"श्वेता........." ती मुसमुसत म्हणाली.......

"श्वेता."तिला बोलवत नव्हतं तरी कसंतरी अवसान आणून ती म्हणाली "शार्दूलच्या हातून त्याच्या वडिलांचा खून झालाय."

क्षणभर श्वेताला वाटले आपल्या मेंदूच्या ठिकऱ्या ठिकऱ्या होताहेत.

शलाका घडलेल्या सगळ्या प्रकारांनी उद्विग्न झाली होती.

थोडा विरंगुळा आणि शंतनूची आठवण म्हणून ती कॅसियो घेऊन वाजवत होती. खरंतर तिचे लक्ष वाजवण्यात नव्हतेच. स्वर ऐकून शंतनूने यावे असं तिला वाटत होते.

पण आता तर त्याच्यावर बंदी घालण्यात आली होती. पूर्वीसारखा उघड उघडपणे तिच्याकडे येऊ शकत नव्हता.

शंतनूबद्दल तिला काय वाटत होते तिला सांगता आले नसते. तो सरळ मार्गी होता. स्वभावाने हळवा होता. त्याची मैत्रीण श्वेता होती.

त्याने तिला सांगितले होते की त्याने तिला कसे प्रपोज केले होते. त्यावरची तिची प्रतिक्रिया सांगितली होती. किती छान जोडी होती दोघांची.

पण तिला त्याचा सहवास खूप आवडायचा.

तिला बहीणाबाईची मन वढाय वढाय कविता आठवली.

असच होतं ती किती समजावयाची स्वतःला की शंतनू तिच्या साठी नव्हताच...नाहीच. तरी सुद्धा तिला तो हवाहवासा वाटत होता.

एकदा शिकवता शिकवता अजाणतेपणे त्याच्या हाताचा स्पर्श तिच्या वक्षाला झाला होता... ती अंतर्बाह्य थरारली होती....

तिने त्याच्याकडे चमकून बघितले होते. त्याला ही ते जाणवले होते.

पण तिनेच आपल्या लक्षात आले नाही असे दाखवून दिले होते.

काय आहे तिचे आणि त्याचे नाते?. परिस्थितिने, योगायोगाने, दोघांना एकत्र आणले होते. तिला त्याच्या डोळ्यात नेहमी तिच्याबद्दल काहीतरी दिसायचे. काय होते? प्रेम? सहानुभूती. आकर्षण? वासना.?

तिचा पहिल्या प्रेमाचा. पुरुषाचा अनुभव तिला खूपच महागात पडला होता. तिचे आयुष्य उध्वस्त करून गेला होता. आता कोणत्याही पुरुषाकडे ती सहजपणे आधार म्हणून पाहूच शकली नसती, इतका विचित्र.वाईट अनुभव होता तिला इंद्रजितकडून आलेला.

संपूर्ण पुरुष जाती बद्दल तिला एक घृणा निर्माण झाली होती.

पण शंतनूला ती ओळखत होती. तो किती साधा सरळ होता तिला कल्पना होती.

श्वेता किती भाग्यवान आहे. तिला असा मित्र साथीदार मिळाला.

आपल्याला प्रथम शंतनू भेटला असता तर?

पण तो तर वयाने लहान आहे.

आपण थोडे उशिरा जन्माला यायला हवे होते. किंवा तो तरी थोडा आधी.

तिचे तिलाच हसू आले.

कसा विचार करत होती ती.

तितक्यात एक पोस्टमन येताना दिसला...

तिला वाटले तो इकडे नसेल येत कदाचीत

पण तो सरळ इकडे आला. आणि त्याने एक एन्व्हलप भिरकावले.

ती स्तब्ध झाली.

तेच नेहमीचे एन्व्हलप. हे नाव. पत्ता. आत तशीच एक बातमी.

आता कोण?

इंद्रजित तर नव्हता या जगात.......

मग? अर्चना? पटकन तिच्या डोळ्यासमोर तिचे नाव आले. पण तिला काय मिळते. किंवा मिळणार आहे?

विचारचक्र चालू झाले.

ही असली पाकिटे तिला तिच्याच किचन मध्ये दिसली होती.

पौर्णिमेच्या रात्री सुद्धा.फक्त तिलाच माहीत होते की आपण तिच्याकडे जाणार ते.

त्या दिवशी आपल्यावर हल्ला करणारी ती असू शकेल?

ती पुन्हा एकदा अंतर्बाह्य हादरली.

श्वेताला क्षणभर काहीच सुचेना. जरा वेळाने ती भानावर आली.

“दिदी तू काय बोलतेस? शार्दूलच्या हातून जिजाजींचा खून?”

“हो.श्वेता. माझे तर नशिबच फुटलेय.”

“पण हे कस शक्य आहे? कस झाले हे?” श्वेता मनोमन हादरली होती.

“पौर्णिमेच्या रात्री.जेव्हा सगळे आटोपले. सर्वात शेवटी घरी जाणारा माणूस होता रमेश. तो बाहेर पडत असताना त्याला बाहेर झाडात काहीतरी हालचाल जाणवली. म्हणून तो झाडामागे लपला. आणि झाडामागून इंद्रजित बाहेर आला. तो सरळ शार्दूलच्या टेंटपाशी गेला. तिथे बाहेर रोव्हर होता इंद्रजितला रोव्हर चांगला ओळखत होता.त्यामुळे तो शेपटी हालवत त्याच्या जवळ गेला. इंद्रजित त्याच्या जवळ बसून त्याच्या डोक्यावरून हात फिरवत होता.तितक्यात आतून टेंटमधून एक गोळी सणसणत आली आणि तिने इंद्रजितचा बळी घेतला. तत्क्षणी रमेश माघारी फिरला. पाहातो तो शार्दूलच्या हातात पिस्तूल होते व नळीतून धूर येत होता. झाल्या प्रकाराने शार्दूलला धक्का बसला होता. तो भेदरून गेला होता. व तो रडत होता. रमेशने शार्दूलला सावरले. आणि तो तडक त्याला माझ्याकडे घेऊन आला. त्याने मला

कल्पना दिली काय झालेय त्याची. शार्दूल हीस्टेरिक झाला होता. आणि इथे तर शंतनू आणि शलाका होते."

"पण रमेश अंकल नेहमी पिस्तूल रिकामे करून देतात ना त्याला."

"त्या दिवशी दुर्दैवाने. त्या दिवशी एक रेड घालायची म्हणून तो पिस्तूल घेऊन गेला होता. गडबडीत ते खाली करायचे विसरला होता. बघ ना सगळे कसे जुळून आले. त्याने मग शार्दूलला माझ्याकडे आणले. इंद्रजितची डेड बॉडीत्याच्याच गाडीत घातली आणि खाली रॉयल क्लब पाशी सोडून आला.हे सगळे करता करता दमछाक झाली. केवळ रमेश होता म्हणून जमले"

"पण जिजाजी कशाला आले असतील इकडे?"

"ती होती ना. शलाका तिच्या मागे आला असेल बहुतेक."

"मग पुढे.? आत्ता शार्दूल कुठे आहे?"

"गोव्यात..."

"गोव्यात...कोणाकडे?"

"गोव्यात मडगावला रमेशची एक बहीण राहाते. त्यांचा एक बंगला आहे तिथे. शार्दूल थोडे दिवस तिथेच राहाणार आहे. शार्दूल जरा सावरला की त्याला घेऊन परत येणार आहे. त्याला सावरण्यासाठी हीप्नोथेरापिस्टची मदत घेणार आहेत."

दोघी शांत.

अर्चनाच्या डोळ्यातून पुन्हा धारा वाहू लागल्या

"श्वेता, इंद्रजितबरोबर ज्या दिवशी माझा विवाह झाला त्याच दिवशी माझ्या आयुष्याला एक ग्रहण लागले. जिवंतपणी त्याने मला एक क्षण सुखाचा अनुभवू दिला नाही. पण आता मृत्यूनंतर सुद्धा एक अशुभ, अभद्र सल माझ्या मागे लावून गेलाय."

"पण शार्दूल एकटा कसा राहू शकेल.तुझ्याशिवाय.?"

"रमेश चे म्हणणे पडले.की मी इथे असायलाच.अन्यथा पोलिसाना संशय येईल."

“पण गाडीत रमेश अंकलचे फिंगर प्रिंट्स सापडले तर?”

“त्याने ग्लोव्हज घातले होते…

“पण दिदी तुला माहीताय. त्या शलाकाने शार्दूलने झाडलेल्या पिस्तुलाच्या गोळीचा आवाज ऐकलाय.”

अर्चनाचा चेहरा गंभीर झाला.

“हो आणि अजून एक तिला आपल्या किचनमध्ये त्या रात्री. काही एनव्हलप्स नि एक laptop दिसला होता. असंसुद्धा ती म्हणत होती.”

अर्चनाचे डोळे विस्फारले

“what? Incrediable. I guess She is lying. माहीत नाही तिला काय सिद्ध करायचेय.”

श्वेताचा तिच्या दिदीवर पूर्ण विश्वास होता.

पण या साऱ्या गोष्टीचा तिच्यावर प्रचंड मानसिक ताण पडला होता.

श्वेताने अचानक डोके धरले. व तिचा चेहरा थोडा वेडावाकडा झाला.जणू तिला काहीतरी वेदना होताहेत.

“श्वेता काय झाले?”

त्या दिवशी शार्दूलला तिच्या जवळ झोपायचे होते पण श्वेताला शंतनूच्या घेतलेल्या चुंबनाच्या आठवणीत गुरफटून झोपायचे होते. तिला त्या दिवशी शेजारी कुणी कुणी नको होते. शंतनू चालला असता… पण ते शक्य नव्हते. म्हणून प्रयासाने तिने शार्दूलला दूर ठेवले होते. मग त्याला बाहेर टेंटमध्ये झोपावे लागले. आणि हे सारे रामायण घडले.

ती…. ती जबाबदार होती या सर्वाला. अगदी तिचं……… दुसर कुणीच नाही. सगळा दोष तिचा होता……. “डोकं….माझं. डोकं……….खूप दुखायला लागलं….”.

तिच्या डोळ्यासमोर अंधारी आली.

इन्स्पेक्टर महेश मनातून खरंच वैतागला होता...

त्याला कामाचा कंटाळा होता अशातला भाग नव्हता.पण हे जे काही त्रांगड झालं होतं. ते फारच गुंतागुंतीच होतं त्यातून बाहेर पडायला मार्गच नव्हता.

वरिष्ठांकडून जाब विचारला जात होता. त्यात मिडीयाचा ससेमिरा चालूच होता. दोन्हीकडून त्याच्यावर दबाव होता.

डॉ. अग्रवालचा मृत्यू लोकांनी अपघात म्हणून गृहीत धरला होता. तसं कुणाला त्यांचा घातपात करायचा काही हेतू असायची शक्यता नव्हतीच, ना प्रचंड मालमत्ता. ना प्रेम प्रकरण. ना तो माणूस लफडेबाज होतासाध सरळ आयुष्य होतं. मग त्यांची हत्या करून कुणाला काय मिळणार होतं?

भाडोत्री गुंड सायमनचा. अत्यंत भयंकर पद्धतीने खून गेला होता. पण त्याबद्दल कुणीच काही विचारायला येणार नव्हतं. यांचा शेवट हा असाच होणार हे अभिप्रेत होतेच. पण डॉ.अग्रवाल यांच्या मृत्युनंतर दुसऱ्याच दिवशी सायमनचा मृत देह सापडला होता. महेशच्या डोक्यात एक विचार चमकून गेला. सायमनचा डॉअग्रवाल यांच्या मृत्यूशी तर काही संबंध नसेल ना?

इंद्रजित सरदेसाईच्या खूनाने मात्र सगळी वाडी ढवळून काढली होती.वरीष्ठांचा वाढता दबाव. मिडीया.आणि त्यात गम्मत अशी की प्रतापरावांनी जे एक लाखाचे बक्षीस जाहीर केले होते त्याच्या आशेन रोज कुणी न कुणी काहीतरी अर्धवट माहिती घेऊन येऊन वेळेची खोटी करत होते.

त्यात तथ्य काहीच नसायचे.पण त्याला वेळ तर द्यावा लागायचा.

खरे तर त्याला अर्चनाच्या घरावर सर्च वॉरंट हवे होते. तिथेच काहीतरी गोची होती. शलाकाने ऐकलेला गोळीचा आवाज, तो लॅपटॉप, ती एन्व्हलप्स. पण त्यासाठी तसे काहीतरी सबळ पुरावा हवा होता शलाका त्याची बहीण होतीमामे बहीण का होईना, वरिष्ठ इतक्या सहजा सहजी त्याची मागणी मान्य करणार नव्हते.

"साहेब तुम्हाला भेटायला कुणी बाई आल्यात"

"मला?"

"हो"

"काही तक्रार असेल तर शेख कडे घेऊन जा. आणि रीतसर FIR घ्या लिहून"

"तिने तुमचे नाव घेतले. म्हणाली महेश साहेबांनाच भेटायचय. इंद्रजित सरदेसाईच्या खुना बाबत."

"पाठव आत…"

अजून एक डोके दुखी. काही महत्त्वाचे नसते. पण ऐकून तर घ्यायलाच हवे.

थोडा वेळाने. एक थोडी भडक लिपस्टिक लावलेली सडपातळ. बांधेसूद तरुणी आली.तिच्या अंगावर एक झिरझिरीत असा उत्तान वाटणारा ड्रेस होता

"गुड मॉर्निंग सर"

"गुड मॉर्निंग. बसा. काय सांगायचेय तुम्हाला?"

महेशची पोलिसी नजर तिचा अंदाज घेत होती. मध्यम वर्गीय होती. मादक होती. नाकी डोळी छान होती. पण नखरेल आणि चवचाल वाटत होती. थोडी बिनधास्त पण.

तिने त्याच्याकडे रोखून पाहिले. ती थोडीशी सांशक वाटली. आणि बोलू की नको बोलू की अशी तिची अवस्था त्याला दिसली.

"बोला ना. काय माहिती द्यायचीय तुम्हाला?"

"ते एक लाखाचे बक्षीस आहे. ते योग्य माहिती देणाऱ्याला मिळणार आहे ना?"

"हो. पण ती माहिती किती उपयुक्त.आणि महत्त्वाची आहे त्यावर ते अवलंबून"

"खून झाला त्या रात्री मी तिथेच होते. रॉयल क्लबच्या तिथे."

महेशचे डोळे चमकले. तो आरामात बसला होता तो एकदम सरळ झाला. आणि टेबलवर कोपर ठेऊन तिच्या डोळ्यात शोधक नजरेने पाहू लागला.

ती थोडी वरमली.

“त्या रात्री मी आणि माझा प्रियकर. आम्ही दोघे गर्दीपासून दूर. चांदण्याची मजा अनुभवायला गेलो होतो.”

ती प्रमाणिकपणे बोलत होती. पण चांदण्याची नाही ते वेगळीच मजा अनुभवायला गेले होते हे त्याच्या लक्षात आले.

अर्थात त्याच्याशी त्याला काहीच देणे घेणे नव्हते. तो पुढे ऐकू लागला.

“आम्ही आमची गाडी दिसेल न दिसेल अशा पद्धतीने पार्क करून.” ती थोडी चाचरली. बहुदा त्या वेळी त्यांच्या ज्या धुंद प्रणयलीला चालल्या होत्या. त्या तिला आठवल्या असणार.“गप्पा मारत बसलो होतो. थोड्या वेळाने अजून एक अलिशान गाडी तिथे आली. आम्हाला वाटले आमच्यासारखेच कुणी प्रेमिक असणार, पण जरा वेळाने जोर जोरात बोलण्याचा आवाज ऐकू येऊ लागला.

आम्हाला आधी वाटलं की नॉर्मल भांडण आहे. पण हळूहळू त्यांचं भांडण गंभीर होत गेलं.

आम्हाला त्रास होऊ लागला. एक वेळ वाटले की जाऊन त्यांना समजवावे. किंवा गाडी घेऊन तिथून दूर जावे. पण मग आमची ओळख समजली असती. आम्ही शांत राहिलो. तेवढयात फट असा आवाज आला. कारचे दार बंद करताना होतो तसा. व एकदम शांतता पसरली. बोलण्याचा आवाज बंद झाला. त्यातून एक स्त्री बाहेर पडली. व तिने मोबाईलवर कुणाला तरी फोन केला... नंतर ती इकडेतिकडे फिरत होती. खूप अस्वस्थ असल्यासारखी. नंतर ती कारजवळ बराच वेळ उभी होती.कुणाची तरी वाट बघत.थोडा वेळाने तिथे एक उघडी जीप आली. त्यातून एक तरुण उतरला. ती स्त्री आणि तो जीप मधून आलेला तरुण दोघांचे काहीतरी बोलणे झाले.तिच्या खांद्याला laptop bag होती. ते दोघे तिथून निघून गेले. ती कार तशीच तिथे होती.”

ती थोडी थांबली. तिने इन्स्पेक्टर महेशकडे बघितले. आपण दिलेली माहिती त्याला किती महत्त्वाची वाटते. हे तिने ताडायचा प्रयत्न केला.

त्याच्या चेहरा कमालीचा मक्ख होता. हे डॉक्टर आणि पोलीस असेच हृदयहीन.कोणत्याच गोष्टीचा च्याच्यावर परिणाम होत नाही. तिच्या मनात येऊन गेले.

"तुमच्या मित्राचे नाव काय?"

"मी अशी विनंती करेन की त्याचे नाव प्रकाशात येऊ नये. तो इथला एक अत्यंत प्रतिष्ठित आणि विवाहीत गृहस्थ आहे... व लवकरच घटस्फोट घेऊन तो माझ्याशी लग्न करणार आहे."

त्याच्याशी त्याला काडीइतकंसुद्धा काही घेणं नव्हतं.

"तरीपण मग इथे येण्याचा धोका का पत्करलात?

"एक लाख रूपयासाठी. सरळ आहे " ती खरं तेच बोलली.

"बक्षीस नसते तर नसत्या आला?"

"अर्थात. विनाकारण कोण नको त्या फंदात पडणार?"

म्हणूनच बरेचसे गुन्हे लपलेले राहातात. तो मनातल्या मनात म्हणाला. अर्थात त्याला पोलीस डिपार्टमेंट तितकेच जबाबदार. टाळी एका हाताने नाहीच वाजत.

"त्या स्त्रीचे किंवा पुरुषाचे वर्णन करता येईल...?"

"तो पुरुष मफलरने चेहरा झाकून आला होता. त्यामुळे त्याचा चेहरा नाही ओळखता येणार.पण जीप लक्षात राहिलीय

स्त्री सडपातळ होती. थोडी उंच होती. चेहरा चंद्रप्रकाशात दिसला...तो मोटारसायकलवाला येईपर्यंत ती तिथे येरझाऱ्या घालत होती त्यामुळे.तिला मी पाहिले तर ओळखू शकेन"

"नक्की ओळखू शकाल?"

"हो. प्रयत्न करेन"

तुमच नाव काय म्हणाला?"

"वैशाली भटनागर"

महेशने थोडा विचार केला.

"ठीक आहे. मी तुम्हाला आंबोलीला एके ठिकाणी घेऊन जाणार आहे. तिथे एक स्त्री आहे ती त्या रात्री तुम्ही पाहिलेली तिचं का. हे तुम्हाला सांगायचेय. फक्त खूण करा. डन?"

तिने मान हलविली.

महेश उभा राहिला. व त्याने आपली कॅप डोक्यावर घातली. आणि जीप ची चावी घेऊन तो निघाला

"चला...."

तो थोडा उत्साहित. व उत्तेजित झाला होता.

वैशालीने जर अर्चनाला 'ती' च स्त्री म्हणून ओळखले असते तर तो पुढची कारवाई करायला मोकळा होता. सहज सर्च वॉरंट मिळाले असते आणि तिला चौकशीसाठी बोलावून घेता आली असते.

अचानक त्याच्या हाती हुकमी एक्का लागला होता.

सहस्त्ररश्मीने आपले मायाजाल पसरवायला सुरूवात केली होती.

रात्रभर सुस्तावलेल्या. सजीव सृष्टीला पुन्हा एक वेगळी जाग येत होती. कोंबडयाचे आरवणे.जे शहरात कानावर पडतच नव्हते त्याच्या आवाजाने जागे होण्यात एक वेगळाच आनंद होता. कोकिळेचे लयदार. पल्लेदार सुस्वर कानी गुंजन करत होते.

सगळीकडे चैतन्य आणि आनंद होता.

पण अर्चनाने डोळे उघडले ते एका अशुभ सावटाखाली. सर्वात प्रथम तिला आठवला शार्दूल. नेहमी तो तिच्याच शेजारी झोपलेला

असे.आज उठावेसे वाटत नव्हते. पण श्वेताला कॉलेजला जायचे होते. तिच्यासाठी तर उठावे लागणारच होते.

नाईलाजाने ती बेडखाली उतरली.

घर साफ करणारी बाई येईलच आत्ता. तिच्या नंतर स्वयंपाक बनवणारी येईल. तिला आज काय काय बनवायचे सांगायला हवे. खरंतर शार्दूलच्या आठवणीने तिचा घास घशाखाली उतरत नव्हता.

श्वेता उठली असेल. ती नेहमीच तिच्या अगोदर उठते. आणि सकाळी सकाळी मस्त गरम गरम कॉफीचा कप तिच्या पुढे धरते.

आपण चूक केली का तिला इथे बोलवून?

पण किती आधार आहे तिचा. किती काळजी घेते. बहीण असावी तर अशी.

ती किचन मध्ये आली. किचनमध्ये सामसूम होती.

अरेच्च्या! आज अजून उठली नाही? असू दे आज मी तिला कॉफी नेऊन देते. तिने झटपट कॉफी बनवली.आणि ती कॉफी घेऊन वर श्वेताच्या बेडरूम मध्ये गेली.

श्वेता अजून झोपलेलीच होती.

“मन्या. कॉफी sssssss.”

तिने ट्रे टिपॉय वर ठेवला व तिच्या शेजारी बेडवर बसली.

श्वेतू.

तिला धक्का बसला. श्वेताचे अंग चांगलेच गरम होते.श्वेताने महत प्रयासाने डोळे उघडले.

व कसेनुसे हसण्याचा प्रयत्न केला.

“तुला तर ताप आहे. श्वेता.”

“काही नाही गं. होईल ठीक.” ती उठून बसायचा प्रयत्न करत हणाली.

पण अर्चनाने तिला उठून दिले नाही.

"नको उठूस. मी डॉक्टरना बोलावते."

"अगं काही गरज नाही."

अर्चनाचे धाबे दणाणले होते. श्वेता तिचा उजवा हात होती. ती आजारी पडली तर तिचे सगळेच गाडे लंगडे पडणार होते.

तिने डॉक्टरांना फोन केला.

शंतनू कॉलेजमध्ये आला.

श्वेताची गाडी नेहमीच्या जागेवर नव्हती. बसने आली असेल म्हणून त्याने तिच्या मैत्रीणीकडे चौकशी केली. पण कुणीच समाधानकारक उत्तर दिले नाही. त्याने तिचा मोबाईल लावला. रिंग वाजली वाजली आणि बंद झाली.

तो बेचैन झाला.

जावे का तिच्या घरी.?

पण ती उर्मी त्याने दाबून टाकली.

का बरे आली नसेल? आणि फोन पण उचलत नाहीये.

पिरियड्सला त्याचे लक्ष काही लागले नाही. कॉलेज सुटल्यावर त्याला काय करावे सुचेना?

दिवसभर तो तिला फोन ट्राय करत राहिला पण तिने उचललाच नाही.

शलाकाकडे पण दिवसा ढवळ्या जाणे शक्य नव्हते. त्यासाठी संध्याकाळ. अंधार पडे पर्यंत वाट पाहायला हवी होती

त्याला थांबणे भाग होते.

तो एका मित्रा कडे गेला आणि त्याच्या कडे संध्याकाळ होई पर्यंत कॅरम खेळत बसला.

खरंतर तो सैरभैर झाला होता.

त्याला समजतच नव्हते काय चाललेय ते. बेचैन झाला होता तो.

त्याला आत्ता कुणीतरी जवळ हवे होते?

कोण?

श्वेता....! तिच्याजवळ बसून तिच्याशी गप्पा मारायच्या होत्या. तिचे लाड करायचे होते. तिच्याकडून लाड करून घ्यायचे होते.

पण दोन दिवस झाले ती कॉलजला आली नव्हती व त्याचा फोन पण उचलत नव्हती. आयुष्यात त्याने प्रथमच अनुभवलेले तिचे चुंबन, त्याची आठवण त्याला अस्वस्थ करत होती. तिच्याकडे जायची उर्मी त्याने दाबली होती.

संध्याकाळी थोडा अंधार पडल्यावर तो घरी निघाला. पण घरी न जाता तो सरळ शलाकाकडे गेला.

त्याच्याही नकळत त्याची पावलं आज शलाकाकडे वळली होती.

तिच्या व्हारांडयातला दिवा चालू होता. बहुदा तिने आज तो येईल अशी अपेक्षा केली नव्हती.

तो तिथेच झाडा मागे थांबला. तो तसाच गेला असता तर कदाचित त्याच्या घरातल्या कुणीतरी त्याला पाहिले असते.

त्याने शिळेवर न ये चंद होगा न तारे रहेंगे. गाणे वाजवायला सुरूवात केली.

परिणाम व्हायचा तोच झाला. तिच्या कानावर ती ओळखीची सुरावट जाताच ती दरवाज्यात आली.

“शालू. लाईट बंद कर. मी आलोय.” तिथल्या पेरूच्या झाडामागून तो कुजबुजला.

तिच्या लक्षात आले. तिने लाईट बंद केले.

तो पटकन आत घरात शिरला.

ती उभी होती.तो इतका घाईत शिरला.की पुन्हा तिच्या वक्षाला त्याचा स्पर्श झाला.

तो सरळ आत किचनमध्ये गेला.

"हे बरोबर नाही रे. मला खूप गिल्टी वाटतेय."

ते ऐकले न ऐकलेसे करून तो म्हणाला.

"मला भूक लागलीय शालू."

"ओहह! लाडू आहेत देऊ....? थोड थांब हवं तर गरम गरम चपाती करते. आणि अंड्याची भुर्जी करते मस्त..."

तिने एका डिश मध्ये दोन लाडू ठेवले.

"नको ऑम्लेट कर फक्त घरी जाऊन जेवायचेच आहे."

बाहेर पावसाला सुरूवात झाली होती. ती अंडी फ्रायपॅनच्या काठावर फोडून. पॅनवर पसरताना तिच्या हालचाली किती सुडौल विलोभनीय होत्या. तो मोहीत झाला. क्षणभर त्याला मोह झाला.मागून जाऊन तिला मिठीत घ्यावे.समजा तसे केले तर काय असेल तिची प्रतिक्रिया?

"श्वेताची भेट झाली?" तो त्याच्या तंद्रीतून जागा झाला.

"न... नाही." तो एकदम चमकला.

"काय रे. एवढा का चमकलास?"

हे काय भलताच येतंय आज आपल्या मनात. श्वेतावर मनापासून प्रेम असूनही ही शलाकाबद्दलची ओढ कसली? त्याला काय म्हणायचं?

तिला आपण असा विचार करतोय हे कळाले तर?

"नाही. आज कॉलेजला आलीच नव्हती. तिचा फोन पण लागत नव्हता."

"पण नक्कीच तिथे काहीतरी गडबड आहे. कशाचाच अर्थ लागत नाही"

“तू काळजी करू नकोस. एकदा का श्वेताची गाठ भेट झाली की सगळ्या गोष्टींचा खुलासा होईल”

“तू हात धुवून घे ना....झाले ओम्लेट तयार”

तो हात धुवायला उठला. तिच्या जवळून जाताना पुन्हा एकदा तिच्या सुगंधाने तो धुंद झाला.

पुन्हा त्या दिवशीसारखं तिने आपल्या कुशीत शिरावं अशी इच्छा त्याच्या मनात उचंबळून आली.

हात धूवून तिच्या जवळून जाताना ती पाठमोरी होती. तिची कमनीय मान. ब्लाऊझ आणि साडी मधल्या उघड्या पाठीमधली घळ.........

त्याची कानशिले लाल झाली.

त्याने तिचा हात धरला. तिचे मुख आपल्या कडे वळवल.

“शंतनू” तिला त्याचा उद्देश लक्षात आला होता. पण ती सुद्धा माणूसच होती.

तेवढयात बेल वाजली.

दोघे भानावर आली दचकून एकमेकांपासून दूर झाले.

दोघांनी एकमेकांकडे पाहिले. कोण असेल?

महेश? की आणखीन कोणी?

दोघांची धडधड वाढली.

“थांब मी बघते. तू मधल्या अंधाऱ्या खोलीत थांब”

शंतनू कुणाला दिसणार नाही अशा पद्धतीने मधल्या अंधाऱ्या खोलीत उभा राहिला. तिने जाऊन दार घडले.

समोर शमा उभी होती.

“काय करतेस? आणि बाहेर अंधार कसा काय आज?”

“काही नाही आत्ता जेवायला बसत होते. ये ना....”

शमाची नजर कडे तिकडे काहीतरी शोधत होती.ती शलाकाच्या अंगावरून सरळ आत गेली.

"वास तर खूप मस्त येतोय. काय केलेस आज? मला आवडेल तुझ्या हातचे खायला"

शलाकाच्या लक्षात आले की ती शंतनूला शोधतेय. तिने त्याला बघितले असावे. किंवा संशय आला असावा. किंवा असच एक अंदाज घ्यावा म्हणून ती आली असावी.

ती एकदम सहज आणि नैसर्गिक वागायचा प्रयत्न करत होती. पण तिला जाणवत होते की ती कुठेतरी कमी पडतेय.

शमाने ताटात वाढलेले ऑम्लेट पाहिले. नशीब शलाकाने एकच डिश केली होती. दोन असत्या तर तिला नक्की संशय आला असता.

"बस ना. खातेस?"

"नाही ना. आमच्याकडे नाही चालत."

पण तू खा मी बसते. तुला कंपनी देते"

शमाने समोरच्या खुर्चीत बसकण मारली. शंतनूला कळाले की आता ती लवकर हलणार नाही. नशीब बाहेरचा दरवाजा उघडा होता. आणि किचन मधल्या दोघींना दिसणार नव्हते. तो हलकेच तिथून बाहेर पडून मुख्य दरवाज्यातून

बाहेर पडला.

आणि घराकडे चालू लागला.

त्याची धडधड होतच होती. नक्कीच शमाला काहीतरी संशय आला होता. अन्यथा ती अशा भलत्या वेळी तिथे टपकणार नव्हती.

इन्स्पेक्टर महेशची जीप आंबोलीमधल्या अर्चनाच्या बंगल्यासमोर थांबली.

त्याच्या बरोबर वैशाली भटनागर होती.

त्याची खात्रीहोती या सगळ्या मागे अर्चनाच असणार. त्या मागे तिचे काय उद्देश होता माहीत नाही. पण मालमत्ता हा प्रमुख हेतू असायची दाट शक्यता होती. शार्दूल हा आता सगळ्याचा उत्तराधिकारी होता. जरी तिने घटस्फोट घेतला असला तरी शार्दूलचे हक्क अबाधित होते. आणि शार्दूल वयात येईपर्यंत तिच त्याची ट्रस्टी असणार होती.

एकदा का या वैशाली भटनागरने तिच्याकडे बोट दाखवून, हो हीच ती त्या दिवशी असणारी स्त्री असे सांगितले की तो पुढची कारवाई करण्यास मोकळा होणार होता.

त्याचे पोलीसी साधे मन मात्र सांगत होते की इतकी खानदानी स्त्री असे काही करूच शकत नाही. पण कुणाचा काय भरवसा द्या. किती उदाहरण आहेत. आपल्या सख्या एकुलत्या एका मुलीला बहीण भासवून शेवटी तिचाच खून करणाऱ्या स्त्रिया पण आहेत या जगात हल्लीच तर असे एक ताजे उदाहरण आपण पाहिले.

त्याने वैशालीला सांगितले होते की समोर जी स्त्री येणार होती. ती, खून झाला त्या रात्री होती. तिच असेल तर तिने फक्त नजेरेने होकारार्थी खुणवायाचे.

त्याने घराची बेल वाजवली. त्याचे पडसाद आत जाणवले.

त्याने बाहेर नजर टाकली. शलाकाने सांगितले होते बाहेर शार्दूलचा टेंट होता. पण आता काहीच दिसत नव्हते. सगळी कडे एक भयाण शांतता पसरली होती.

जरा वेळाने एका कामवालीने दार उघडले. समोर पोलीस बघून तिचे तत पप झाले.

"आहे का कुणी घरात?"

तिने त्यांना बसायला सांगितले. आणि ती जिन्यावरून लगबगीने वर गेली. पुन्हा खाली येऊन "बाईसाहेब येताहेत" असे सांगून पटकन आत गेली व दोघांना पाण्याचे ग्लास देऊन आत नाहीशी झाली.

सामान्य लोकांना पोलिसांचा किती धाक वाटतो ते महेशला कळले. पण कुठेतरी पोलीस खात्याचेही चुकत होते. गुन्ह्याच्या

चौकशी वेळी सामन्यांना होणार त्रास हे त्याचे मुख्य कारण होते. पण काय करणार. खूपदा सुक्या बरोबर ओलेही जळते, इलाज नसतो

घरात पण स्मशान शांतता होती.फक्त हॉस्पिटलमध्ये येतो तसा डेटॉलचा आणि औषधाचा वास येत होता.

बराच वेळाने वरून अर्चना खाली येताना दिसली. तिच्या मागे एक वयस्कर गृहस्थ होते. अवतारावरून ते डॉक्टर असायची दाट शक्यता होती.

तिच्या चालण्यात एक डौल होता. चेहरा शांत होता. सात्विक आणि सोज्वळ होता. पण त्याच्या अशा येण्याने तिच्या चेहऱ्यावर एक मोठे प्रश्नचिन्ह निर्माण झालेले होते.

छे! अशी स्त्री खून करू शकेल?

अभावितपणे तो उठून उभा राहिला. आणि त्याने नमस्कार केला.

"एक मिनिट हं. मी आलेच."

ती आत गेली. खरंतर पोलीस बघून तिची भीतिने गाळण उडाली होती. हातापायाना कंप सुटला होता. घशाला कोरड पडली होती. मुश्किलीने तिने स्वत:वर नियंत्रण ठेवले होते.

थोड शांत होण्यासाठी ती त्याच्या समोर न थांबता."एक्स्क्यूज मी. आलेच.दोन मिनिटात..." असे म्हणून आत निघून गेली होती.

आत बेसिन जवळ जाऊन.तिने चेहऱ्यावर पाणी हबकले. खरंतर श्वेताच्या आजारपणामुळे ती खचली होती. आत्तासुद्धा डॉक्टरांनी तिला तपासले होते. त्यांनी पूर्वी दिलेल्या औषधाने काहीच गुण आला नव्हता. तिच्या प्रकृतीत काहीच सुधारणा नव्हती. डॉक्टर तिथेच समोर सोफ्यावर बसले.

महेशने दबलेल्या स्वरात वैशाली भटनागरला विचारले

"ही आहे ती स्त्री?"

तिने नकारार्थी मान हलविली.

नक्की.? नीट बघितले ना?

"नाही ही ती नव्हे. ती स्त्री हीच्यापेक्षा.उंच आणि शेलाटी होती." डॉक्टर त्यांच्याकडे चमत्कारिक नजरेने बघत होते.

महेशच्या मनात संमिश्र गोंधळ झाला. तपासाला एक आशेचा किरण लाभायची शक्यता होती ती ठप्प झाली होती. पण त्याला बरे पण वाटले की त्याला जे वाटले होते. अशी स्त्री खून करू शकत नाही. ते मत खरे निघाल्याचे.

अर्चनाने मनावर पूर्ण नियंत्रण मिळवले. शेवटी जे झाले होते. तो एक अपघात होता. तिची बुद्धी आता काहीच काम करत नव्हती. रमेश जसे सांगेल तशी ती वागत होती. रमेशचा तिला खूप आधार होता. तो नसता तर काय करू शकली असती ती?

आता हा पोलीस इन्स्पेक्टर काय घेऊन आलाय देव जाणे.काय वाढून ठेवलय?

ती बाहेर आली.

"Madam! आंबोलीमध्ये एक चौकशी करायची होती. म्हणून इकडे आलो होतो. विचार आला तुम्हालाही भेटून जावे. सहज आलो होतो. इंद्रजित सरदेसाई साहेबांचा दुर्दैवी (bull shit.म्हणे दुर्दैवी!) मृत्यू झाल्यावर तुम्हाला भेटायची इच्छा होती. पण वेळच मिळत नव्हता. आज इकडे आलोच होतो. तर...... खरंतर सरांची आणि माझी बरेच वेळा गाठभेट झाली होती कामानिमित्त आणि मी त्यांना व ते मला पर्सनली चांगले ओळखत होतो."

"खूप बरे वाटेल इन्स्पेक्टर! भेटून आनंद झाला. बरे काय घेणार? चहा कॉफी? डॉक्टर तुम्ही काय घेणार?" तिने डॉक्टरांकडे बघून विचारले. तिचा जीव भांड्यात पडला होता.

"नाही.काही नको. मी निघतो.माझे पेशंट वाट बघत असतील. पण अर्चना मला वाटते, श्वेताचा पूर्ण चेकअप एकदा करावा. डायग्नोसीस तर काही होत नाहीय. कोणतीतरी गोष्ट तिने मनाला लावून घेतलीये असं मला वाटतंय. तिच्याशी बोलून तिच्या मनातलं काढून घेता येतं का ते पाहा. कोणत्या औषधाचाही तिच्यावर परिणाम होत नाही. तिच्या प्रकृतीत सुधारणा का होत नाही? काळजी करण्याचे तसे काही कारण

नाही. तिला विकनेस आहे. आपण सलाईन लावलेलेच आहे आज. येईल शक्ती. एकदा प्रिकॉशन म्हणून फुल चेकअप करून घ्यावा असे मला वाटते."

"ठीक आहे डॉक्टर."

"मी पाठवतो lab assistant ला घरी, तो घेईल सर्व सँपल्स!. चला येतो मी."

डॉक्टर निघून गेले.

"कोणाला बरे नाही? "इन्स्पेक्टरने विचारले

"माझी बहीण. छोटी बहीण.श्वेता."

"ओह्ह... ओळख करून द्यायची राहिली. या वैशाली भटनागर." तो उभा राहिला "चला मी पण चलतो. श्वेता लवकरात लवकर बरी होवो."

ती दोघांबरोबर दरवाजा पर्यंत गेली. आणि ते दोघे दिसेनासे होई पर्यंत पाहात राहिली.

त्यानंतर तिने सुटकेचा एक दीर्घ निश्वास सोडला.

आणि ती वर श्वेताच्या रूमकडे वळली.

शलाकाला त्या पत्राचे राहून राहून आश्चर्य वाटत होते.

इंद्रजित तर नाही आता या जगात. मग ते पत्र आले कसे? कुठून? आणि कुणाकडून?

अर्चना.......!

दुसऱ्या कुणाचच नाव डोळ्यासमोर येणे शक्य नव्हते.

तिने महेशला फोन लावला.

महेश आंबोलीहून निघाला होता. शलाकाचा फोन बघितल्यावर त्याने गाडी बाजूला घेतली

“महेश. शलाका. बोलतेय.”

“बोल ना”

“अजून एक पत्र आलंय! अगदी तसंच.आता कुणी पाठवल असेल...?”

“ओहहह!. “तो विचारात पडला.” कदाचित ते फार पूर्वी पाठवलेल असेल, म्हणजे असू शकेल. पोस्टाच्या दिरंगाईने उशीर झाला असेल बघ. एक काम कर, ते पत्र घेऊन तू पोलीस स्टेशन वर ये. मी आंबोलीला गेलो होतो.अर्चनाला भेटूनच येतोय.आपण तिथेच बोलू.”

“काय म्हणाली अर्चना? काही सापडलं....?”

“तू ये ना पोलीस स्टेशनवर. आपण प्रत्यक्ष बोलू.”

“ठीक आहे. मी निघते”

तिने चपला पायात सरकवल्या. दार बंद केले. कुलूप लावले आणि कार काढली. कुलूप लावता लावता शंतनूच्या दाराकडे तिची नजर गेलीच.

तलावावरून जाताना परत तिला तसेच फिलिंग आले. इथे तिला नेहेमीच खूप शांत वाटायचं.

तलाव तिला खुणावत होता. तिथे तळ्याकाठी थोडावेळ बसावं म्हणजे आपली अस्वस्थता कमी होईल असं तिला वाटून गेलं. पण आज कुणीतरी अज्ञातशक्ती आपला पाठलाग करतेय. आपल्या मागावर कुणी तरी आहे असा तिला उगीचच भास होत होता.

ती न थांबता ड्रायव्हिंग करत राहिली.

तिने गाडी थांबवली. आणि समोरून महेशची जीप आली. कारमधून उतरून ती त्याच्यासाठी थांबली.

महेश कुणातरी स्त्रीला घेऊन खाली उतरला आणि महेश आणि ती स्त्री दोघे तिच्या दिशेने येऊ लागले.

जवळ येताच. अचानक शलाकाला बघून वैशाली उद्गारली.

"इन्स्पेक्टर साहेब. हीच ती स्त्री. ज्या दिवशी खून झाला तेव्हा तिथे होती."

आता चकित व्हायची पाळी शलाकाची होती.

रमेशने गाडी एका कमी गर्दी असलेल्या बूथपाशी थांबवली.

त्याच्या शेजारी अर्चना बसलेली होती.

"रमेश. तू मला मोबाईलवरून का नाही बोलून देत. तुला मी सांगितले ना पोलीस आज दुपारीच येऊन गेले. त्यांच्या एकंदरीत वागण्यावरून मला नाही वाटत त्यांना काही संशय आलाय म्हणून."

"मग यायचे कारणच काय होते अर्चना?"

"इंद्रजित तशी खूप प्रसिध्द व्यक्ती होती. आता सुप्रसिद्ध की कुप्रसिद्ध हा भाग अलाहिदा आणि त्याची चौकशी करायला तो आला होता."

"आता आपण कोणतीही रिस्क घेणे चांगले नाही. काय माहीत? तुझा मोबाईल टॅपही होत असेल आणि मग जे काही चाललेय ते अनायसा त्यांच्या हाती सापडेल. थोडे दिवस आपण काळजी घ्यायलाच हवी."

"बरं आलेच...."

अर्चना टेलेफोन बूथमध्ये गेली. आणि तिने फोन लावला.

"रेश्मा!. अर्चना बोलतेय."

"हं बोल अर्चना"

"कसा आहे शार्दूल?"

"तो ठीक आहे. दिवसभर इथे बंगल्यात खेळत असतो. भरपूर खेळणी आणून दिली आहेत त्याला. गंमत अशी की त्याला इंद्रजितकडे एकटे खेळायची सवय लागली आहे ना. त्यामुळे त्याला फारसा फरक नाही पडत."

"शहाणं आहे माझे पिल्लू," मग तिच्या आवाजात एक दुखरेपण आले "अजिबात नाही आठवण करत?"

"रोज रात्री झोपताना मात्र मम्मीकडे जायचे म्हणतो आणि ऐक ना. अजून एक गोष्ट सांगायचीय."

"आता काय?" अजून काय वाढून ठेवले होते?

"अर्चना, मला कालपासून काही माणसं माझ्या घराभोवती घुटमळताना दिसताहेत. मला लक्षणं ठीक दिसत नाही. त्यांचा व्हिडीयो पाठवतेय. रमेशला पण विचार काय करायचे ते."

"आता हे काय नवीन? मला काही समजेनासे झालेय."

"रेश्मा मला शार्दूलचा आवाज ऐकायचाय."

"आहे का तिथे?. बोलू मी त्याच्याशी? खूप दिवस झाले त्याचा आवाज नाही ऐकला."

"नको ना. मग तो डिस्टर्ब होतो आणि त्याला सांभाळणे कठीण जाते."

अर्चनाचा चेहरा खर्रकन उतरला.

"बरं आला नुसता त्याचा आवाज ऐकू दे. मी नाही बोलत त्याच्याशी."

तिने रिसिव्हर घट्ट कानाला लावला. पलीकडून आवाज आला.

"शार्दूल बेटा काय करतोस?"

"अन्टी. फुलपाखरू पकडतोय," शार्दूलचा लांबून आवाज आला...

"भूक लागलीय का?"

"नाही.आत्ताच तर दूध प्यायलो."

"इकडे ये जरा माझ्याशी बोल." रेश्माने मुद्दाम त्याला जवळ बोलावले.

थोडा वेळ गेला.

"अन्टी. मला माझ्या मम्मीकडे जायचेय."

अर्चनाचे काळीज लकाकन हालले. तिच्या डोळ्यातून टचकन पाणी आले. आणि तिने फोन ठेऊन दिला

बूथवाल्याला शंभर रूपयाची नोट देऊन ती गाडीत येऊन बसली आणि ढसाढसा रडू लागली. रमेश तिला थोपटत होता. रडून थोडं मन हलकं झाल्यावर ती रमेशला म्हणाली, "रमेश मला एक वाटते, बाबूजींच्या कानावर हे सगळे घालावे. ते नक्की आपले सर्व वजन.पैसा खर्ची घालून शार्दूलचा बचाव करतील. शेवटी हा अपघात होता आणि शार्दूल त्यांचा नातू आहे."

"का करतील ते तसे? तू काही आता त्यांची सून नाहीस आणि जो गेला तो त्यांचा एकुलता एक मुलगा होता. एकुलता एक मुलगा गेल्याचे दुःख तेच जाणू शकतात.आणि आता त्या घराशी तुझा काही एक संबंध नाही."

"माझा नसला तरी शार्दूलचा आहे ना? दुधावरची साय आहे ती त्यांच्यासाठी. शार्दूलचा खूप लळा आहे त्यांना."

"मला नाही वाटत ही फारशी चांगली कल्पना आहे."

"मी बाबूजींना चांगले ओळखते रमेश."

"हो पण अर्चना परिस्थिती बदलली की माणसे बदलतात हे ध्यानात ठेव. पोट भरलेलं असताना माणसाचे वागणे आणि उपाशी पोट असलेल्या माणसाच्या वागण्यात जमीन अस्मानाचे अंतर असते, लक्षात घे."

"मला काही समजेनासे झालेय रे रमेश. मी पूर्ण पणे कोलमडून गेलेय. का व्हावे असे माझ्याच आयुष्यात? काय केले होते मी कुणाचे वाकडे?"

तिचे डोळे पाण्याने भरून आले.

"या आयुष्यात कोणत्याच प्रश्नाला उत्तर नाही. मात्र प्रत्येक प्रश्नाचे इथे प्रश्नच उत्तर आहे."

"श्वेताचे आजारपण, शार्दूलवरची टांगती तलवार.... मला काही कळेनासे झालेय. तुझ्यावर तरी किती भार टाकू?"

"मी तुझ्याचसाठी आहे अर्चू, मला काही भार वगैरे होत नाही."

त्याने तिच्या गुलाबी गालावर ओघळलेले अश्रू बोटाने अलवार पणे पुसले.

"चलायचे?"

तिने खिडकी बाहेर बघत हुंकार दिला.

मग एकदम आठवल्या सारखे करून ती म्हणाली.

"रमेश, रेश्मा काहीतरी म्हणत होती की तिच्या बंगल्याबाहेर संशयास्पद अवस्थेत दोन तीन माणसे फिरत होती."

रमेश गोंधळलेला दिसला.

"कोण असणार.? हे असले काम इन्द्रजितच करू शकत होता. पण आता 'HE IS NO MORE' मग कोण असावे?"

ड्रायव्हिंग करता करता तो विचार करत होता. मग अचानक म्हणाला

"अर्चना. पोलीस.........!! रेश्माला call कर आणि तिला सांग, शार्दूलला घेऊन रातोरात एखाद्या हॉटेलमध्ये शिफ्ट हो...."

धुवादार पावसाला सुरूवात झाली होती. शेतीचा हंगाम, लावणी, पेरणीचे दिवस.

दहा फुटावरचे दिसत नव्हते. आबांचे त्यांच्या घराशेजारचे शेत, गुडघाभर पाणी.

शलाका भर पावसात भिजत बांधावर उभी होती. तिच्या बरोबरचे कामगार - अमृत डोक्यावर इरली घेऊन काम करत होते. घराच्या खिडकीतून शंतनू पाहात होता. त्याच काळीज तिला भिजताना बघून

विदीर्ण होत होतं.आजारी पडली तर? असेलही तिला सवय. ती त्याला एकदा म्हणाली होती की तिला भिजायला आवडते. पण गंमत म्हणून भिजणे वेगळे आणि काम करताना भिजणे वेगळे. त्याला वाटले छत्री घेऊन जावे आणि तिच्यावर धरावी.

त्याने मुद्दाम मेंडोलीन काढले वाजवायला. कदाचित ते ऐकून तिचे लक्ष जाईल त्याच्याकडे. तिला आवडणारी गाणी तो मुद्दाम वाजवत होता.

वाजवता वाजवता विचार करत होता. का त्याला तिच्याबद्दल वाटतेय?

खरं त्याच प्रेम श्वेतावर होते. पण मग असे का होत असेल?

म्हणजे त्याचं हृदय एवढं कमकुवत होतं का? फक्त श्वेताने पूर्ण प्रतिसाद दिला नाही म्हणून तो शलाकाकडे आकर्षित होतोय का?

नाही, हे आकर्षण वेगळं आहे. यात वासना नाहीये. ओढ आहे पण शब्दात न सांगता येणारी. ती एकटी होती. असहाय्य होती. तिला त्याची गरज होती.

श्वेतापेक्षा आता शलाकाच त्याच्या मनावर अधिराज्य करत होती. त्यादिवशी सुद्धा. रात्री शमा आली तेव्हा आपणाला तिला मिठीत घ्यावेसे वाटलेले. बरोबर होते ते?

श्वेताचा वागणे त्याच्या बाबतीत रुक्ष होते खरे. तो एक दिवस सोडला, ज्यावेळी त्याने तिचे चुंबन घेतले होते, तर ती त्याच्याशी एवढी जवळ कधीच नव्हती.जेवढी शलाका होती. शलाका तितकीच सुंदर होती. त्याची काळजी घेत होती. शलाकाच्या सहवासात त्याला एक वेगळा आनंद मिळत होता.

हा सगळा प्रपंच त्याने श्वेतासाठीच तर सुरू केला होता.

"काय बघतोस?"

त्याने मागे वळून बघितले. मागे विश्वासराव उभे होते. चोरी करताना तो पकडला गेला होता. तो काहीच बोलला नाही मान हाली घालून उभा राहिला.

“काय चाललेय? एवढे सगळे रामायण घडून अजून तुझे वेड कमी होत नाही का? काय साध्य होणार आहे यातून?”

“बाबा. तिला मदतीची गरज आहे.”

“मग मदत करायला तू एकटाच आहेस का तिला? तिचे गणगोत आहेच कि. तिचा तो इन्स्पेक्टर भाऊ की आणखीन कोण आहेच की.” शंतनूला त्यांच्या बोलण्यातली व “तिचा तो इन्स्पेक्टर “ हे म्हणण्यातली खोच जाणवली.

“बाबा अहो तो खरंच तिचा भाऊ आहे. ती तशी मुलगी नाहीये. तिला मदतीची गरज आहे...” तो तिची बाजू घेत आहे हे पाहून आता मागे सुलभादेवी पण आल्या होता.

“आणि आम्हाला तुझ्या मदतीची गरज नाही का? तुला सर्वात जवळचे कोण? आम्ही का ती?”

“ती खूप चांगली आहे स्वभावाने.”

“ती चांगली वाईट. कशीही असो. तू तिला मदत करायला समर्थ आहेस का? ते ज्या प्रकारच्या समाजात राहातात, वावरतात तो समाज सर्वस्वी वेगळा आहे. तिथे आपण पालापाचोळ्या सारखे उडून जाऊ. तुझे अजून शिक्षण चालू आहे. सगळ्याच बाबतीत तू आमच्यावर अवलंबून आहेस...आहेस ना?”

तो शांत उभा होता.

“तू काय आधार देणार तिला? एखाद्या बुडणाऱ्याला वाचवणे म्हणजे त्याबरोबर स्वत: बुडणे नाही...तो आत्मघात झाला. मला सांग आज बाजारात तुला काय म्हणून ओळख? रावसाहेबांचा मुलगा....बरोबर? अजून तुझी स्वत:ची अशी कुठेच कसलीच ओळख नाही. आयडेंटीटी नाही.”

“आमची चूक झाली तुला आम्ही परवानगी दिली तिच्याकडे जायची” सुलाभादेवी म्हणाल्या, “तिने आपले मोहजाल पसरले. प्रथम तो इंद्रजित झाला. तो इन्स्पेक्टर येतोच रात्री अपरात्री. आणि आता तू...”

"तू शांत हो." विश्वासरावांनी सुलभादेवींना समजावले "आपला शंतनू.शहाणा आहे. समंजस आहे. भल्या बुऱ्याची त्याला जाण आहे. त्याला अधिक सांगावे लागणार नाही.

त्यांनी त्याच्या पाठीवर हात ठेवला.

"हे वय असेच असते बाळा. आम्हीही या वयातून गेलेलो आहोत. या वयात हे जग इंद्रधनुष्याप्रमाणेच मोहमयी वाटते. इंद्रधनुष्य हा एक आभास आहे. मृगजळ आहे. या वयात समुद्र तरुन जायची दर्दम्य इच्छा असते आणि ती पूर्ण करता येते. पण त्यासाठी माणूस फोकस्ड हवा. इकडेतिकडे नजर गेली की दुर्घटना नक्की. त्यासाठी सारासार विचारबुद्धी गहाण ठेऊन नाही चालत. भोक पडलेल्या होडीतून समुद्र काय नदीसुद्धा नाही पार करता येत. ती आत्महत्या ठरते.

ते थोडे थांबले.

"तेव्हा सांगतो ते ऐक. हे खून मारामाऱ्या या मध्यमवर्गीयांच्या घरात बसत नाहीत. अजूनपर्यंत ही आग आपल्या घरापर्यंत पोहोचलेली नाही आणि पोहोचायला पण नको…सिनेमा, नाटके आणि कादंबऱ्यातच हे सगळे शोभते."

त्यांनी पुन्हा त्यांच्या बोलण्याचा त्याच्यावर किती परिणाम होतोय त्याचा अंदाज घेतला.

"श्वेता काय म्हणतेय? तुझी मैत्रीण?"

तो काहीच बोलला नाही.

"जा फ्रेश हो आणि सगळे विसरून अभ्यासाला लागा. कधी आहे परीक्षा?"

"आली जवळ."

वैशाली भटनागर आपल्या कारमध्ये बसली. ती खरेतर गोंधळून गेली होती.

मान्य. त्यावेळी थोडा अंधार होता. पण तिने त्या रात्री ज्या स्त्रीची आकृती पाहिली. तिच्यात आणि त्या इन्स्पेक्टरच्या बहिणीत खूपच सारखेपणा होता. किंबहुना तिची खात्रीहोती की ती तिच होती.

त्या दिवशी ती गोंधळून तिथून निघून आली म्हणून आज तिने परत इन्स्पेक्टर महेशला फोन लावला होता. पण महेशने तिच काहीच न ऐकून घेता तिचं बोलणंच तोडलं.

त्याच म्हणणं ती. शलाका असूच शकत नाही.

तो तिला वाचवू पाहात होता?

साहजिक आहे त्याची बहीण होती ती.

पण मग तिचे एक लाख रूपये गेले? छ्या! असे कसे जाऊ देईन मी सहजासहजी, ती मनात म्हणाली.

तिला कशाचाच अर्थ कळत नव्हता.त्या इन्स्पेक्टरने प्रथम जीप मध्ये घालून तिला आंबोलीला नेले. तिथे एका स्त्रीला ओळखायला लावले. ती. ती स्त्री नाहीय म्हटल्यावर मोठ्या प्रयासाने त्याने आपली निराशा लपवली होती.

हा पण योगा योगच म्हणायचा की ती शलाका पोलीस स्टेशन वर यावी आणि तिला दिसावी. नेमकी ती त्या इन्स्पेक्टरची बहीण असावी.

तो तिला वाचवणारच.

करायचेय काय आपल्याला या गोष्टी? आपल्याला महत्त्व पैशांचे. एक लाख म्हणजे काही छोटी रक्कम नाही आणि मुख्य म्हणजे इतक्या सहजासहजी मिळणारी.

काय करता येईल? आपल्याला माहित असलेली माहिती, वर्तमानपत्रात दिली तर? पण त्यांचा काही भरवसा नाही. तिच्या मित्राचे नाव छापले तर अजून लेनेके देने पड सकते है.

काय करावे?

एकदम तिच्या डोक्यात प्रकाश पडला.

प्रतापराव सरदेसाई. ज्यांच्या मुलाचा खून झालाय. त्यांनीच तर हे बक्षीस जाहीर केलेय.

तिने ठरवले प्रतापरावांकडे जाऊन हुकमी एक्का दाखवायचा आणि पैसे घेऊन यायचे.

तिने गाडीला स्टार्टर मारला.

डॉक्टरांनी श्वेताला तपासले.

त्यांच्या चेहेऱ्यावर खूप सारे संमिश्र भाव होते. गोंधळ. आश्चर्य. असमर्थता...

ते बघून अर्चनाच्या काळजात चर्र झाले.

"काय झाले डॉक्टर?"

"अर्चना, मला खरंच काही कळत नाही." तिच्या रिपोर्ट्सची फाईल चाळता चाळता ते म्हणाले. "तिचे सगळे रिपोर्ट्स एकदम नॉर्मल आहेत. मी सगळी औषधे वापरून बघितलीत. खरंतर एवढ्यात तिने रिस्पॉन्स द्यायला हवा होता. I am really puzzled!

थोडा विचार करून ते अर्चनाकडे वळाले. हे असं घडण्याची एकच शक्यता आहे. जेव्हा पेशंट स्वत:. सगळ्या बाबतीत जर उदासीन झाला असेल तर. म्हणजे मला काय म्हणायचे, पेशंटलाच इच्छा नसेल की आपण बरे व्हावे तर असे घडू शकते म्हणजे आपण त्याला psychological effect म्हणू. एखाद्याचे जेव्हा मनच मेलेलं असतं, तेव्हा त्याच्यावर कसलाही उपयोग होत नाही."

अर्चना भयभीत झाली.

"मला सांग असं काही घडलेय का?"

तिच्या डोळ्यासमोरून पौर्णिमेच्या रात्रीपासून आतापर्यंत घडलेल्या घटनांची मालिका तरळून गेली. आपण उगीच सांगितले का तिला....?

“असं काही घडलेय का तिच्याबाबत ज्याचा आघात तिच्या मनावर झाला.?”

“अं ss. नाही मला तरी नाही आठवत. पण समजा तसे झाले असेल आपण समजून चालू या. त्याला काय करता येईल?”

“आपण न्यूरो एक्सपर्टला दाखवू. हिप्नोथेरपीचा प्रयोग करू...”

तिच्या डोळ्यात पाणी आले.

“अर्चना. सगळे ठीक होईल. श्वेता लवकरच बरी होईल. Don't worry! “तिच्या डोळ्यातले पाणी बघून डॉक्टरांनी तिला धीर दिला.

“मी माझ्या ओळखीचे एक न्यूरो एक्सपर्ट आहेत. विख्यात न्यूरो सर्जन. त्यांना येऊन चेक करु दे तिला. मग ते काय म्हणतात त्याप्रमाणे आपण ठरवू. पुढे काय करायचे ते. तिला इथेच ठेवायचे की हॉस्पिटल मध्ये ऍडमिट करायचे.”

डॉक्टर निघून गेले. अर्चना मटकन खाली बसली.

शंतनू आता मात्र अस्वस्थ झाला होता.

चार पाच दिवस झाले होते. त्याची श्वेताशी गाठभेट झालेली नव्हती. ती मोबाईल पण उचलत नव्हती.

काय झाले असावे?

मग त्याने ठरवले की आंबोलीला जाऊन यायचे. तेवढयात त्याच्या आणि शलाकाच्या दोन तीन भेटी झाल्या होत्या. दोघांची अवस्था अशी झाली होती की दोघांना एकमेकांशिवाय चैन पडत नव्हते.

दोघांनाही कळत नव्हते की ही ओढ कसली होती.

आणि एक महत्त्वाची गोष्ट होती जेव्हापासून घरातून शंतनूला तंबी मिळाली होती की शलाकाकडे जायचे नाही, तेव्हापासून तिला भेटायची उर्मी वाढली होती आणि त्याचा बराचसा वेळ माडीवर अभ्यासासाठी पुस्तक समोर घेऊन तिचा विचार करण्यात जात होता.

तिचे निखळ हसणे, तिच्या घरातला मोगऱ्याचा सुवास आता त्याला कुठे ही मोगऱ्याचा वास आला की तिची आठवण येत असे.

*त्याला जाणवले नाही ते. पण शलाकाच्या सहवासात सगळे इतके आश्वासक सुगंधित आणि सुंदर होते की श्वेताचा विचार कधी दुसऱ्या नंबरवर जाऊन बसला त्याचे त्यालाच कळले नाही.*

*पण जेव्हा तिचा विचार मनात येई त्याला अपराधी वाटे.*

*पण त्यात तिचाही दोष होता ना....*

सुरुवातीला तिचा तो अर्धवट उमललेल्या कळीप्रमाणे अस्फुट होकार, औपचारिक वागणे. आता तर इंद्रजितच्या मृत्यूमुळे तिचे सगळे प्रश्न चुटकीसारखे दूर झाले होते. तरीसुद्धा ती इतकी अलिप्त का वागत होती? की तिने निर्णय बदलला होता त्याच्या बाबतीतला. त्या दिवशी आंबोलीला जातानाच ते मोगरी चुंबन. त्याला आज चारपाच दिवस झाले. त्यानंतर कसलाच प्रतिसाद नाही. जणू हवेतच लुप्त झाली होती. कॉलेजला पण नव्हती आली....काय समजायचे?

गूढ बनत चालली होती ती त्याच्यासाठी.

या उलट सततच्या सहवासाने आणि डोळ्यासमोर राहाण्याने शलाका त्याच्या खूप जवळ आली होती.

पण नाही, श्वेताला एकदा भेटून या सगळ्याचा अर्थ विचारायलाच हवा.

*त्यामुळे त्या दिवशी सकाळी सकाळीच तो निघाला. त्याने काळा टीशर्ट त्यावर जर्किन घातले होते.*

मोटारसायकल बाहेर काढता काढता त्याला शलाका दिसली. तो क्षणभर थांबला.प्रथम स्वतःच्या घराकडे बघितले. कुणी बघत तर नाही ना......?

मग त्याने हातवारे करून. खुणेने तिला सांगितले की तो श्वेताकडे निघालाय म्हणून. तिला समजायला थोडा वेळ लागला. पण समजल्यावर तिने इशाऱ्याने त्याला सांगितले की नीट जा.

तो पुढे निघाला.

तो जेव्हा आंबोलीला पोहोचला स्वच्छ उन्ह पडले होते.

त्याने बेल वाजवली. भयाण शांततेत आत कुठेतरी बेल खणखणल्याचा आवाज आला. कामवालीने दार उघडले.

घरातसुद्धा निरव शांतता होती.

त्याला दवाखान्यात असतो तशा प्रकारचा विशिष्ट वास आला.

"कोण हवे?" मोलकरीण विचारात होती.

"श्वेता... श्वेता आहे?"

"रखमा, कोण आहे....?" वरून अर्चनाचा नादमधुर आवाज आला आणि त्या पाठोपाठ पायातल्या स्लीपरचा आवाज आला. अर्चना अर्ध्या जिन्यावर येऊन डोकावून बघत होती.

तिने शंतनूला पाहिले. तो तिच्याकडे बघून हसला.

"वेळी अवेळी येऊन त्रास तर नाही ना दिला?"

"नाही रे. त्रास कसला? ये, वर येतोस? श्वेताला बरे नाही."

"काय झाले?"

त्याला वाटले सर्दी, खोकला झाला असेल. ते पावसात चांगलेच भिजले होते.

पण जेव्हा तो वर गेला आणि त्याने श्वेताला बघितले.तो चांगलाच हादरला. तिचा सुंदर चेहरा एकदम निस्तेज.पांढरा फटफटीत पडला होता....

"श्वेता.......?" त्याने हळुवारपणे हाक मारली.

त्याला धक्काच बसला आणि खूप खूप अपराधी वाटू लागले. हिला एवढं बरं नाहीये आणि आपण कसले उलटसुलट विचार करत होतो तिच्याबद्दल?

महत्प्रयासाने तिने डोळे उघडले. त्याच्याकडे बघून ती कसंनुसं हसली. त्याच्या काळजात चर्रर झाले. अर्चना शेजारी आहे हे ही तो विसरला. शेवटी ती त्याचे पहिले प्रेम होती.

तिच्या शेजारी बसला.

त्याने तिचा हात हातात घेतला. त्याला भडभडून आले. तिचा हात त्याने दोन्ही हातात धरून ठेवला.

काय बोलावे त्याला सुचेना.

"श्वेता, काय होतेय?"

"शंतनू! माझे एक काम करशील?" अर्चना आर्जवी सुरात म्हणाली.

"बोला ना... काही आणायचे आहे का?"

"नाही. मी जरा बाहेर जाऊन येणार आहे तोपर्यंत तू श्वेताजवळ थांबायचे..........थांबशील?"

"ते काम मला करता येण्यासारखे असेल तर तुम्ही श्वेताजवळ थांबा. मी जाऊन करतो."

"नाही तिथे माझेच जाणे गरजेचे आहे."

"ओहह! मग ठीक आहे. तुम्ही आरामात या."

"एक अतिशय महत्त्वाचे काम आहे...जितक्या लवकर येता येईल तितक्या लवकर येईन मी."

"नाही.काही घाई करू नका. तुमचे काम उरकून या. तुम्ही येईपर्यंत मी आहे.थांबतो. श्वेताजवळ"

अर्चनाचा चेहरा खूप गंभीर होता.

"बाय द वे. श्वेताला काय होतंय? खूपच खराब झालीय......"

"काय सांगू? माझं दैव रुसलय मझ्यावर. तू बस थोडा वेळ. काही लागलं तर खाली.रखमा बाई आहेत. त्यांना सांग. आणि माझा मोबाईल नंबर घे. जर अगंदीच गरज पडली तर मला कॉल कर"

तिने दिलेला तिचा मोबाईल नंबर त्याने स्वत:च्या मोबाईलवर सेव्ह करून घेतला.

अर्चनाने.श्वेताच्या गालावर थोपटले."मी आलेच मन्या."

ती निघून गेली.

शंतनू.श्वेताकडे पाहात होता. ती त्याच्याकडे अगदी असहाय्य नजरेने पाहात होती. तिच्या डोळ्यातून एक अश्रू ओघळला आणि गालावरून खाली चादरीवर पडला.गळ्या पर्यंत ब्लँकेट घेऊन ती झोपली होती.

"श्वेतू.......! " थकव्याने तिने डोळे मिटून घेतले.

त्याला समजेना. एवढे श्वेताला काय झालेय. काल पर्यंत चालती बोलती गोड मुलगी......

इतक्यात रखमा बाई ट्रे मधून. कॉफी आणि बिस्किट्स घेऊन आली व तो बसला होता त्याच्या शेजारच्या टिपॉय वर ठेवून गेली. त्यात दोन कॉफीचे कप होते. ती निघून गेली.

"श्वेतू."

श्वेताने डोळे उघडले

"उठून बसतेस?"

ती मानेनेच हो म्हणाली. त्याने तिला बसत व्हायला मदत केली. आता ती मागे उशीला टेकून तिरकी बसली.

त्याने कॉफी बशीत ओतून. तिला हळू हळू पाजली.

"बिस्किटे खातेस?

"नको. उलटी होईल असे वाटते."

"एक दोन खा. जरा शक्ती येईल"

"नको रे......." तिने चेहरा कसातरी केला....

पण कॉफी मात्र ती पूर्ण प्यायली...

त्या कॉफी मुळे. की शंतनू मुळे तिला थोडी शक्ती आल्या सारखे वाटले.

"कसे वाटतेय?"

"बरे वाटतेय"

"काय झाले. कसला विचार करत बसतेस? काय म्हणाले डॉक्टर? कशामुळे झाले?

ती हसली.

"आता.सगळे व्यवस्थित झाले ना. एक मोठी अडचण दूर झालीय... आता होईल सगळे व्यवस्थित. कसली काळजी करतेस?" तिच्या डोक्यावर हात फिरवत तो म्हणाला.

"शंतनू. कसलं व्यवस्थित झालेय.काही व्यवस्थित झालेलं नाही. सगळं उलट सुलट झालंयं मला तर वाटतेय सगळे संपलेय"

"कस बोलतेस. वेडू!. काही नाही सगळे व्यवस्थित होईल. असं का वाटते तुला. की सगळे संपून गेलेय?"

पुन्हा तिने डोळे मिटून घेतले. तिच्या डोळ्यातून घळा घळा अश्रू वाहू लागले.

शंतनू हतबुद्ध झाला.तिची अवस्था बघून त्याचे डोळे भरून आले.

तो उठून अगदी तिच्या शेजारी बसला.व त्याने तिच्या भोवती हात घालून तिला जवळ घेतले.

"काय झालेय श्वेतां? काही घडलेय का?"

"कस सांगू....?

"माझ्यावर विश्वास असेल तर नक्की सांग श्वेतू. मी जमेल तेवढी मदत करायला तयार आहे."

"कुणाला सांगणार तर नाहीस ना?"

"नाही रे. पण काय?"

"माझी शपथ आहे तुला. कुणाला सांगू नकोस. तुझ्या त्या शलाकाला पण."

"नाही सांगणार.तुझी शपथ...."

“ते जे आहे ना. ते ह्दयात ठेऊन माझे पण ह्दय फुटायची वेळ आली आहे. मला माझे मन हलके करायलाच पाहिजे”

“सांग ना. सांग मला. म्हणजे तुला बरे वाटेल. आणि तू माझी आहेस...ना.”

“शंतनू.” ती स्फुंदत स्फुंदत म्हणाली “जिजाजींचा खून शार्दूलच्या हातून झालाय”

“What!”

त्याला त्याच्या आत्ता पर्यंतच्या आयुष्यात इतका धक्का कधीच बसला नव्हता.

“अशक्य. असे कसे होईल?”

“तसे झालेय शंतनू. म्हणूनच दिदी पुन्हा अडचणीत आलीय”

“तुला हे सर्व. म्हणजे शार्दूलच्या हातून..........” खून झाला हे शब्द त्याला उच्चारावेसे वाटेनाच. किती अतर्क्य होते ते सारे. “हे सर्व. कुणी सांगितले?”

“दिदीने”

“दिदीला कुणी सांगितले?”

“रमेश अंकलने”

“आणि त्यांना कसं कळाले?”

“त्यांनी स्वत: बघितले त्यांच्या डोळ्यांनी.......”

“काय बघितले?”

“पौर्णिमेच्या रात्री. आपण झोपी गेल्यावर....जिजाजी आले होते. इथे......या बंगल्यावर”

“कशाला?”

“ते माहीत नाही. बहुतेक. शलाका इथे आहे म्हणून आले असतील किंवा त्यांचा काय उद्देश होता माहीत नाही. पण ते आले होते.......”

तिला बोलताना दम लागत होता. पण तिला डोक्यावरचे ओझे फेकून द्यायचे होते. कुणाला तरी सांगून हृदय हलके करायचे होते.

"त्यांची सावली शार्दूल झोपलेल्या टेंटवर पडली. शार्दूल जागा झाला व त्याने उषाजवळचे पिस्तूल घेऊन गोळी झाडली. नेमकी त्यात त्या दिवशी लॉक केलेलं नव्हतं पिस्तूल."

तिने थोडा दम घेतला.......

"ती गोळी जिजाजींच्या छातीत लागली"

"अच्छा... म्हणजे शलाकाला त्या दिवशी गोळीचा आवाज ऐकू आला. तो हा होता......" तो विचार करत म्हणाला.

"पण जिजाजींची डेड बॉडी खाली रॅयल क्लबपाशी मिळाली ना?"

"ते सगळे रमेश अंकलने केले शार्दूलला वाचवायला"

"पण मग तो शलाकाला दिसलेला लॅपटॉप, ती पाकिटे?"

त्याला जाणवले. त्याने दोनदा शलाकाचे नाव घेतले. तेव्हा तिच्या कपोलावर सूक्ष्मशी आठी उमटली.

"तुझी ती शलाका fraud आहे." ती एकदम उसळून म्हणाली.

तेवढयाने तिला थकवा आला.

त्याने तिला पाणी दिले.

"मला पण तसेच वाटतेय. श्वेतू, शलाका खोट बोलत असावी. आपण दुसऱ्या दिवशी बघितले की किचनमध्ये. कुठे काय होतं?" त्याने तिला दिलासा देण्यासाठी असा पवित्रा घेतला.

तिला बरे वाटले.

"आता शार्दूल कुठे आहे?"

"गोव्यात, मडगावला."

"मडगावला कुणाकडे?"

"रमेश अंकलच्या बहिणीकडे. एका हिप्नोथेरपिस्टकडून त्याच्यावर ट्रीटमेंट केली जातेय की त्याने जे बघितले, अनुभवले ते एक स्वप्न होते हे त्याच्या मनावर ठसवण्यासाठी."

"रोव्हरला पण घेऊन गेलेत?"

"हो बहुदा. कारण त्या दिवशी पासून रोव्हर पण दिसत नाही."

त्याची विचारचक्र चालू झाली. तो जरी अतिशय बुद्धिमान नव्हता. तरी शेरलोक होल्म्स, जेम्स बॉण्ड, पेरी मेसन, जेम्स हेडली चेस यांची पुस्तके वाचून तार्किक विचार कसा करायचा हे त्याला बऱ्यापैकी समजत होते.

इतके सारे बोलून श्वेताला खूपच थकवा आला होता. त्याने तिला पुन्हा मदत केली आणि ती टेकून बसलेल्या श्वेताला व्यवस्थित झोपवली.

ती आता शांत झोपली होती. तिचा श्वासोच्छश्वास एका लयीत चालला होता.

तिच्या सुंदर चेहऱ्याकडे तो अत्यंत करुण नजरेने पाहात होता. बिच्चारी.... लहान वयात किती सहन करायला लागतेय तिला.

बराच वेळ तो तिच्या शांत निद्राधीन झालेल्या कोमल,.सुंदर चेहेऱ्याकडे पाहात राहिला.

किती कोरीव होता तिचा चेहरा, सरळ, नाजूक नाक, पातळ नाकपुडया, डोळे, भुवया सगळे विलोभनीय होते.

तो उभा राहिला.

अर्चना येईपर्यंत त्याला तिथे थांबणे गरजेचे होते. तेवढ्यात रखमाबाई रूम साफ करायला आली. श्वेता तर झोपली होती. पाय मोकळे करावे म्हणून तो खाली आला.

बाहेर व्हरांड्यात उभे राहून त्याने आजूबाजूच्या सुंदर निसर्गाकडे बघितले.

अर्चनाने आपली गाडी बंगल्यासमोर पार्क केली.

एके काळी हा बंगला तिचा हक्काचा होता. मनात अनंत स्वप्ने उरात घेऊन तिने नववधूच्या स्वरूपात इथे पहिले पाऊल टाकले होते. तिचे वास्तव्य इथेच होते. पण तो सोन्याचा पिंजरा होता. मोकळा श्वास तिला कधीच घेता आला नाही.

आणि ज्याच्यामुळे तिच्यावर अशी वेळ आली तो आता अनंतात विलीन झाला होता. एवढया मोठया बंगल्यात बाबूजी एकटेच होते. ती त्यांना भेटायला आली होती खरी. पण तिला माहीत नव्हते तिचे कसे स्वागत होईल?

बाबूजींचे तिच्यावर प्रेम होते. हो sssss होते... हा भूतकाळ होता...... आता परिस्थिती बदलली आहे.

तिने बेल वाजवली.

थोडा वेळाने रामलालने दार उघडले.

तिला बघून रामलालला काय करावे कळेना.

त्याने नमस्कार केला.

“रामलाल कसा आहेस? बाबूजी आहेत?”

एके काळच्या याच घरच्या मालकिणीला पाहुण्यासारखे आत घेताना तो ही संकोचला. एके काळी या घरात तिचा मुक्त संचार होता.

“बसा बाईसाहेब. बाबूजी आहेत. तुम्ही गेल्यापासून दु:खी होतेच. आता इंद्रजितबाबूंची भर पडलीय. खूप चीड चीड करतात. मला ही कळत नाही काय करावे. कधी कधी वाटते सोडून जावे. पण मग विचार येतो इतकी वर्षे इथल अन्न खातोय. असा बेईमान कसा होऊ?”

“कुठे आहेत बाबूजी?”

“लायब्रीत बसलेत.”

“मी जाऊ?”

“हो. कदाचित. तुम्हाला बघून आनंद होईल त्यांना. एक सांगू बाईसाहेब.”

“बोल ना……”

“तुम्ही आता इथेच या राहायला………”

तिला त्याही परिस्थितीत हसायला आलं. इतकं सोपे असते तर काय हवे होते.

धैर्य एकवटून ती लायब्ररीमध्ये गेली.

प्रतापराव विमनस्क बसलेले होते.

तिने पुढे जाऊन त्यांना वाकून नमस्कार केला.

त्यांनी काहीच प्रतिक्रिया नोंदवली नाही. काही बोलले पण नाहीत.

“बाबूजी………” तिचा गळा दाटून आला.

“जे झाले.घडले मला माहीत नाही यात माझा दोष आहे किंवा नाही! मी घर का सोडून गेले.याचे कारण अत्यंत भयंकर आहे. पण ते सांगून मी आता तुमच्या मनाला क्लेश देऊ इच्छित नाही. ते आता माझ्याबरोबरच दहन होईल.”

त्यांनी विचारले पण नाही ते कोणते कारण आहे ते……

ते तिच्याकडे न बघता बोलत होते.

“अर्चना तुला असं वाटतेय का की मी तुला माफ करेन? तू सोडून जाण्याचे कारण कितीही भयंकर असो. आता मी विचारून आणि तू सांगून परिस्थितीत काहीच बदल होणार नाही. जे घडायचे ते घडून गेलेय. तू सोडून गेलीस हा सर्वस्वी तुझा गुन्हा होता, आहे? त्याच वेळी तू मला का नाही विश्वासात घेतलेस? त्याच वेळी मार्ग निघाला असता आणि हा सर्वनाश टळला असता.”

“नाही बाबूजी. मी खूप मोठ्या धर्म संकटात सापडले होते. डॉ. तुमचा विश्वास बसणार नाही डॉ. अग्रवाल यांची हत्या यांनीच घडवून आणली होती….”

प्रतापरावांवर त्याचा काहीच परिणाम झाला नाही.त्यांनी हात वर करून तिला थांबवले.

“अर्चना जे आहे ते आहे. आता यावर चर्चा करून काही फायदा होणार आहे का?”

“नाही.तुम्हाला वाटतेय मी अपराधी आहे त्याची कारणमीमांसा देतेय मी.”

“नाही. मला काही ऐकायचे नाही.”

ती हतबुद्ध झाली.

“माझ्याकडे यायचे प्रयोजन काय?”

“बाबूजी. मी फार मोठया अडचणीत सापडले आहे.”

“ते तर तू नेहमीच असतेस.”

“मी समजू शकते तुमची माझ्यावरची चीड. पण आज मी माझ्यासाठी नाही आले. मी शार्दूलसाठी आलेय तुमच्याकडे”

“काय झाले शार्दूलला?” त्यांचा स्वर थोडासा मवाळला.” कुठेय तो?”

तिचे स्वत:वरचे नियंत्रण गेले व ती रडू लागली.

प्रतापरावांवर त्याचा काहीच परिणाम झाला नाही. ते पुतळ्यासारखे स्तब्ध बसून राहिले.

शेवटी अर्चनानेच स्वत:वर नियंत्रण मिळवले व निग्रही शांत स्वरात ती बोलू लागली, “तो आत्ता गोव्यात आहे. बाबूजी. पण शार्दूलच्या हातून इंद्रजितचा मृत्यू झालाय “शार्दूल गोव्यात आहे. याची खबर त्यांना प्रोब डिटेक्टिव्ह एजंसीकडून मिळाली होती. त्यांची माणसे त्याच्या मागावरच होती. पण हे काहीतरी नवीनच त्यांच्या मुलाची हत्या त्यांच्या नातवाकडून?

**त्यांना एकदम आठवले. मागे कधीतरी शार्दूलच्या हातून गोळी सुटून इंद्रजित बालंबाल बचावला होता. मग या सगळ्या मागे ती स्वत: तर नाही ना?**

त्यांनी क्षणभर मान वळवून तिच्याकडे पाहिले. जणू त्यांना ती किती सत्य बोलतेय की त्यात अजून तिचा काही हेतू आहे स्वार्थ आहे हेच ताडायचे होते. हेच जाणून घ्यायचे होते.

"यातून आता काय साधायचेय तुला?"

ती दचकली. किती जहर भरल होतं तिच्याबद्दल त्यांच्या मनात......कशामुळे असेल हे? आपण गेल्यानंतर इंद्रजितने आपली प्रतिमा एवढी बिघडवली असेल त्यांच्या मनातली.?

"मला शार्दूलची चिंता......"

"तुला शार्दूलची चिंता असेल तर त्याला माझ्यावर सोपव. मी त्याची सगळी काळजी घेईन. त्याला खूप मोठा करेन. जे इंद्रजितच्या बाबतीत शक्य झाले नाही ते मी शार्दूलकडून करवून घेईन"

"तुम्ही असे का बोलताय बाबूजी. मी तुमची कुणीच नाही?"

"ज्या दिवशी तू या घराचा उंबरा ओलांडून बाहेर पडलीस तेव्हाच तुझा नि माझा संबंध संपला. पण शार्दूलमध्ये माझ्या मुलाचे रक्त आहे. तो सरदेसाई खानदानातला आहे. तुला जर शार्दूलच्या काळजीतून मुक्त व्हायचे असेल तर तुला ते करावे लागेल. त्याला माझ्या हवाली कर. मी त्याची सर्वोत्तम काळजी घेईन. पण तुला त्याला विसरावे लागेल......"

"बाबूजी..."

"मी माझ्या मतावर ठाम आहे." ते निग्रहाने म्हणाले.

"तो माझ्या पोटचा गोळा आहे. त्याच्या शिवाय कशी राहू शकेन मी?"

"याच्या भल्यासाठी तुला हे बलिदान करावेच लागेल..."

तिने त्यांच्याकडे पाहिले. अजूनही ते तिच्या डोळ्याला डोळा भिडवून बोलत नव्हते. ते बघत होते त्यांना भीती होती का की त्यांनी तिच्या डोळ्यात पाहिले तर.पूर्वीची अर्चना आठवून ते विरघळतील?

ती पूर्ण निराश झाली होती. मदतीच्या अपेक्षेने ती आली होती खरी. पण निराश होऊन तिला जावे लागणार होते. ते काही ऐकून घ्यायलाच तयार नव्हते.

एकुलत्या एक पुत्राच्या वियोगाने ते असे झाले होते का? की वाढत्या वयाचा परिणाम होता तो? वय झाले की लोक विक्षिप्त वागतात हे तिला माहीत होते. त्यांनीसुद्धा आता सत्तरी ओलांडली होती.

"बाबूजी मी हवे तर तुमच्या पाया पडते. माझे ऐकून तर घ्या......"

"रामलाल sssssssssss...." ते गरजले.

"ठीक आहे. तुम्ही एवढेच हट्टीपणाने वागताय माझ्याशी तर माझा नाईलाज आहे......"

तितक्यात रामलाल आला.

"रामलाल. अर्चनाला. चहा पाण्याचे विचारलेस का?"

तिला कळाले तिला ही सरळ सरळ निघून जायची सुचना होती...

ती सरळ तिथून बाहेर पडली. रामलाल गोंधळून गेला होता मग तो अर्चनाच्या मागे गेला."

वैशाली भटनागरने सरळ प्रतापरावांच्या बंगल्यासमोर आपली छोटी गाडी पार्क केली आणि ती गेटपाशी आली. तितक्यात तिला एक देखणी तरुण स्त्री लगबगीने बाहेर पडताना दिसली.

तिच्या मागे एक नोकर घाईघाईने आला. तो तिला काहीतरी समजावयाचा प्रयत्न करत होता. पण ती ऐकून घेण्याच्या मनस्थितीत नव्हती. ती बाहेर आली आणि आपल्या पार्क केलेल्या कार मध्ये बसली.

वैशालीला जाणवले ती रडत होती.

तिने गाडी स्टार्ट केली आणि ती निघून गेली.

वैशाली दरवाज्यात पोहोचली तेव्हा रामलाल दरवाजातच उभा राहून निघून गेलेल्या गाडीकडे पाहात होता. त्याचे डोळे पाणावलेले होते.

रामलालचे लक्ष त्या आगंतुक उठवळ बाईकडे गेले.

“कोण हवे?”

“प्रतापराव सरदेसाई.”

“काय काम होते.? खूप बिझी आहेत ते. नाही कुणाला भेटणार....”

“त्यांना सांगा. इंद्रजित सरदेसाइच्या खुनाबद्दल खूप महत्त्वपूर्ण माहिती मी घेऊन आलीय.”

रामलाल चमकला. त्याला ती चवचाल स्त्री काही आवडली नव्हती. कुठे अर्चनाच्या वागण्यातला घरंदाज खानदानीपणा आणि कुठे ही भडक मेकअप केलेली स्त्री.

त्याने सोफ्याकडे इशारा केला “बसा. मी त्यांना सांगतो.”

ती गुबगुबीत सोफ्यावर बसली. आधाश्यासारखे ते ऐश्वर्य डोळ्यात सामावून घेऊ लागली. तो प्रचंड हॉल सगळे जड आणि श्रीमंती दर्शवणारे फर्निचर

बापरे....... आपण कल्पनेतसुद्धा असं काही पाहु शकणार नाही. ते सगळे ऐश्वर्य न्याहाळण्यात किती वेळ गेला तिला कळलेच नाही.

प्रतापराव तिथे आलेलेसुद्धा तिला कळाले नाही.

ती उठून उभी राहिली.

त्यांची अनुभवी तिक्ष्ण नजर तिला अजमावीत होती. ते तिच्या समोरच्या विशाल टिपॅायच्या पलीकडच्या सोफ्यावर बसले.

“बसा. बसा......आणि बोला....काय सांगायचेय तुम्हाला?”

“सर!. माझे नाव वैशाली भटनागर. मी जिमखान्याच्या जवळच राहाते आणि मी घटस्फोटीत आहे. तुम्ही जे एक लाखाचे बक्षीस जाहीर

केलेलं आहे. त्या साठी मी अगदी महत्त्वाची माहिती तुम्हाला देण्यासाठी आलेली आहे."

ते अजून आरामात बसले.

"सांगा"

"मला ही त्या घटनेबद्दल खूप वाईट वाटते. इंद्रजित सरांना मी बरेच वेळा पहिले आहे. इतका देखणा उमदा तरुण आपल्या सुंदर वाडीत दुसरा कुणीच नाही"

"तुम्ही काही महत्त्वाची माहिती देण्यासाठी आलात असे म्हणालात."

"हो. हो... ज्या दिवशी खून झाला त्या दिवशी मी तिथेच होते........." मग तिने पोलीस स्टेशनवर जी काही माहिती सांगितली ती तशीच प्रतापरावांना सांगितली. त्यात तिने तिचे तिथे खून झाला त्या रात्री प्रियकराबरोबर असणे. मग अजून एक कार येणे, त्यात असणारे जोडपे, भांडणाचा आवाज, पिस्तुलचा आवाज, मग सारे काही शांत शांत. मग त्या स्त्रीचे कुणाला तरी फोन करणे, मग कुणीतरी जीप मधून येणे, पुन्हा जाणे, आणि हे सर्व पोलीस स्टेशनवर जाऊन इन्स्पेक्टर महेशला सांगितल्याचेसुद्धा सांगितले.

प्रतापराव शांतपणे पण मन लावून ऐकत होते...

"आणि ती बाई म्हणजे. इन्स्पेक्टर महेश यांची बहीण शलाका होती. तिची अंगलट. शरीरयष्टी अगदी तिच्याच सारखी.काही फरक नाही."

"पण तिथे अंधार होता. म्हणाला तुम्ही चंद्राच्या प्रकाशात गडबड होणे शक्य आहे ना?"

"हो आहे शक्य."

"रामलाल ss." त्यांनी हाक मारली.

रामलाल आला.

"रामलाल माझे चेक बुक आणि अर्चनाचा फोटो अल्बम घेऊन ये."

वैशालीच्या मनात आनंदाच्या उकळ्या फुटू लागल्या. एक लाख रूपये मिळाले तर... पण चेक...?

"तुम्ही हे जे सांगताय हे सगळे खरे आहे असे मी मानतो आणि त्यात संशय घेण्यासारखे खरंच काहीच नाही अर्थात कोर्टात हे कितपत स्टँड होईल मला नाही सांगता येणार. वकील दोन मिनिटात तुम्हाला फाडून खाईल आणि तुम्ही त...त...प...प करत बसाल. पण तरीसुद्धा तुम्ही इतके कष्ट घेऊन माझ्याकडे आलात. तुम्हाला रिवार्ड मिळायलाच हवे."

रामलाल चेकबुक. व फोटो अल्बम घेऊन आला.व त्याने तो त्यांच्या समोरच्या टिपॉय वर ठेवला.

"सर! मला रोख पैसे मिळाले तर बरे होईल " ती अजीजीने म्हणाली

"ओहह. ठीक आहे." ते उठून आत गेले. आणि जरा वेळाने दोन छोट्या रेशमी कापडाच्या पिशव्या घेऊन आले.

"हे तुमचे.एक लाख......." एक पिशवी तिच्या हातात देत म्हणाले.

तिने अधाश्यासारखी ती पिशवी घेतली व उघडून बघितली. सगळ्या कोऱ्या करकरत नोटा होत्या.

"धन्यवाद सर..."

"हे अजून पन्नास हजार........." दुसरी थैली तिच्या हातात देत ते म्हणाले.

ती गोंधळली.

"हे कशाकरता?" त्यांनी ती थैली तिच्यासमोर ठेवली. रामलाल ने आणलेला अल्बम उचलला व त्यातला अर्चनाचा एक स्पष्ट फोटो काढून तिच्या समोर धरला.

"त्या रात्री. पाहिलेली स्त्री हीच होती. असे सांगण्याकरता."

वैशाली तो फोटो पाहून थक्क झाली. आत्ता रडत रडत लगबगीने इथून जाणारी स्त्री आणि इन्स्पेक्टर महेश तिला

अंबोलीला जिच्याकडे तिला घेऊन गेला होता तिचं ही स्त्री.........."

"पण......."

"हे पन्नास हजार हवेत की नकोत?"

"ठीक आहे. कोर्टात मी सांगेन तसे." तिने पैसे उचलले.

"पण तुम्ही तर म्हणालात की माझ्या त्या साक्षीला काहीच अर्थ नाही. वकील खोडून काढतील ती सहज. मग इन्स्पेक्टरची बहीण काय किंव्हा ही स्त्री काय......सुटणारच ना. पण या आहेत कोण?"

"त्याच्याशी तुला काहीच घेणं देणं नाहीय. हे पैसे घे. मी सांगितले तसे कर आणि तुझ्या मित्राबरोबर मजा कर जा.........."

ती उठली. त्यांचे मत परिवर्तन व्हायच्या आत पैसे घेऊन पोबारा करायला हवा.

शंतनूने डोळे मिटून पूर्ण खोल श्वास आत घेतला व तिथला शुध्द, स्वच्छ, प्राणवायू फुफुसात येथेच्छ भरून घेतला.

किती फरक आहे शहरातल्या आणि इथल्या वातावरणात. अजिबात कुठलंच पोल्युशन नाही. श्वेताच्या शेजारी बसून तिच्या विचाराने आलेला ताण एका क्षणात कमी झाला.

पाय मोकळे करावे म्हणून तो जरा त्या हिरवळीवर चालला.

रस्त्यावरून एक कार गेली. त्याला वाटले.अर्चनाच आली म्हणून गेटपाशी जाऊन आला. पण दुसरेच कुणीतरी होते.

तो पुन्हा आत आला. त्याने सगळीकडे नजर फिरवली. काही दिवसापूर्वी इथे शार्दूलचा टेंट होता. आता तिथे काहीच नाही. किती भयंकर घडामोडी तिथे घडल्या होत्या. एक खून झाला होता....... शार्दूलच्या हातून त्याच्या वडिलांचा... जिथे टेंट होता तिथे जाऊन कुतूहलाने तो पाहू लागला. तिथे काहीच नव्हते आता. मग त्याला आठवले तिथेच कुठेतरी रक्ताचे डाग त्याला आढळले होते त्याला. तिथे पण काही नव्हते आता. मधल्या पावसाने बहुतेक साफ झाले असणार.

तिथले गवत मात्र किती छान. जणू रेशमी, मखमली गालिचाच.... क्षणभर त्याला वाटेल मस्त झोपून जावे.

पण इतक्यात बंगल्याच्या भिंतीकडल्या बाजूला त्याचे लक्ष वेधले गेले. तिथले गवत थोडे वेगळेच दिसत होते. तिथल्या गवताचा समतोल बिघडलेला होता.

उत्सुकतेने तो तिथे गेला. तेथली जमीन खणून. पुन्हा बुजवली गेली होती असे वाटत होते

उत्कंठेने त्याने तिथे पडलेला एक अणकुचीदार दगड उचलला व तिथे उकरायला सुरुवात केली...माती भूसभूशितच होती.

फार श्रम पडले नाहीत त्याला साधारण एक सहा इंचा पर्यंत खणायला. त्याला काहीतरी दिसले......

शुभ्र कापसा प्रमाणे मऊ मऊ काहीतरी होते तिथे पुरलेले...व एक कुजल्यासारखा उग्र वास सणसणत त्याच्या मेंदूत गेला.

तिथे रोव्हरच मृत शरीर पुरल होतं.

शलाकाच्या किचनमध्ये शंतनू आणि शलाका बसले होते.

नेहमी प्रमाणे मोगऱ्याचा घमघमाट दरवळत होता.ते सामोरा समोर बसले होते.

“काय चाललय मला ही समजत नाही.सगळ्या आकाशस्थ देव देवतांनी एकत्र येऊन माझ्या विरुद्ध कट रचलाय असेच वाटते.”

“का काय झाले आता?”

“मला तर आयुष्य संपवून टाकावे असेच वाटायला लागलेय. वीट आलाय”

त्याने तिच्या तोंडावर हात ठेवला. तिचा गरम.सुगंधी श्वास त्याला जाणवला.

“तिकड श्वेताची सुद्धा हीच परिस्थिती आहे. तू सुद्धा तसाच विचार करतेस? कमजोर विचारांच्या माणसांची विचार पद्धती आहे ती”

“सोपे नसते ते सुद्धा.मास्टरजी.त्या साठी एक धैर्य लागते.”

“पण आता काय झाले एवढे...?”

“अरे! ती कोण वैशाली भटनागर.प्रतापरावांनी जाहीर केलेल्या एक लाखाच्या आशेने. महेश कडे आली होती. ती म्हणे ज्या दिवशी इंद्रजित चा खुन झाला त्या दिवशी तिथेच होती. रॉयल क्लब पाशी. आणि तिने बऱ्याच गोष्टी पाहील्या.स्वत:च्या डोळ्यांनी.”

तो चकित नजरेने तिच्याकडे पाहात होता...

“काय काय पहिले.? आणि ती कशाला गेली होती तिकडे एवढ्या रात्री?”

“ती तिच्या मित्रा बरोबर गेली होती मजा मारायला”

“एवढया रात्री तिकडे काय मजा मारणार?”

अभावितपणे.भाबडे पणाने तो बोलून गेला. पण शलाकाचा चेहरा थोडा लाल झाला.ती किंचित हसली.

“तिलाच माहीत.पण ते महत्त्वाचे नाही. तिने म्हणे.इंद्रजित बरोबर कुणीतरी स्त्री होती. ते पाहिले. दोघांचे भांडण झालेले पाहिले. नंतर पिस्तुलाचा आवाज ऐकला..........”

“एक.एक मिनिट.........पिस्तुलाचा आवाज?”

“हो”

“पण मग त्याच रात्री तुला बंगल्यावर ऐकू आलेल्या.पिस्तुलाच्या आवाजाचे काय?”

“अरे रे. ते लक्षातच नाही आले माझ्या.......की तो वेगळाच कसला आवाज होता?”

"वेगळा कसा असेल? तो ही पिस्तुलाचाच होता....आठवते टेंट ला पडलेले ते भोक. ते पिस्तुलाच्याच गोळीने पडलेले होते.मला खात्रीआहे."

शलाकाचे सुंदर डोळे विस्फारले गेले.

"ते गवतावरचे रक्त....!"

"त्या वैशाली च्या म्हणण्या प्रमाणे खून तिथेच झाला. आणि पुढे हाईट ऐक ना. तिला तिथे दिसलेली स्त्री म्हणे मी होते. तिने सरळ माझ्या कडे बोट दाखवले. म्हणाली.खून झाला त्यावेळी हीच स्त्री तिथे होती."

"ओह माय गौड! काय चाललेय काय?"

दोघे एकमेकांकडे बघत राहिले.

"म्हणूनच म्हणतेय ना. की सगळ्या आकाशस्थ देव देवतांनी माझ्या विरुद्ध कट केला आहे.जणू. तू शनी महात्म्य वाचलयस?"

"गोष्ट म्हणून वाचलेय. मला त्यात काही तत्थ्य वाटत नाही. म्हणजे ते वाचून काही फरक पडत असेल असे नाही वाटतं...हम्म. एक आधार वाटतो. की अरे देवा...हा राजा असून याने एवढे दु:ख भोगले. त्यापुढे आपले काहीच नाही ""

"तथ्य आहे तर.तुम्हाला एक जाणीव होते. की नाही आपल्या पेक्षा दुर्धर संकट सहन करणारे लोक आहेत.आणि एक मनाला शांती मिळते. हे बघ ना......मी तिथे पोलीस स्टेशन वर महेश ला भेटायला जाते काय. ती तिथे असते काय. आणि ती लगेच माझ्याकडे बोट दाखवून. हीच ती खुनी स्त्री. असं म्हणते काय"

"तुला कुणी फ्रेम तर नाही ना करत?"

"माझं मस्तक बधीर झालेय. रे......कोण करणार फ्रेम? जो होता तो आता नाही राहिलेला. शक्यता फक्त अर्चना........."

"नाही.ती नाही वाटत. ती स्वत:च इतकी हतबल झालीय....... अरे हो या गडबडीत मी तुझ्याकडे का आलो तेच सांगायचे राहिले.खूप महत्त्वाचे"

ती त्याच्याकडे पाहात होती.........ती इतकी सुंदर दिसत होती. की तिच्या दोन्ही गालावर हात ठेऊन.तिच्या ओठावर ओठ टेकून. तिच्या टपोऱ्या ओठातला गुलकंद रिता करावा अशी प्रबळ इच्छा त्याला झाली.

“शंतनू ssssss! कुठे हरवलास...? असा काय बघतोस?”

तो भानावर आला.

“तुला माहीताय एक धक्कादायक गोष्ट श्वेताने सांगितली..........”

“आता. आणखीन धक्कादायक काय राहिलंय?”

“शालू. तिच्या म्हणण्या प्रमाणे इंद्रजितची हत्या शार्दूलच्या हातून झालीय”

शलाका अवाक झाली. तिच्या तोंडून शब्द फुटेना.........

***“माझी शपथ आहे तुला. कुणाला सांगू नकोस. तुझ्या त्या शलाकाला पण.”***

त्याच्या. कानात श्वेताचा आवाज घुमू लागला......किती सहजपणे त्याने तिची शपथ मोडली होती....

त्याच्या काळजात चर्रर्र झाले. असे असते का?

“काय रे. काय झाले. असा का चेहरा केलास......?”

“शालू. मला श्वेताने शपथ घातली होती स्वत:ची. ही गोष्ट कुणालाच सांगू नकोस म्हणून. आणि तिला कल्पना असेल मी तुझ्याकडे बोलेन म्हणून.अगदी स्पष्टपणे ती म्हणाली होती...तुझ्या शलाकाला सुद्धा......”

तो हळवा झाला.

“एक तर. तिची तब्येत बरी नाही. खूप खराब झालीय ती. काय तिच्या मनाला खातेय देव जाणे. इतक वाईट वाटले ना तिच्याकडे बघून.......तेच तुला मी सांगत होतो. की अर्चना सगळी कडून गांजलीय. शार्दूल गोव्यात आहे. त्याच्यावर त्याने ही घटना विसरावी

म्हणून हीप्नोथेरपी. चालू आहे. श्वेता खूपच आजारी आहे. ती नाही अशा गोष्टीत लक्ष घालाणार....तुला फ्रेम करायच्या....आणि त्यात तिला फायदा काय?"

शलाका विचारात पडली.

"काय ना......जगातल्या माझ्या दोन्ही खूप जीवा लगतच्या आणि खूप आवडत्या व्यक्ती अडचणीत आहेत. माझाच पाय गुण चांगला नाही?"

असं का होतेय? वाटलं होतं सगळं सगळं निवळलेय. सगळी कोडी सुटलीत.......पण हे चक्रव्यूह तर अजून गूढ होत चालले आहे......."

"काय बोलतोस? तू मला भेटलेल्या आत्ता पर्यंतच्या व्यक्तीत सगळ्यात गोड माणूस आहेस"

तो मोहरला.

"सगळे तुझ्याच सारखे असते. मास्टरजी या जगात तर किती बहार आली असती."

"शालू तुला सुद्धा असाच एखादा चांगला.छानसा जोडीदार मिळावा हीच माझी मनापासून इच्छा आहे. आणि मिळेल की.काय कमी आहे तुझ्यात? सुंदर आहेस. सर्व गुण संपन्न आहेस. कुणीही सहज लग्न करायला तयार होईल तुझ्याशी."

"एकदा का माणसाचे दूध पिताना तोंड पोळले. की तो ताक सुद्धा फुंकून पितो. मला आलेला पहीलाच अनुभव इतका भयानक आहे. पुन्हा माझी इच्छांच होणार नाही प्रेमात पडायची....आणि लग्न करायची"

"मी तुला मदत करेन. मिळेल तुलाही एखादा छान जोडीदार...... पण एक गोष्ट खरी आहे. I want you to be very very happy...."

"आता हे दु:खच माझ्या जीवनाचा अविभाज्य भाग बनले आहे. त्या शिवाय मी जगूच शकणार नाही....शेवटपर्यंत तेच माझ्या बरोबर राहाणार आहे....त्यात आशेचे किरण फक्त तूच आहेस......"

तिच्या डोळ्यात पाणी आले.

"शालू, तुझ्या या दु:खा प्रमाणेच. मी साथ देईन तुला शेवटपर्यंत. त्या साठी काहीही करायची तयारी आहे माझी........."

ती त्याच्याकडे पाहातच राहिली

"तुझ्याशी लग्न करायची सुधा...."

आता....ती अविश्वासाने त्याच्याकडे पाहात राहिली.

त्याच्यात कुठून एवढे धाडस आले.देव जाणे. त्याने उठून तिला जवळ घेतले. व तिच्या ओठावर ओठ टेकले.

तितक्यात बाहेर उघड्याच आलेल्या दारातून शमा आत आली. आणि तिने ते चुंबन दृश्य पाहिले.

अर्चना आत्ता पूर्ण पणे कोसळली होती.

प्रतापराव तिच्या पाठीशी उभी राहतील ही तिची आशा फोल ठरली होती. शार्दूलला कस ही करून हे कोर्टकचेऱ्या, पोलीस स्टेशन यापासून लांब ठेवायलाच पाहिजे होते. एवढासा गोजिरवाणा जीव.

पण त्यासाठी तिला तशाच प्रबळ माणसाची गरज होती...... माणूस? सासरे होते ते....पण त्यांनी सरळ सरळ नकार दिला होता.... एवढा का बरे तिच्याबद्दल त्यांच्या मनात तिरस्कार?

श्वेताची तब्येत काही सुधारत नव्हती...दिवसे दिवस ती खंगत चालली होती.

तिला काही सुचेनासे झाले होते. रमेश त्याच्या त्याच्या व्यापात गुंतला होता. तो येई. पण त्याच्या बोलण्यात तो पूर्वीसारखा मोकळेपणा राहिलेला नव्हता.

तिची पारख चुकली होती का?

तिने फोन करून आई वडिलाना बडोद्याहून बोलावले होते. त्यांना ही श्वेताची अवस्था बघून धक्काच बसला होता....

तिने आई वडिलाना जे काही घडले ते सगळे एक शब्द ही न लपवता सांगितले होते.

त्यांच म्हणणं पडल जे जसं घडलय ते पोलिसांच्या कानावर घालावे. पण रमेश ने त्याला मोडता घातला.त्याच म्हणणं होतं पोलीस विनाकारण शार्दूलला त्रास देतील. चौकशीसाठी कदाचित डांबून ठेवतील.

त्यांनाही ते पटले.

आता अर्चनाला वाटत होते की शार्दूलकडे गोव्याला जाऊन राहावे. तिच्या माता पित्यांनी तिला तशी परवानगी पण दिली पण तिचा जीव अडकला होता श्वेतामध्ये.

श्वेताला बरे वाटले असते तर ती नक्कीच गेली असती.

जिवंतपणी इंद्रजितने तिला कधी सुखाने राहून दिले नव्हते. आणि मृत्युनंतर सुद्धा तो एक अशुभ सावट सोडून गेला होता की ती त्याच्या दबावाखालीच राहिली होती. तिला मोकळा श्वास घेता आलाच नव्हता.

इन्स्पेक्टर महेश ऑफिसमध्ये बसलेला असतानाच बाहेर एक कार थांबली आणि त्याला वैशाली भटनागर गाडीतून उतरताना दिसली.

त्याच्या कपाळावर एक सूक्ष्म आठी आली. आता काय घेऊन आलीय ही बया......खुनाच्या दिवशी तिने शलाका तिथे होती असे म्हणून मोठठाच गोधळ निर्माण केला होता. तरी बरे ती ते त्याच्याच जवळ बोलली होती. तिने ते मिडीयाला जाऊन सांगितले तर खूपच गोंधळ होणार होता. त्याचा शलाकावर पूर्ण विश्वास होता. लहानपणापासून तो तिला ओळखत होता. इंद्रजितबद्दल कितीही तिरस्कार असला तरी असे काही तिच्या हातून घडलेच नसते आणि घडलेले नाही याबद्दल त्याची खात्रीहोती.

त्या दिवशी त्याने कशीतरी तिची समजूत घातली ती. पण तिने फारच आग्रह धरला तर त्याला चौकशीचे नाटक करावे लागणारच होते.

त्याने हवालदार गावडेना तिला सरळ त्याच्याकडेच घेऊन यायला सांगितले.

ती थोडीशी गोंधळलेली आणि.तिच्या चेहेऱ्यावर एक अजीजी होती.

"बसा......."

"नमस्कार सर..."

त्याने तिच्याकडे रोखून बघितले....

"त्या दिवशी माझी थोडी चूकच झाली......" ती पुन्हा अजीजीच्या सुरात म्हणाली.

महेश काहीच बोलला नाही.

तिला थोडा प्रश्न पडलेला दिसत होता. कस बोलू. कस सांगू....

"मी खूप गोंधळलेली होते. खूप डिस्टर्ब होते.........घरी यावर मी खूप विचार केला...."

तीन पुन्हा त्याच्याकडे पाहिले. की तिच्या बोलण्याकडे त्याचे लक्ष आहे का. तो मन लावून ऐकतोय का? पण इन्स्पेक्टर महेश तिच्याकडे रोखून पाहातोय म्हटल्यानंतर ती थोडी चमकली....

"अं ss! " तिने आवंढा गिळला "खरंतर. अंधारात मला नीट दिसलेच नाही....पण आपण आंबोलीला ज्यांच्या घरी गेलो होतो. तिचं स्त्री होती तिथे. खून झाला त्या रात्री......."

तिने पुन्हा आवंढा गिळला.

इन्स्पेक्टर महेशला कुठेतरी काळेबेरे असल्याचा संशय आलाच. तिच्या या असे रंग बदलण्याचे काय कारण असेल?

एक बरे आहे. शलाकाचे नाव येत नव्हते.

"कोर्टात शपथेवर सांगावे लागेल हे सारे. वकील उलटे सुलटे प्रश्न विचारतील. हे चुकीचे निघाले तर तुम्हाला त्रास होईल...?"

"हो...." दिड लाख रूपये काही कमी नव्हते. असे जर एका शपथेवर इतके पैसे मिळायला लागले तर हव्या तेवढया शपथा घ्यायला ती तयार होती....

“पण असं काय. रातोरात घडल? की तुम्हाला साक्षात्कार झाला. ती ती स्त्री हीच आहे म्हणून?”

“मी शांत पणे बसून पूर्ण विचार केला. तो प्रसंग.डोळ्यासमोर वारंवार आणला. तसंतशी मला खात्रीहोत गेली की ती तिच स्त्री होती”

ती खोटे बोलत होती यात संशय नव्हताच. पण त्यामागचे कारण त्याला विचार करूनसुद्धा समजेना... त्याने एका हवालदाराला सांगून तिचे स्टेटमेंट घायला लावले आणि तिची सही घेतली.......

आता ती एक लाखाबद्दल विचारणार......

मग त्याच स्टेटमेंटची एक झेरोक्स काढून तिला प्रतापरावांकडे पाठवायचे.दोघे घेतील बघून....असे त्याने ठरवले...

पण त्याच्या आश्चर्याला पारावारच नाही राहिला.जेव्हा ती सरळ त्याचा निरोप घेऊन निघून गेली.......

याचा अर्थ?

आता तो रिवाजच झाला होता...दर दोन तीन दिवसांनी शंतनू... रात्रीचा काळा टीशर्ट घालून शलाकाच्या घरी येत असे.

शलाकालासुध्दा तो दिसला नाही किंवा भेटला नाही की तिचा जीव कासावीस होत असे.

आता ती ट्यूब लाईट बंद करून.साधा कमी वॅटचा एलईडी लावत असे. त्यामुळे घरात बऱ्यापैकी अंधार असे...

त्याला सुद्धा तिला भेटले नाही की खूपच बेचैन होत असे. आणि रेडियो चा आवाज जरा मोठा करत असे जेणे करून बाहेर आवाज जाऊ नये.

“मागच्या वेळी मी तुला सांगायचे विसरलो. श्वेताला भेटायला गेलो होतो ना..........”

त्याचे वाक्य पूर्ण व्हायच्या अगोदर तिने ते तोडून विचारले.

"श्वेता कशी आहे तुझी?"

तो सुखावला. तिने तुझी श्वेता म्हटल्यामुळे.

"नाही ना.मी फोन केला होता तिच्या दिदीला. ती म्हणाली फारसा बदल नाही तिच्या तब्येतीत. पण तिने आता तिच्या आई वडिलाना बोलावून घेतले आहे. त्यामुळे ती जरा मोकळी झाली आहे. दोनदा पोलीस येऊन गेले तिच्याकडे चौकशीसाठी."

"ओहह." तिने चेहरा वाईट केला. "बिचारी श्वेता."

"हो ना. मलासुद्धा किती वाईट वाटतेय सांगू. सर्वात वाईट या गोष्टीचे वाटते की मी काहीच करू शकत नाही. वाटते तिच्या उषाला बसून तिची सेवा सुश्रुषा करावी"

तिने कौतुकाने त्याच्याकडे पाहिले. किती मायाळू होता...... खरच काही वर्ष अगोदर जन्मला असता तर?

"पण तुला एक महत्त्वाची गोष्ट सांगायची राहिली."

तिने प्रश्नार्थक मुद्रेने त्याच्याकडे.त्या अंधारात तिचा चेहरा समईप्रमाणे शांत.सात्विक दिसत होता. तिच्या डोळ्यात तर निरांजने तेवत होती...

पुन्हा एकदा त्याच्या मनात तिला मिठीत घेऊन तिचे चुंबन घ्यायची उर्मी तरळून गेली.

"सांग ना....काय सांगायचे होते?" त्याच्या हरवलेल्या मुद्रेकडे पाहात तिने विचारले.

"परवा मी गेलो होतो ना तिच्याकडे.तर मला बाहेर अंगणात एके ठिकाणी खणलेले दिसले. मी उत्सुकतेने ते पाहिले तर काय दिसले असेल मला?"

तिच्या नजरेत कुतूहलांच्या कृष्ण मेघांची गर्दी झाली.

"मला तिथे रोव्हरचे मृत शरीर पुरलेले दिसले."

"ओह माय गॉड! काय सांगतोस? आणि आपल्याला वाटत होते तो गोव्यात आहे."

“हो ना.मला ही आश्चर्य वाटले. श्वेताला त्या परिस्थितीत काही विचारायचे धैर्य मला झाले नाही.पण काय गौडबंगाल असावे हे?”

“तो मेला कसा?”

“आणि ते लपवून ठेवायचे कारण काय?”

दोघे एकमेकाकडे पाहात राहिले.

तितक्यात बेल वाजली. दोघे चमकले.

“नक्की.शमा असणार. तिला नक्कीच संशय आलाय. तू थांब. मी आलेच बघून....”

तो मधल्या अंधाऱ्या खोलीत थांबला.ती पुढे गेली आणि तिने दरवाजा उघडला.......

बाहेर महेश उभा होता.ती एकदम खुश झाली. त्याने तिला जवळ घेतले. आत उभ्या असलेल्या शंतनूला ते अजिबात आवडले नाही.

त्याचा चेहरा आनंदी दिसत होता.

“किती वेळ लावलास दार उघडायला...फार वेळ नाही मला.”

“खुश दिसतोयस....” ती आत आली आणि तिच्या मागे तो आला.

“हो त्या वैशाली भटनागर ने पुन्हा तिचे स्टेटमेंट बदललेय. ती म्हणते आता की त्या दिवशी रॉयल क्लबपाशी अर्चनाच होती. तसे तिने स्टेटमेंट लिहून सही केलीय”

आत शंतनूला आश्चर्याचा धक्का बसला.

“गम्मत आहे.मला तर ती बाई वेडीच वाटतेय......प्रथम माझ्याकडे काय बोट दाखवले. आता.........”

“अजून.पोलिसाना एक पिस्तूल सापडलेय. रॉयल क्लबपाशी झाडीत. बहुतेक तेच पिस्तूल वापरले गेलेय. इंद्रजितचा खून करण्यासाठी. पण त्यात ही गोची अशी आहे, शलाका हा जो कुणी आहे ना खेळ खेळणारा हा महा पोहोचलेला माणूस आहे.”

तिने डोळे विस्फारून त्याच्याकडे बघितले.

"ते जे पिस्तूल सापडले ना. त्याची नळी आतून पूर्णपणे डॅमेज केली आहे. जेणेकरून हे सिद्ध करता येऊ नये की यातूनच गोळी झाडली आहे."

तिला त्यातून फार काही बोध झाला नाही.

"ते पिस्तूल मात्र इंद्रजितचेच आहे"

"पण खून कुणी केलाय हे अजूनपर्यंत गुलदस्त्यातच आहे?"

"अत्यंत गुंतागुंतीची केस झालीय ही...."

"पण ती वैशाली भटनागर कसे म्हणते की त्या वेळी अर्चना होती तिथे.......मला शक्यता कमी वाटतेय. पण काही सांगता येत नाही...."

"माझ्या अंदाजाप्रमाणे ती हे कुणाच्या तरी दबावाखाली म्हणतेय......"

शलाकाच्या ओठावर आलेले की शंतनूने जे काही शार्दूलच्या हातून खून झाल्याचे सांगितले होते. ते त्याला सांगून टाकावे. आणि शंतनू जर आत्ता या क्षणी आत. तिच्याच घरात नसता.तर तिने नक्कीच सांगून टाकले असते.

"अर्चना. खून नाही करू शकणार.......बघू पुन्हा एकदा मी खात्रीकरून घेतो.चल निघू मी?"

"कॉफी करू?"

आत शंतनूचा जळफळाट झाला. तो जायचे म्हणतोय आणि कशाला ही कॉफीत वेळ घालवतेय? मला घरी जायला उशीर होतोय... बरे झाले. महेशने नकार दिला.

"नाही.मला एके ठिकाणी अर्जंट जायचेय. मी पुन्हा येईन......चल बाय...."

त्याने तिच्या गालाला हात लावला. आत पुन्हा शंतनूच्या हृदयात कालवाकालव झाली.विश्वासरावांचे शब्द त्याला आठवले. *"तुझा अनुभव किती? काय अनुभव आहे तुला जगाचा? तो तिचा कोण मामे भाऊ येतो तिच्याकडे. त्याच्याबरोबर ती रात्री अपरात्री*

***बाहेर जाते...त्यांच्यात काय संबंध आहेत आपल्याला काय माहिती. जग मोठ फसव असतं......सावध राहायला हवं आपण...?"***

मग त्याची त्यालाच लाज वाटली. कसा विचार करतो आपण. तेवढयातल्या तेवढयात. हे सर्व मनाचे खेळ असल्याचे वाटावे असे किती तरी क्षण त्याला आठवले. महेश निघून गेला होता... दरवाजा लावून ती माघारी आली.

"कशाला साखर कॉफी करू का, कॉफी करू का.......विचारत होतीस मी आत घामाघूम झालेलो..." त्याची मळमळ बाहेर पडलीच.

त्याच्या आवाजातला जळफळाट तिला जाणवला. तशातही तिला हसायला आल. तिला आवडल त्याच ते अधिकारवाणीने बोलण.

"बरं बाबा सॉरी! पुन्हा कधीच नाही विचारणार त्याला कॉफी करू का. तू असलास तरी. तू नसलास तरी......" मिस्कीलपणे ती म्हणाली.

तिने स्वत:चे कान पकडले.त्याला वाटले ही मोहक छबी कॅमेऱ्यात बंदिस्त करून घ्यावी.पुन्हा पुन्हा पाहायला.

"शालू! माझ्या मनात एक विचार आलाय.........! "तो अचानक म्हणाला.

तिने वळून त्याच्याकडे बघितले.

"आपण गोव्याला जायचे"

तो प्रश्न नव्हताच. तो त्याचा निर्णय होता.

"गोव्याला?"

"होsssss!" तो ठामपणे म्हणाला "या सगळ्या गोष्टीत अत्यंत महत्त्वाचा दुवा आहे तो म्हणजे शार्दूल. आपण शार्दूलला शोधून काढू. त्याच्याकडून आपल्याला खूप काही कळू शकेल...."

"शंतनू."

"हो...." तो ठाम पणे म्हणाला.

"कस जमणार?"

"मी जमवेन...तू फक्त साथ.दे."

ती काहीच बोलेना.

"शालू....हे करण भाग आहे. यात काहीतरी गौडबंगाल आहे. कोण खेळ खेळताय माहीत नाही....पण हे शोधून काढायलाच हवं.... एकदा का शार्दूल मिळाला की आपणाला बरेच धागेदोरे कळतील."

"कस जाणार? तू घरी काय सांगणार? तुला घरात बोलणार नाहीत?"

"त्याची काळजी मी घेईन. तू फक्त हो म्हण."

"शंतनू. आपण उगीच आताताची पणा नको व्हायला. नीट विचार करून ठरवलं पाहिजे सारे...मागच्या वेळी बघितलस ना. आंबोलीला जाताना?"

"तुला काय म्हणायचेय.आपण गेलो म्हणून हे सर्व रामायण घडले?"

"तसं नाही. आपल्या दोघांच्या जीवावर बेतले होते."

"आता तो कर्ता.करवता नाही राहिलेला. मला नाही वाटत काही धोका आहे त्यात म्हणून."

"शार्दूल कडून खरे काय ते कळून घेण्यात सगळ्यांचच हीत आहे. काय अजून निघेल माहिती नाही. पण कुठेतरी वाटतेय...श्वेताचे टेंशन नाहीसे होईल. आणि आपल्याला खरे काय घडलेय ते कळेल."

ती अजून ही संभ्रमित होती.

"आपण परवा.पाहाटे.पाहाटे निघू. तू तयारीत राहा.एक दोन दिवसाचे कपडे घे..."

"आणि जाणार कसे? बसने....?"

"नाही माझ्या मोटारसायकलवर..."

"मग त्यापेक्षा.माझी कार आहे कि......मी कार घेते......"

"पण मग खर्च....कार ला पेट्रोल जास्त लागेल..."

ती हसली.तिच्या बँकेच्या अकौंटमध्ये रग्गड पैसे होते. पगारच्या पगार तसा पडून राही. तिला खर्च तरी काय होता...

“मी आहे ना......फक्त पुन्हा एकदा विचार करू या....आपण जे करतोय ते योग्य आहे ना? त्याचा फायदा होईल ना....?”

“तोटा तर नक्कीच नाही होणार....एक पिकनिक होईल. तुझ्यासोबत.........”

तो मनातले बोलला.

“घरी काय सांगशील?”

“मी सांगेन बरोबर. काय सांगायचे ते...चल येऊ मी? गुड नाईट”

त्या दिवशी सकाळी.........

प्रतापरावांनी फोन उचलला.एक नंबर डायल केला.

पलीकडून ताबडतोब फोन उचलला गेला.

“काय झाले? शार्दूलला ताब्यात घेतले की नाही?”

“नाही सर. आज प्लॅन केले होते. पण काल रात्रीपासून बंगल्यात काहीच हालचाल दिसत नाहीय. दहा वाजता लाईट बंद झाली. तेव्हापासून बंगला शांत आहे. काही कळायला मार्ग नाही.”

“मुर्खानो झोपा काढता काय. असं कसं कोणी हवेत नाहीसे होईल? आतच असतील. निट बघा सगळीकडे आणि मला काही माहीत नाही. शार्दूल मला ताबडतोब हवा. काहीही करा. अगदी आकाश पाताळ एक करा.”

“होय सर! २४ तासात शार्दूल तुमच्यासमोर हजर होईल. सगळीकडे जाळ पसरलेलं आहे.आत्तापर्यंत आम्ही पूर्ण नजर ठेऊन होतो. काल रात्रीपासूनच बहुतेक जागा बदललेली दिसतेय. पण ती ही शोधून काढू आम्ही.”

"बाकीचे. मला काही ऐकायचे नाही. २४ तासात.शार्दूल माझ्या इथे समोर हवा"

"होय सर."

त्यांनी फोन कट केला.

अर्चना भेटून गेल्यापासून ते खूपच अस्वस्थ होते. त्यांना शार्दूलची खूप आठवण येत होती त्या उजाड अलिशान घरात जागो जागी त्यांना त्याची चाहूल लागत होती.

नकळत त्यांचे डोळे पाणावले आणि समोर असलेल्या अल्बममधून शार्दूलचे फोटो बघत ते त्याच्यावरून मायेने हात फिरवू लागले.

इतक्यात एक अर्चनाचा फोटो आला. त्यांच्या तळपायाची आग मस्तकात गेली.

डायनिंग टेबलवर सगळे जेवायला बसले होते.

त्या दिवशी जेवणात त्याच आवडतं भरलं वांगं त्याच्यावर कोथिंबिर पेरलेली. भरलं वांगं हा सुलभादेवींचा खास पदार्थ होता (विश्वासराव त्याला गमतीने शाकाहारी बटर चिकन म्हणायचे.) चार पदरी मुलायम चपात्या. बरोबर कांदा पातीमधल्या कांद्याच्या फोडी, ताक, वरण भात, लिंबाची फोड, साजूक तूप, पापड, लोणचे असा थाट होता.

"का रे. आज घरी यायला उशीर केलास?" चपाती बरोबर भरल्या वांग्याचा स्वाद घेत घेत विश्वासरावांनी शंतनूला विचारले.

"रघुनाथ भेटला होता." तो खोटे बोलला.

शमा त्याच्याकडे रोखून बघत होती.

"कोण रघुनाथ?"

"रघुनाथ जोशी. शाळेत माझ्या बरोबर होता. नंतर तो मडगावला निघून गेला. त्याचे वडील वारले आणि त्याला शिक्षण सोडून द्यावे लागेल. व व्यवसाय संभाळावा लागला त्याला."

"का बरे?"

"भरपूर बागायत आहे. एक किराणा मालाचे दुकान आहे आणि हा एकुलता एक. कोण बघणार सगळे?. मग शिक्षण बंद केल. तीन वर्षांनी भेटला आज..."

"मग घरी का नाही बोलावलेस?'

"घाईत होता. नंतर निवांत येईन म्हणाला. पण त्याला निवांत पणा असा नाहीच. एकट्यालाच ओढावं लागतं सगळ. लग्न झालेय."

"परिस्थिती आली. की जबाबदारी येते. जबाबदारी आली की प्रगल्भता येते."

त्यांच्या बोलण्यात एक खोचकपणा होता.

"मला म्हणत होता. चार दिवस ये राहायला. मडगावला."

"मग जा की थोडा चेंज पण मिळेल..."

"विचार करतोय. मला पण कंटाला आलाय कुठेतरी जाऊन यावे असं मला पण वाटतेय."

"जरूर जा. चांगल्या संगतीत राहायला माझी काहीच हरकत नाही." त्यांच्या बोलण्याचा रोख त्याला समजला.

"कसा जाणार आहेस? बसने जा. मोटारसायकल नको इतक्या लांब."सुलभा देवी.

"हो बसनेच जाणार आहे. तिथे फिरायला त्याची गाडी आहे......"

सगळं कस अगदी मनासारखं होतेय. शंतनू मनातल्या मनात आनंदला...

"परवा पहाटे साडेपाचच्या गाडीने जाईन म्हणतो. पूर्ण दिवस मिळेल. दोन दिवस राहीन."

"दोन का चांगले.चार दिवस राहा. पण सांभाळून जा आणि राहा."

जेवण हसतखेळत आणि प्रसन्न वातावरणात झाले.

विश्वासरावांना पण जरा बरे वाटले. काही दिवस तो सारखा या ना कसल्या विचारातच दिसायचा त्यांना. मान्य आहे हे वय आहे वेडेपणा करायचे पण असाही वेडेपणा नको की आयुष्यभर त्याची फळ भोगावी लागतील. सुलभादेवींना पण वाटले, चार दिवस शलाका पासून दूर राहील तर थोडे विचार बदलतील.

हल्ली तो खूप शलाकामय झाला होता. सारखा तिचाच विचार करत बसे. कुणाशी फार बोलत नसे. त्याचा खेळकर पणा हरवला होता.

विश्वासराव आणि सुलभादेवी.दोघांचा विषय पण झाला होता...

दोघांना चिंता पडली होती. पण थोडे दूर जायचे म्हणतोय तर जाऊ दे.

मग त्या रात्री शंतनू शमा बरोबर कॅरमचा डाव खेळला. रात्री मात्र याला नीट झोप लागली नाही.

वैशाली भटनागर आंबोलीला अर्चनाच्या बंगल्यापाशी थांबली होती.

दीड लाख तर तिने पदरात पाडून घेतले होतेच. आता तिला अजून पैशाची हाव लागली होती. महेश बरोबर ती अर्चनाकडे गेली होती तेव्हा तिने अर्चनाचे ऐश्वर्य बघितले होते.

प्रतापरावांनी तिला अर्चनाचा फोटो दाखवून हे नाव पुढे करायला सांगितले होते, याचा फायदा घेऊन अर्चनाकडूनही थोडे पैसे कसे उकळता येईल हा विचार तिच्या मनात आला आणि ती तडक अंबोलीला आली.

त्यावेळी बंगल्याच्या व्हरांडयात अर्चना एका उमद्या तरूणाबरोबर बोलत होती. वैशालीला कल्पना नव्हती की या क्षणी बंगल्यात कोण

कोण माणसे असावीत. ही गोष्ट तिला फक्त अर्चनाशीच बोलायची होती. त्यावेळी आजूबाजूला कोणीच असायला नको.

ती जरा एका झाडामागे थांबली.

तो माणूस आणि अर्चना खूप टेन्स दिसत होते. तो तिला काहीतरी समजावण्याचा प्रयत्न करत होता. बराच वेळ त्यांचे बोलणे चालले होते. मग त्याने तिच्या खांद्यावर थोपटल्यासारखे केले आणि तो तिचा निरोप घेऊन निघाला.

त्याला दिसू नये म्हणून ती अजून थोडी झाडामागे सरकली.

तो गेटमधून बाहेर आला आणि आपल्या जीपकडे निघाला. आणि जीपमध्ये बसू लागला.

तो जीप बघताना तिला कुठेतरी काहीतरी जाणवल काय बरे या माणसाला कुठेतरी बघितले आहे का?

काहीतरी आहे. काय बरे....?

ती विचार करू लागली.

ही जीप......... आठवलं......... हीच जीप होती. त्या दिवशी पौर्णिमेच्या रात्री.......जी नंतर आली होती......आणि हाच माणूस होता....ती जीप घेऊन आलेला.

तिचे नशीब किती बलवत्तर होते. अचानक तिच्या हाती अजून एक हुकमी एक्का लागला होता.

म्हणजे त्या इन्स्पेक्टरच्या बहिणी बरोबर हा माणूस होता तर.........

दोघांनी मिळून खून केला होता?

पण काय कारण असेल खुनाचे?

काय करायचेय आपल्याला? आपला मतलब पैशांशी आता तर चांगलाच मासा गळाला लागला होता. तिने तिचा मोबाईल काढला आणि त्याचा एका जीपमध्ये बसताना फोटो काढला.

मग गेट उघडून ती आत गेली.

तिने बेल वाजवल्यावर त्यादिवशीच्याच बाईने दरवाजा उघडला. आतून एकदम औषधांचा भपकारा तिच्या नाकात गेला. कुणी आजारी आहे का इथे?

"Madam. आहेत?"

"एक मिनिट. बसा मी बोलावते...." कामवाल्या बाईने पण तर्क केला की ती अर्चनाकडेच आलेली असणार. तिच्या आईकडे किंवा श्वेताकडे शक्यच नाही.

वैशाली वेटिंगरूममध्ये बसली. थोडा वेळात अर्चना आली. अर्चनाने तिला लगेच ओळखले. ती जरा गोंधळली. हिचे काय काम आपल्याकडे?

"तुम्ही त्या दिवशी इन्स्पेक्टर महेश बरोबर आला होतात?

"एकदम बरोबर ओळखलेत तुम्ही." वैशाली उठून उभी राहात म्हणाली. मग समोरच्या सोफ्याकडे बोट दाखवत आपलेच घर असल्याप्रमाणे. आणि अर्चनाच तिच्याकडे पाहुणी आली असल्यासारखी ती अर्चनाला म्हणाली "बसा न...."

अर्चनाला तिचा तो आगाऊपणा जाणवला.

"त्या दिवशी तो इन्स्पेक्टर मला तुमच्या कडे का घेऊन आला होता.माहीताय? खरे सांगायचे तर. तो इन्स्पेक्टर मला तुमच्याकडे ओळख परेडसाठी घेऊन आला होता."

"ओळख परेड?"

"हो. खरी गोष्ट अशी आहे की ज्या दिवशी इंद्रजितचा खून झाला तेव्हा मी तिथेच होते."

"तिथे? तिथे कुठे?"

"रॉयल क्लबपाशी."

अर्चनाने हलकेच एक सुस्कारा सोडला.

"त्या दिवशी मी सगळे पाहिलेय."

"काय पाहिलेय"

"कारमधून इंद्रजित एका स्त्रीबरोबर तिथे आला. तिनेच त्या कारमध्ये त्याचा खून केला. पिस्तुलाच्या गोळीचा आवाज अगदी स्पष्ट ऐकायला आला होता मला. मग एक जीप आली. त्यात एक माणूस आला. मग तो ती कार आणि ते प्रेत तिथेच टाकून त्या स्त्रीला घेऊन निघून गेला."

"तुम्ही काय बोलता आहात मला काहीच कळत नाही."

"इन्स्पेक्टर मला घेऊन तुमच्याकडे एवढ्याचसाठी आला होता. त्याला खात्री करून घ्यायची होती की ती स्त्री म्हणजे तुम्हीच आहात का?

अर्चना अवाक होऊन तिच्याकडे पाहात राहिली.

"अर्थात त्या स्त्री तुम्ही नाहीच हे मी शपथेवर त्यांना सांगितले."

"पण हे सर्व मला सांगायला तुम्ही येथे आला आहात का? मी सध्या गडबडीत आहे. माझ्या घरी एक पेशंट आहे..."

"इथपर्यंत यायचे कारण तसेच महत्त्वाचे आहे अर्चनादेवी."

"कृपा करून लवकर आटपा. मला या असल्या गोष्टीत काही इंटरेस्ट नाही."

"तुम्ही ज्या दिवशी प्रतापराव सरदेसाइना भेटायला गेला होतात त्याच दिवशी मी पण गेले होते. मी तुम्हाला बघितले नाराज होऊन बाहेर पडताना."

"बरं मग?"

"त्यांनी मला पन्नास हजार रूपये दिलेत. पौर्णिमेच्या रात्री मी जी बाई खुनाच्या जागी बघितली होती ती तुम्हीच होतात असे ठामपणे सांगायला"

आता मात्र अवाक व्हायची पाळी अर्चनाची होती.

"पण मग हे तुम्ही मला का सांगताय? तुम्हाला पैसे मिळालेत ते सांगतात तसे करा. मी तिथे नव्हतेच त्यामुळे मला काहीच फरक पडणार नाही. तुम्हालाच तसे सिद्ध करताना त्रास होणार आहे."

"तुम्हाला नाही. पण तुम्हाला जो आत्ता भेटून गेला त्या तुमच्या मित्राला नक्की पडणार आहे."

अर्चना सावध झाली. "कोण मित्र?" "आत्ता तुमच्याशी बोलत होता तो.......काही वेळापूर्वी......या इथे व्हांड्यात तुम्ही त्याच्याशी बोलत होता."

"त्याचा काय संबंध?"

"तोच तर जीप घेऊन आला होता.खुनाच्या ठिकाणी.........." तिने मोबाईलवर काढलेला फोटो तिच्यासमोर धरला, "हिच ती जीप आणि हाच तो माणूस ज्याने खुनी स्त्रीला मदत केली. हीच जीप घेऊन तो तिथे आला होता."

अर्चनाच्या काळजाचं पाणी पाणी झालं. ही बाई सगळं केलेलं मातीत मिळवणार होती. तिच्या हाता-पायांना कापर भरलं.

"एक मिनिट थांबा........."

तिने थोडं बाजूला जाऊन रमेशला मोबाईल लावला.

"हॅलो!"

"रमेश! ताबडतोब ये."

"क.काय झाले?"

"फोनवर नाही सांगता येणार.इथे ये ताबडतोब. इथे आल्यावर सांगते. इथे एक बाई आल्यात.......विचित्र काहीतरी बडबड करताहेत"

"आलोच"

पुढच्या तीन मिनिटात रमेश तिथे हजर झाला.

वैशालीने पुन्हा एकदा ती रेकॉर्ड वाजवली. रमेशचा चेहरा गंभीर झाला.

“यातल्या निम्म्याच्या वर तुमच्या कहाण्या खोटया आहेत.” नंतर अर्चनाकडे वळून तो म्हणाला “.एक मिनिट. अर्चना! You don’t have to worry. carry on with your routine. half of the things. she is telling are lies. I will square with this lady…Don’t worry. I am there……”

मग वैशाली कडे वळून तो म्हणाला, “चला”

वैशाली गोंधळून, “कुठे?”

“कुठे ते मी सांगतो. उठा तुम्ही चला.” त्याच्या आवाजात जरब होती.

अर्चना सगळ्याच बाबतीत गांजली होती. श्वेताचे आजारपण हे तिच्यासमोर मोठ्ठे प्रश्न चिन्ह होते.

“ती कुठल्या बाईबद्दल बोलतेय?”

“मी सांगितले ना. ती सांगतेय त्यातल्या निम्म्या गोष्टी तिच्या खोट्या आहेत. पण मी करतो बंदोबस्त. जा तू आवर तुझे.”

त्याने अर्चनाला खांद्याला धरून आत वळवले.

“चला. आपण बाहेर बोलू.”

तो तिला घेऊन बंगल्याच्या बाहेर आला. त्याने मागे दार ओढून घेतले.

बाहेर रस्त्यावर आल्यावर त्याने तिला विचारले.

“काय प्रकार आहे हा. तुम्हाला काय हवे?”

“अर्थात तोंड बंद करण्यासाठी पैसे.”

“किती?”

“एक लाख”

त्याने थोडा विचार केला.

“ठीक आहे. मिळतील. पण उद्या. जमवाजमव करावी लागेल. रोख द्यायचे म्हणजे सोपे नाही.”

"ठीक आहे. उद्या कुठे, कधी?"

"उद्या. मला याच वेळी. मी देतो त्या नंबरवर फोन करा."

त्याने तिला नंबर दिला. तिने तो सेव्ह करून घेतला तिच्या मोबाईलमध्ये.

आणि त्याचा निरोप घेऊन ती गाडीत बसून निघून गेली.

रमेशला माहीत होते. Blackmailer कधीच समाधानी नसतो. त्यांची भूक वाढतच असते. त्याचा लोभ मरेपर्यंत कधीच संपत नसतो.

त्या दिवशी.शंतनूला पाच वाजता आपोआप जाग आली.

तो जाणार म्हटल्यावर सुलभादेवी पण लवकर उठल्या. त्यांनी त्याला प्रवासात खाण्यासाठी सँडविच करून दिले.

आंघोळ करून जरुरी पुरतं सामान घेऊन एक छोटीशी बॅग भरून तो बाहेर पडला.

बाहेर झुंजूमुंजू झाले होते. मावळतीचा चंद्र आपले लख्ख चांदणे आपल्या प्रकाशाचा अविरत सडा शिंपडत होता. झाडातून खाली आलेल्या चांदण्यांनी जमिनीवर सुंदर रांगोळी काढली होती.

घरापासून चालत चालत तो बाहेरच्या मोठ्ठ्या लोखंडी गेटकडे आला. घराच्या दरवाज्याच्या प्रकाशमान चौकटीतून सुलभादेवी हात हालवून त्याला निरोप देत होत्या.

क्षणभर त्याला अपराधी वाटले. पण तो थोडेच काही वाईट करत होता. रस्त्यावर ठरल्याप्रमाणे घरापासून थोड्या लांब अंतरावर शलाकाची गाडी उभी होती. तिच्या गाडीत तो प्रथमच बसणार होता.

दार उघडून आत बसता बसता त्याने तिला 'गुड मॉर्निंग' केले.

गाडी सुरू झाली आणि गोव्याच्या दिशेने धावू लागली. दोघे शांत होते. दोघांच्याही मनात विचार चालले होते बहुतेक. करतोय ते बरोबर करतोय की नाही.

बाहेर अजून अंधारच होता. गाडीच्या हेड लाईटच्या प्रकाशात घाटात गाडी वेडीवाकडी वळणे घेत असताना तिने त्याला विचारले.

"सांग तुझा प्लान काय आहे? मला अजून ही प्रश्न पडलाय की यातून काही निष्पन्न होईल की नाही."

"रख भरोसा खुद पे क्यो ढुंढता है फरीश्ते...? पंछीयोके पास कहां होते है नक्शे?

फिर भी ढुंड लेते है रास्ते......!" तो हसला आणि सीट वर थोडा तिरका, तिला संमुख होऊन बसला.

डॅशबोर्डवरील निळसर एलइडीच्या मंद प्रकाशात तिचा चेहरा खूपच सुंदर दिसत होता.

"अरे वा....छान शायरी! पण फरक आहे शायरी आणि प्रत्यक्ष जीवनात." समोरचे वळण घेत ती मिस्कीलपणे म्हणाली.

"तुझी कन्या रास आहे का?"

"नाही. वृषभ! पण असं का विचारलंस."

"कन्या रास म्हणजे संशयी रास. ठामपणाचा अभाव... धर सोड वृत्ती?"

"तुला कळत का त्यातलं?"

"नाही. शरद उपाध्ये झिंदाबाद. पण त्यांच्या मते वृषभ रास मात्र अत्यंत राजस रास. देखण व्यक्तिमत्त्व....जीवनाचा पूर्ण आस्वाद घ्यायची वृत्ती."

"ओहह..."

त्यांनंतर त्यांचा पुढचा प्रवास शांतपणे चालला होता. दोघेही आपापल्या विचारात मग्न होते.

"शार्दूल मडगावात आहे हे निश्चित. खरंतर श्वेताला पण माहीत नाही की तो नक्की कुठे आहे. पण आपण त्याला शोधून काढू." शंतनू मध्येच म्हणाला.

इतक्यात एक खूपच वेडेवाकडे वळण लागले. ते पार होईपर्यंत तो गप्प बसला. किती सफाईदार चालवत होती ती गाडी. त्याला अभिमान वाटला. तिचा

"शालू, एका दगडात दोन तीर मारलेत मी........."

"कसे?"

"शार्दूलचे काम तर करायचेच आहे. श्वेताच्या डोक्यावरचे ओझे हलके करायचेय.........पण तुझा सहवास......."

ती काही बोलली नाही. कसल्या तरी गहन विचारात होती ती.

"म्हणजे शालू मला तुझ्याकड़े येण्यावर बंदी घातल्यापासून मी थोड़ा अस्वस्थ आहे. कशातच लक्ष लागत नाही आणि रात्री थोड़ा वेळ भेटून पोट भरत नाही. मग ही क्लृप्ती."

"अरे पण यातून काय साध्य होणार....?"

तो गप्प बसला.

"मी तुझ्यापेक्षा वयाने मोठी. तुझ्या आईवडिलांचे माझ्याबद्दलचे मत चांगले नाही."

"असे काही नाही."

"त्यांनी तुला माझ्याकडे यायला बंदी केली याचा अर्थ तोच ना? आणि काय रे श्वेता तुझी मैत्रीण आहे ना? तू तिला प्रपोज केलेयस ना. तिने तुला होकार पण दिलाय."

तो काहीच बोलला नाही.

"मला नाही काही समजत."

"असे कसे...?"

"मला तुम्ही दोघी हव्यात"

ती हसायला लागली. तिला हसू इतके अनावर झाले की तिने शेवटी गाडी बाजूला घेऊन रस्याच्या कडेला थांबवली आणि पुन्हा हसू लागली.

त्यांच्या मागे काही अंतरावर अजुन एक गाडी रस्त्याच्या कडेला येऊन थांबली.

हसून हसून ती लाल झाली. तिला ठसका लागला. त्याने पाण्याची बाटली तिच्या पुढे धरली.

थोडी शांत झाल्यावर ती त्याच्याकडे बघून पुन्हा हसली.

"दोन दोन बायका हव्यात तुला?"

तो शरमला....

"मास्टरजी मी समजू शकते रे तुला. मला पण तुझा सहवास आवडतो. तू आवडतोस. पण त्यात काही तथ्य नाही. आज ना उद्या हे सगळे संपणार आहे. तू तुझ्या मार्गाने जाणार आहेस. मी माझ्या मार्गाने जाणार आहे."

"का आपण मित्र म्हणून नाही राहू शकणार का?"

"राहू ना......शेवटपर्यंत राहू.......!

पुन्हा शांत पणे गाडी धाऊ लागली. आता चांगलेच उजाडले होते.........त्यांनी बांदा पार केले होते.........

"बरं एक काम करू.......अस्नोडयाला माझी एक मावशी राहाते......आपण तिला भेटून जाऊ....चालेल?"

"हो चालेल........."

तिने गाडी सुरू केली व् रस्त्यावर आणली.

त्यांच्या मागे अंतर राखून उभी राहिलेली गाडी पण चालू झाली आणि तेवढ्याच अंतरावरून त्यांच्या मागे येऊ लागली.

वैशालीने रमेशला फोन लावला.

"हॅलो. मी वैशाली बोलतेय"

"हो. समजल. तू एक काम कर. अंबोली घाट सुरू व्हायच्या अगोदर रॉयल क्लबपाशी एक मोठा चौक आहे. त्याच्या बाजूला क्रिकेटचे जिमखाना ग्राउंड् आहे. मी तिथे उभा आहे. अर्ध्या तासात भेटू."

वैशालीने फोन ठेवला आणि ती जायच्या तयारीला लागली.

बरोबर अर्ध्या तासाने ती जिमखान्याजवळ पोहोचली.

दुपारची एकची वेळ होती

चौकात तुरळक गर्दी होती.

ती ज्या बाजूने आली त्याच्या विरुद्ध बाजूला रमेश उभा राहाणार होता. तिने गाडी पार्क केली. पार्किंग जागा शोधायला तिला थोड़ा वेळ लागला.

बऱ्याच टू-व्हीलर्स आणि कार्स अस्ताव्यस्त उभ्या होत्या.

तो रस्ता बऱ्यापैकी मोठा होताआणि गोव्यावरून कोल्हापूर पुढे पुणे येथे जाण्यासाठी महामार्ग होता.

गाडीतून बाहेर पडून तिने रमेश कुठे आहे याचा अंदाज घेतला.

रमेशसारखा कुणी माणूस तिथे उभा नव्हता. पण जरा पुढे एक काळी कार उभी होती. त्याच्या काचा काळ्या होत्या. त्यातच तो असणार अशा अंदाजाने तिने रस्ता क्रॉस करायचे ठरवले.

अचानक दुभाजक ओलांडताना तिचे उंच टाचाची चप्पल मुडपली आणि तिचा तोल गेला.तिने सावरायचा खूप प्रयत्न केला. पण ती रस्त्याच्या मधोमध पडली.

आणि समोरून वेगात येणाऱ्या ट्रकने तिला क्षणात उडवली.

एक किंचाळी हवेत गुंजलीआणि शांत झाली.

काही अंतरावर काळ्या गाडीत बसलेला रमेश स्वत:शीच काहीतरी पुटपुटला. त्याने काच खाली केली आणि गॉगल मधून रस्त्याकडे पाहिले. लोक आता रस्त्यावर रक्ताच्या थारोळ्यात

पडलेल्या वैशालीभोवती जमा झाले होते. बाकी त्याला काही दिसत नव्हते.

गोवा शंतनूला काही नवीन नव्हते. कॉलेजमधून बऱ्याच वेळा गोवा आकाशवाणीच्या 'युववाणी ' या कार्यक्रमात मेंडोलीन वाजवायला कधी एकटा, कधी ग्रुपबरोबर तो वरचेवर यायचा. पण त्याला गोव्याची फारशी माहिती नव्हती.

त्यांनी अस्नोडा गावात प्रवेश केला.

अस्नोडा!

म्हापसा शहरापासून पूर्वेकडे साधारण पंधरा किलोमीटर अंतरावर अस्नोडा होतं.

नेमका त्याच दिवशी अस्नोडा बाजार होता. पण शलाकाने गर्दीतून सफाईदारपणे गाडी चालवली. शंतनू खिडकीतून बाहेर बघत होता दोन्ही बाजूला. किती जिवंतपणा वाटत होता.

रस्त्याच्या कडेला बायका सोनचाफ्याने भरलेल्या टोपल्या, अबोली, बकुळ, सुरंगीचे सर घेऊन विकायला उभ्या होत्या. फळांची, भाज्यांची पण विक्री होत होती. फळे, जांभळे, भेंडी, वांगी, पालेभाज्या, जागोजागी मासे घेऊन कोळीणी बसल्या होत्या.

सगळा मिश्र सुगंध पसरला होता. प्रत्येक जण आपापला माल विकण्यासाठी कोकणीत हाकारे देत होता.

त्या गोंगाटातून गाडी पुढे जाऊन पार नदीच्या किनारी असलेल्या एक सुंदर कौलारू बंगल्यापुढे थांबली. वैशिष्ट्यपूर्ण गोवन पद्धतीचा तो टुमदार छोटासा दुमजली बंगला होता. त्याचा रंग मात्र गडद निळा होता. आजूबाजूला लाल माती.

नदीच पात्र शांत वाहात होतं. लांब दूर कुठेतरी नदीवरचा तो पूल दिसत होता. त्यावरून रहदारी चालूच होती.

साधारण साडे नऊ दहाची प्रसन्न वेळ होती. कोकिळा सूर लावायचा प्रयत्न करत होती.

स्वर्गीय वातावरण होते.

गाडीचा आवाज ऐकल्या ऐकल्या एक मध्यमवर्गीय फुलाफुलाचा गाऊन घातलेली बाई व्हरांड्यात आली.

"मावशे"

शलाकाने हाक मारली.

"माका वळकलॅ गे? हाव शलाका..." (मला ओळखले नाहीस? मी शलाका.)

मावशी तिच्याकडे बघतच राहिली...

"कशी विसरले तू माका?" "(विसरलीस मला?)"

"शलाका? अग्गो बाय माजे. कितले होड जाले गौ तू. सान आशिल्लै तेन्ना पळयिल्लै तूका. आता कितले बदलला? आवय बरी मगे तूजी?" (अगं बाई! शलाका होय! किती मोठी झालीस.लहान असताना बघितले होते.किती बदललीस.तुझी आई ठीक आहे ना?)

"हय गे एकदम बरी. गोया वताले. म्हळे तूका मेळन वच्या"(हो एकदम छान. गोव्यात चालले होते. म्हटल तुला भेटून जावे)

बरे केले पुता...." (छान केलेस हो)

"काका खय?" "काका कुठेत?" शलाकाने विचारले.

"काका खाणीर गेला तूजो. औंदा जोरात चालू हा ताजो बिझनेस..." (खाणीवर गेलेत.सध्या जोरात चालू आहे धंदा पाणी)

"आता आयलाच जाल्यार. राव दोन दिस...हो कोण गे?" (आता आलीच आहेस तर राहा की दोन तीन दिवस. बरोबर कोण आहे?)

"हो शंतनू. मजो मित्र." (हा माझा मित्र. शंतनू.)

"आवोईस.छानच आसा..." तीच्या डोळ्यात वेगळेच भाव आले. (अरे वा. छान आहे...)

“तशी कायच ना गे.मावशे. फक्त मित्र आसात आम्ही….” (तू समजतेस तसे काही नाही मावशी. आम्ही चांगले मित्र आहोत)

शंतनू त्यांचे ते कोकणी संभाषण मन लावून एंजॉय करत होता.

“माका वचचे आसा कामाक लगेच. तूका मेळचाक म्हण आयले.” (मला लगेच पुढे जायचेय. केवळ तुला भेटायला म्हणून आले)

“किते गो तू….? मागीर आयलेच कित्याक?” (आलीसच कशाला मग?) मावशी नाराज होऊन म्हणाली

“बरे तर. तुला मेळले आता वता….” (बरं. मग जाते आता) शलाका गमतीने म्हणाली.

“अशी बरे वचचा दियन हाव. आता जेवनच वच. मस्त तुला आवडता तशी बांगड्या हुग्गै आणि तिसऱ्या एकशिपी करता. आणि सुंगटा बी फ्राय करुन घालता.” (अशी बरी जाऊन देईन. आता जेवूनच जा. छान बांगड्याची आमटी. तिसऱ्याची भाजी. आणि सुकटाच फ्राय करते)

“चलता. मावशे मगल्या तोंडा उदाक आयले पण हो नुस्ते खायना.”(माझ्या तोंडाला पाणी सुटले. पण हा नाही न खात….)

“बामन असो? हल्ली बाम्नानच ताल सोडला……केंन्नाय खातात…….”(ब्राम्हण आहे.? पण तसं काही राहिलेले नाही. ब्राम्हणसुद्धा खातात)

शलाका हासली

“बरे. ताजेखातेर मस्त शिवराक आळसांद्या आंबट करता हाव…….”(त्याच्या साठी छान.चवळीची शाकाहारी आमटी करते मी)

दोघी किचनमध्ये गेल्या.

शंतनू थोडया वेळाने बंगल्याच्या बाहेर आला. त्याला ते वातावरण आवडले होते. चालत चालत तो समोरच्या नदीच्या पात्राकडे आला आणि वहाणारे संथ पाणी पाहू लागला. अचानक त्याला श्वेताची आठवण झाली. कशी असेल ती? आपण तिच्यापासून कितीतरी दूर इकडे मजा करतोय. मजा? नाही, तिच्याचसाठी तर आलोय आपण.

शार्दूलच्या शोधात. एकदा का तो गवसला की याच गोष्टींचा उलगडा होणार होता....पण हे सगळे घडतेय या मागे आहे तरी कोण? खरंच शार्दूलच्या हातून झालाय का खून? पण मग त्याला रोव्हरचा मृत देह सापडला त्याच गौडबंगाल काय? कुणीच रोव्हरबद्दल काहीच कसे विचारत नाही? सगळे ठीक व्हायला हवे. किती वेगवेगळे वळण घेतेय हे सारे प्रकरण.

पोर्णिमेच्या रात्रीचा कार्यक्रम, शलाकाला आलेला पिस्तुलाचा आवाज, किचनमध्ये तिला सापडलेले ते पाकीट, लॅपटॉप, रातोरात अर्चना आणि रमेशचे शार्दूलला घेऊन जाणे, इंद्रजितचा खून झालेला मृत देह रॉयल क्लबपाशी सापडणे, रोव्हरचा मृतदेह तिथेच बंगल्याच्या आवारात सापडणे, रोव्हरचा मृतदेह, इंद्रजित जाऊनसुध्दा शलाकाला येणारी, कोण ती वैशाली भटनागर. तिने म्हणे शलाकाकडे बोट दाखवून खून झाला त्यावेळी त्या ठिकाणी शलाका होती असे होती हे सांगणे. कोण आहे कोण या सर्वांमागे?

छ्या! हे सगळे डोक्याच्या पलीकडचे आहे.

तरी तो या गोष्टीत एवढी रुची का दाखवत होता? त्याच्या तर जीवावरही बेतले होते एकदा. केवळ त्याला शलाकाच्या सहवासात एक स्वर्गीय आनंद मिळत होता म्हणून?

शलाका आणि श्वेता त्यांचा विचार त्याच्या मनावर एक मोरपीस फिरवी. समोर एक खंडया पक्षी पंख फडफडवत स्थिर राहिला. त्याच्या तीक्ष्ण नजरेने वेध घेतला आणि पंख मिटून त्याने पाण्यात सूर मारला. क्षणभर पाण्यात खळबळ झाली आणि तो परत बाहेर आला.तर त्याच्या चोचीत वळवळणारा मासा होता.

क्षणभर त्याची विचार शृंखला भंग झाली.

किती शांत वाटतेय इथे.

घरच्या बाबतीत तो निर्धास्त झाला होता. त्यांच्या समजुतीप्रमाणे तो त्याच्या मित्राकडे शलाकापासून दूर होता आत्ता पण प्रत्यक्षात तो शलाका बरोबरच होता.

आपण वंचना करतोय का त्यांची? पुन्हा तो विचलित झाला.

शार्दूलला शोधायचे नुसते ढोंग होते.त्याला शलाकाचा सहवास हवा होता. श्वेतापेक्षा तो सध्या शलाकाकडे जास्त ओढला जातोय का?

श्वेताला सगळे होते. शलाका एकटी होती.

तिला त्याच्याबद्दल आणि त्याला तिच्याबद्दल ओढ होती हे नक्की ती तशी त्याच्याबद्दलची ओढ श्वेताकडून त्याला जाणवत नव्हती.

इतक्यात त्याला कुणाचीतरी चाहूल लागली. त्याने मागे वळून बघितले. शलाका त्याच्याकडे येत होती.

भाट प्रोपर्टीमधली शलाका आणि इथे या नदीकिनारची शलाका किती फरक होता.

एखाद्या वनदेवीप्रमाणे भासली ती. आजूबाजूच्या वनश्रीमुळे?

“मास्टरजी भूक नाही का लागली?” तिने हसत विचारले. तिचे पांढरेशुभ्र एकसारखे दात त्याला दिसले.

तो पण हसला तिच्याकडे बघून.

“कस वाटलं मावशीच गाव मास्टरजी?”

“या इथेच राहाव असं वाटतं तुझ्याबरोबर. परत जाऊच नये.”

“चला. जेवण तयार आहे. जेवून आपण आपल्या मार्गाला लागू. मुळ उद्देश बाजूला पडता कामा नये.”

नाही नाही म्हणता म्हणता. शंतनू ने सुद्धा एक फ्राय केलेला. शलाकाने काटे काढून दिलेला मासा खाल्ला, आणि त्याला तो खूप रुचकर लागला.

तांदळाची मऊ भाकरी, मच्छी करी, फ्राय केलेला मासा. मस्त खोबऱ्याची आमटी भात, खाऊन शंतनू सुस्त झाला. त्याला आता ताणून द्यावेसे वाटत होते.

“तू गाडीत झोपू शकतोस. तुला कुठे ड्रायव्हिंग करायचेय.” असे शलाकाने सांगितल्यावर तो निघाला.

मावशीच्या पाहुणचाराचा निरोप घेऊन आणि अजून दोन दिवस राहा असा आग्रह मोडून ते तृप्त मनाने आणि भरल्या पोटाने पुढे निघाले.

गावाच्या आतल्या भागातून ते जेव्हा मुख्य रस्त्याला लागले. त्यावेळी अजून एक गाडी त्यांच्या मागावर धावू लागली. सावजाच्या मागावर एखादे जनावर धावते तत्सम.

ते मडगावला पोहोचले.

तिने एका पेट्रोल पंपवर गाडी थांबवली. त्यावेळी एक वाजला होता. तिची कार सीएनजी वर पण चालत होती. त्यामुळे त्या पेट्रोल पंपवर पेट्रोल भरल्यानंतर तिने सीएनजी स्टेशन्सची पण चौकशी केली.

पेट्रोलपंपवरीलकर्मचाऱ्यालाडेबिटकार्डदेततिनेशंतनूलाविचारले. "मला सांग आता. कसं शोधायचं एवढ्या मोठ्या शहरात शार्दूलला?"

"ऐक! शार्दूल कुणातरी हिप्नोथेरपिस्टची ट्रीटमेन्ट घेत आहे असे श्वेताने मला सांगितले. आपण एक काम करू आपण सगळ्या हिप्नोथेरपिस्टकडे चौकशी करू. मी गुगलवरून त्यांची माहिती डॉऊनलोड केलीय. मडगावमध्ये एकूण बारा हिप्नोथेरपिस्ट आहेत."

शलाकाने कौतुकाने त्याच्याकडे पाहिले. किती व्यवस्थित प्लॅनिंग केले होते त्याने.

इतक्यात पंपवरचा कर्मचारी तिच्याकडे मशीन घेऊन आला. तिने पिन नंबर टाकला.

ती देवाणघेवाण झाल्यावर दोघे कारमध्ये बसले. तिने कार पेट्रोलपंपच्या बाहेर काढली आणि रस्त्याच्या कडेला एका झाडाखाली लावली.

आणि स्टीयरिंग वर डोके टेकून त्याच्याकडे बघत म्हणाली.

"बोल"

त्याने मोबाईल काढला व त्यातून डाऊनलोड केलेल्या हिप्नोथेरपिस्टची लिस्ट काढली.

त्याप्रमाणे पत्ते शोधत शोधत त्यांनी आपली शोध मोहीम चालू केली.

अत्यंत जिकीरीचे काम होते. एकंदरीत त्यांच्या लक्षात आले की या हिप्नोथेरपिस्टना इकडे तरी फार मानाचे स्थान नव्हते. एक दोन हिप्नोथेरपिस्ट सोडले तर ते फार जिकीरीचे आयुष्य घालवत होते.

संध्याकाळी पाच वाजेपर्यंत त्यांनी त्यातल्या सात हिप्नोथेरपिस्टना भेट दिली होती. जे अगदी शहरात होते व भेट द्यायला सोपे होते....

पण कुठेच आशादायक अशी माहिती मिळाली नव्हती.

शेवटी कंटाळून ते कोल्वा बीचवर जाऊन बसले.

सुरूची झाडे आणि मऊ, रेशमी, उबदार रेती.... शलाकाने अंग पसरून दिले.

ड्रायव्हिंग करून करून ती कंटाळलेली होती. त्याला वाटून गेले त्याला ड्रायव्हिंग येत असते तर किती बरे झाले असते. त्याच्या वडिलांसाठी एक जीप नेहमी यायची. विश्वासराव स्वत: कधी गाडी चालवत नव्हते. त्यांना येते की नाही हा प्रश्न पण कधी उपस्थित पण झाला नव्हता.

जीप घरासमोर उभी असताना त्याने बऱ्याच वेळा तिथल्या तिथे चालवली होती. पण कधी बाहेर रस्त्यावर घेऊन तो गेला नव्हता.

"आता काय करायचे?" तिने विचारले.

"आज रात्री मुक्काम करू कुठेतरी. माझा एक मित्र आहे रघुनाथ जोशी. मोठ्ठी वाडी आहे त्याची. त्याच्याकडे राहू. रात्रीचाच तर प्रश्न आहे. उद्या पुन्हा शोध चालू ठेऊ."

"शंतनू, माझे पण खूप नातेवाईक आहेत गोव्यात. पण नको वाटते जायला. त्या त्यांच्या नजरा, त्यांचे चौकशा करणे. असो" थोडे थांबून ती म्हणाली "तो तुझा मित्र चांगला आहे ना?"

"हो रे. लग्न झालेय त्याचे"

"तुझ्याच वयाचा ना तो?"

"हो, पण आई गेल्यावर घरात कुणी स्त्री नव्हती आणि त्यांचा व्याप मोठा आहे. बागायत शिवाय एक किराणा मालाचे दुकान. मग लग्नाला पर्याय नव्हता..."

"घरात एक हक्काची मोलकरीण हवी होती." तिच्या आवाजात एक तिरकसपणा होता.

त्याने चमकून तिच्याकडे पाहिले. ती अंतर्मुख झाली होती.

"पुरुष प्रधान संस्कृतीमधे स्त्री शक्ती दुर्लक्षित राहिली. पण आनंदाची बाब आहे. परिस्थितीत लक्षणीय बदल होतोय. तुझ्यासारख्या पुरूषांमुळे."

तो हसला.

रघुनाथने दोघांचे अगत्याने स्वागत केले.

त्याची बायको जरा पारंपारिक पद्धतीची होती. तरी तिचे आणि शलाकाचे छान जुळले.

शलाका होतीच तशी. (हे शंतनूचे खास मत होते )

रघुनाथ आणि त्याच्या शाळेतल्या आठवणी रंगल्या. त्यांची हिंदी शिकवणाऱ्या शिक्षिका, पंडित बाई त्यांची आठवण निघाली. त्यांचा या दोघांवर खूप जीव होता. त्यावरून त्यांचे वर्ग मित्र त्यांना चिडवत असत. पंडित बाईना एकुलती एक मुलगी होती संजना. त्यांचे यजमान नव्हते. त्याबद्दल बरेच प्रवाद होते.पण त्याच्याशी त्यांना काही घेणे देणे नव्हते.

पंडित बाई दोघांकडे जातीने लक्ष देत. घरी बोलवत. परीक्षा संपली की दोघांना आईस्क्रीम देत.

शाळेतल्या सुंदर मुली. शंतनू अभ्यासात फार हुशार नव्हता. पण गाणे.बजावणे यात माहीर असल्याने आणि दिसायला लाघवी असल्याने. मुलींचे त्याच्याकडे लक्ष असायचे. तो एखाद्या नाटकात आहे म्हटल्यानंतर बऱ्याच मुली. त्याच नाटकात काम करायचे म्हणून हात वर करत असत.

त्याउलट रघुनाथ दिसायला सामान्य होता. पण तो अभ्यासात खूपच हुशार होता. त्याचे दुर्दैव की त्याला परिस्थितिने लवकर शाळा सोडावी लागली होती.

खूप गप्पा रंगल्या.

रात्री हसत खेळत. पाटावर बसून रुचकर शाकाहारी जेवण झाले.

नंतर अंगणात बसून. गाण्याच्या भेंडया झाल्या.

आणि बारा नंतर सगळे झोपायला गेले.

दुसऱ्या दिवशी नऊच्या दरम्यान...

रघुनाथच्या पत्नीच्या हातचे डोसे आणि सांबार. बरोबर खोबऱ्याची चटणी खाऊन. दोघांचा 'अजून एक दोन दिवस राहा'चा आग्रह मोडून ते दोघे बाहेर पडले.

कालचा थकवा दूर झाला होता. रात्रीची शांत झोप आणि भरपेट नाश्ता झाल्याने दोघे एकदम तरतरीत होते. रात्री छान झोप लागली होती.

दुपारी एक वाजेपर्यंत त्यांनी अजून दोन तीन हिप्नोथेरपिस्ट ना भेट देऊन झाली. पण शार्दूलचा अजून पत्ता लागला नव्हता.

दोघे निराश होत चालले होते. बरं सगळी कडे वेगवेगळे अनुभव मिळत होते.पुढचे हिप्नोथेरपिस्टचे नाव होते विष्णू माने.

विष्णू माने यांचे क्लीनिक डॉ.न बास्को कॉलेज आणि पार्वतीबाई चौगुले कोलेज ऑफ आर्ट्स अँड सायन्स. यां दोन कॉलेज मध्ये एक

सरस्वती निवास नावाची बिल्डींग होती त्यात होते.तिकडे जाताना रस्त्यातच उजवीकडे त्यांना एक सिद्धी विनायकाचे संगमरवरी देखणे मंदीर दिसले.

शलाकाने गाडी बाजूला थांबवली.

शंतनूने प्रश्नार्थक मुद्रेने तिच्याकडे बघितले. तिने मंदिराकडे निर्देश केला. तेव्हा त्याच्या लक्षात आले.

दोघे मंदिरात गेले. शलाकाने ओढणी डोक्यावर घेतली.हात जोडले. आणि डोळे मिटले.

मंगलमुर्तीच्या सुंदर मूर्तीवरून शंतनूची नजर तिच्या चेहेऱ्यावर गुंतली.

किती सुंदर दिसत होती.

दोघांनी यशासाठी प्रार्थना केली.

किती सुंदर वातावरण होते मंदिरात. उदबत्तीचा सुगंध सगळी कडे दरवळला

होता.आणि तो मोगऱ्याचाच सुगंध होता. क्षणात शंतनूचे मन पिसासारखे हलके झाले आणि शलाकाच्या घरात गेले. तिच्या घरी ही हा मोगऱ्याचा सतत दरवळत असतो.

तुरळक लोक येत होते आणि घंटानाद करून जात होते.त्या मधुर नादेने मनात सुखद आवर्तन उमटत होती.

दोघे थोडा वेळ तिथे बसले. उठावेसे वाटत हाते तरी पण उठले आणि मार्गस्थ झाले.

पहिल्या मजल्यावर त्यांचे ऑफिस होते.

बाहेर बोर्ड होता डॉ...विष्णू माने.

ऑफिस एकदम प्रसन्न. आणि देखणे होते. आत दिवस असून मंद निळया आणि लाल प्रकाशाच सुंदर मिश्रण होते.

बाहेर बसलेल्या रिसेप्शनिस्टला शंतनूने मोबाईलमधला शार्दूलचा फोटो दाखवला.

"हा पेशंट तुमच्याकडे येतो का?"

"हो. शार्दूल इंद्रजित सरदेसाई."

शंतनूचे काळीज धड धड करायला लागले.

"मला यांचा पत्ता मिळेल?"

"पण तुम्ही कोण?" तिने त्या दोघांकडे रोखून बघत विचारले? तिच्या डोळ्यात संशय स्पष्ट दिसत होता.

शंतनू गोंधळला. शलाका झटकन पुढे आली. तिच व्यक्तिमत्त्व आकर्षक असल्याने रिसेप्शनिस्ट जरा चपापली.

उठून अभीच राहिली ती.

"Look. I am his School teacher. and its very urgent to see him."

"पण Mam! आमच्याकडे तशी पद्धत नाहीय. पेशंटची पूर्ण माहिती इथे गुप्त ठेवली जाते."

"But why don't you understand? Since I am telling you its very importat."

"काय important आहे…?"

"to talk to him"

"तुम्हाला जे सांगायचेय ते मला सांगा, मी सांगेन त्यांना अजून थोड्या वेळात त्याची appointment आहे"

"नाही जे सांगायचेय ते त्याला किंवा त्याच्या बरोबर ज्या रेश्मा mam आहेत त्यांनाच सांगायचेय. पण तुम्ही तसे काही करू दिले नाही तर जे काही घडेल त्याची जबाबदारी तुमच्यावर येईल"

रिसेप्शनिस्ट थोडी गांगरली.

"तुम्ही डॉक्टरांना भेटा."

"कधी भेटतील डॉक्टर?"

"उद्या."

"आजच्या सगळ्या अपॉइंटमेंट फुल"

"बर. ठीक आहे. उद्या येतो आम्ही."

शलाकाला कळेना याला एकदम काय झाले. शंतनू ने डोळे मिचकावले.

दोघे बाहेर आले.

दोघे कार मध्ये बसल्यावर शलाकाने विचारले.

"एकदम काय झाले तुला? पत्ता नकोय का आपल्याला?"

"शालू, फार भानगडीत न पडता. आपल्याला शार्दूलचा पत्ता कळणार आहे."

ती त्याच्याकडे चमत्कारिक नजरेने पाहात राहिली.

"तू ऐकले नाही. ती रिसेप्शनिस्ट काय म्हणाली. की थोडयाच वेळात शार्दूलची अपॉइंटमेंट आहे म्हणून"

"आपण इथेच वाट पाहू या आणि तयारीत राहा. आपण त्यांचा पाठलाग करायचाय."आणि त्यांना फार वेळ वाट पाहावी लागली नाहीच.साधारण दीड तासाने एक छोटी कार तिथे थांबली. आणि त्यातून रेश्मा आणि शार्दूल बाहेर पडले.व सरळ क्लिनिक कडे गेले.

शंतनूला एका गोष्टीचे आश्चर्य वाटले. रेश्माची उंची आणि बांधा अगदी थेट शलाका सारखाच होता. ती पाठमोरी बऱ्यापैकी शलाका सारखी दिसत होती.

तो शलाकाला म्हणाला देखील. "तुझी डूप्लीकेट आहे अगदी "शलाका हसली. पण दोघींच्या सौंदऱ्यात फरक होता. रेश्माचे सौंदर्य थोडे प्रक्षोभक होते. शलाकाचे सौन्दर्य मंद समईच्या उजेडासारखे होते.

साधारण दिड दोन तासाने पुन्हा ते दोघे बाहेर पडले आणि कार मध्ये बसून यु टर्न घेऊन चालू लागले.शलाकाने पण एक सफाईदार वळण घेतले व त्यांचा पाठलाग करू लागली.

शलाका आणि शंतनूच्या मते ते एका बंगल्याकडे जायला हवे होते. पण त्यांची कार थांबली एका आड बाजूला असलेल्या हॉटेल पाशी......'हॉटेल''ला-फ्लोर''. त्याच्या पासून जरा लांब एक हॉस्पिटल होते. बाकी तो भाग तसा सुनसानच होता.

कार पार्क करून रेश्मा आणि शार्दूल हॉटेल मध्ये गेले... संध्याकाळचे सात वाजले होते.

शलाकाने गाडी हॉटेल च्या बाहेर थांबवली.दोघे गाडीतच बसून होते.

दोघांनी एकमेकांकडे बघितले.

त्यांच्यापासून जरा लांब त्यांचा पाठलाग करणारी गाडी उभी होत्ती.

प्रतापराव विमनस्क बसले होते. त्यांच्या समोर स्कॉचची बाटली होती. एका प्लेटमध्ये काजू, बदाम होते.

अत्यंत सावकाशपणे ते घोट घेत होते.

रामलाल लांब उभा राहून पाहात होता. इंद्रजित गेल्यापासून पिणे हा त्यांचा स्थायीभाव झाला होता. पूर्वी कधीतरी घेणारे, आता रोज संध्याकाळी जेवणापूर्वी घेत असत. आता पुरे असं म्हणायची रामलालची हिंमत नव्हती.

इतक्यात फोन वाजला.

"प्रतापराव सरदेसाई..." ते गंभीर. भारदस्त आवाजात बोलले.

"सर! प्रोब डिटेक्टिव्ह एजंसी मधून बोलतोय. गोव्याहून."

"बोला."

"सर शार्दूलचा शोध लागलाय. तो मडगावला 'ला फ्लोर' हॉटेलमध्ये आहे. दुसऱ्या मजल्यावर १०१ नंबरच्या रूममध्ये आहे. तिथल्या एक वेटरशी संगनमत करून लवकरच त्याला ताब्यात घेतले जाईल"

प्रतापरावांचा चेहरा खुलला.

"बरोबर कोण आहे.?"

"बरोबर एक स्त्री आहे. काल रात्रीच ते बंगल्यामधून हॉटेलमध्ये शिफ्ट झाले आहेत."

"शार्दूलला त्या स्त्री सकट कोणत्याही परिस्थितीत माझ्याकडे घेऊन या. अत्यंत सावधपणे हे काम करा. कुठलीही चूक, हयगय नकोय मला."

"सर"

फोन कट झाला.

प्रतापरावांच्या चेहऱ्यावर समाधान आणि हसू दिसत होते.

त्यांनी ग्लास उचलला आणि एक मोठ्ठा घोट घेतला... आणि चार बदाम तोंडात टाकले.

डॉक्टरांनी एकदा श्वेताकडे पाहिले.

तिचा सुंदर चेहरा एकदम मलूल दिसत होता. बेडभोवती अर्चना, अर्चनाचे आईवडील पण होते.

श्वेता शांत पण डोळे मिटून पडलेली होती...

"अर्चना! मला वाटते तिला ICU मध्ये अडमिट करावी लागणार."

अर्चनाला धक्का बसला.

"घरी काही गोष्टी शक्य होत नाहीत. अर्चना, आपण इथे सगळे करायचा प्रयत्न केला. तू इथेच हॉस्पिटलच्या सगळ्या सोयी

आणल्यास.पण काही मशीन्स, काही टेस्ट, रिपोर्ट हे अद्ययावत हॉस्पिटलमध्येच होऊ शकतात. त्याला पर्याय नाही आणि मला वाटते ते लवकरात लवकर करावे.”

अर्चनाच्या डोळ्यात पाणी आले.

“डॉक्टरांनी तिला थोपटल्यासारखे केले.

“काळजी करायचे काहीच कारण नाही. अर्चना, तिला असा काही दुर्धर रोग झालेला नाही. infact तिला काय झाले हेच कळायला मार्ग नाही. न्युरोचा रिपोर्ट येईल आज उद्या. तेव्हा बऱ्याच गोष्टींचा उलगडा होईल. मी ॲम्ब्युलन्स पाठवतो. आपण तिला सिटी हॉस्पिटलमध्ये शिफ्ट करू.”

अर्चना स्वत:ला खूप अपराधी समजत होती. खरंतर तिने ते इंद्रजितचा खून शार्दूलच्या हातून झाला हे रहस्य अबाधित आपल्या काळजात ठेवायला हवे होते. तिने आपले हृदय हलके करण्यासाठी ते श्वेताला सांगितले खरे. पण त्यानेच हा प्रकार घडला होता. त्याच्यामुळेच श्वेतावर ही वेळ आली होती.

तिचे दिवस फिरले होते.

कसलेच सुख नव्हते तिला. शार्दूल गोव्यात हिप्नोथेरपिस्ट उपचार घेत होता. पोलीस दोन तीन वेळा येऊन तिला प्रश्न विचारून गेले होते.

बाबूजींनीसुध्दा तिला धुत्कारले होते.

आतल्या आत ती जळत होती. त्याचा परिणाम तिच्यासुद्धा तब्येतीवर होत होता.

तिचे आईवडील आले म्हणून ती थोडे तरी स्वत:ला सावरू शकत होती. अन्यथा तिचा स्वाभिमान, स्वत्व सगळे ती गमावून बसली होती. श्वेता आणि शार्दूल दोघांच्यासाठी कल्पनेच्या पलीकडे जाऊन काहीही करायची तिची तयारी होती.

हताश आणि हतबल झाली होती ती.

गाडी पार्क करून शलाका आणि शंतनू 'ला-फ्लोर' हॉटेलमध्ये गेले.

आरामशीर हॉटेल होते ते.

रिसेप्शनिस्टच्या मोठ्या काउंटर च्या मागे एक तरतरीत सुंदर मुलगी बसली होती.

"दोन रूम्स हव्यात." शंतनू शलाकाकडे बघून म्हणाला.

शलाका जाणूनबुजून दुसरीकडे बघत होती. ती कधी लॉजमध्ये राहिली नव्हती. आता वेळ आली आणि तीही शंतनू बरोबर राहायची. त्यातल्या त्यात तिला बरे वाटले तो दोन वेगवेगळ्या रूम्स घेतोय. निदान झोपताना तरी निर्धास्त वेगवेगळ्या रूम्समध्ये झोपता येईल.

ती मुलगी हसली. "एकच रूम शिल्लक आहे."

"ओहह" त्याने शलाकाकडे पाहिले.

तिने खांदे उडवले. तो तिच्याजवळ गेला."चालेल, एकच दिवसाचा प्रश्न आहे!"

ती हसली. पण तिच्या चर्येवर आता वेळच आलीय तर काय करणार असा भाव होता.

रीतसर नोंद करून शंतनूने चावी ताब्यात घेतली. शलाकाने डेबिट कार्ड स्वाईप करून चार्जेस भरले.

त्यांच्याकडे सामान फारसे नव्हतेच.

"दुसरा मजला. रूम नं. १११."

"आत्ता एक Madam एका मुलाला घेऊन गेल्या त्या कोणत्या रूममध्ये आहेत?"

रिसेप्सनिस्टने त्याच्याकडे पाहिले.

"त्यांची रूम ए १०१ आहे. नि तुमची ए १११ आहे.दुसऱ्या फ्लोअरवरच आहेत दोन्ही रूम्स."

"Thanks!"

शंतनूने कारमधून दोघांच्या बॅग आणल्या आणि वेटर बरोबर जिना चढून ते पहिल्या मजल्यावर आले. कॉरिडोरमध्ये मंद प्रकाश होता.

वेटरने त्यांना त्यांची रूम उघडून दिली. त्याने पाहिलं त्यांच्या १११ नंबरच्या रूम समोरच १०१ नंबरची रूम होती. समोरच्या १०१ नंबरच्या रूम मधून मुलाच्या रडण्याचा अस्पष्ट आवाज येत होता. शार्दूल काहीतरी हट्ट करत असावा.

दोघे आत गेले.

दोघांनी सामान ठेवले. बेडवर बसत ती म्हणाली, "आज दिवस भर दगदगीने.आणि प्रवासाने आणि घामाने मी इतकी थकलीय. मी आता गरम गरम शॉवर घेणार आहे की तुला घ्यायचाय प्रथम?"

"नाही तू घे. त्रास तुलाच झालाय सगळा. खूप ड्रायव्हिंग करावे लागले तुला. आरामात तुझ्या बाजूला बसलो होतो."

"शार्दूलचे तू काय करणार आहेस?" शलाकाने पृच्छा केली.

"आपण सरळ जाऊन भेटू ना. काय भीती आहे? शार्दूल मला चांगले ओळखतो."

शलाकाचा चेहरा चिंताग्रस्त दिसत होता.

"काय झाले.?"

"का कोण जाणे. हे सगळे इथेच सोडून द्यावे असे वाटतेय. यातून काय निष्पन्न होणार आहे देव जाणे."

"सगळं चांगलं होईल. शालू, एक काम कर तू. शॉवर घे आणि छान आराम कर.मी समोर शार्दूलला भेटून येतो"

"सांभाळून रे बाबा. ती बाई कशी आहे आपल्याला काही माहीत नाही."

"ठीक आहे."

तिच्या मागे दरवाजा ओढून तो बाहेर आला आणि त्याने समोरच्या १०१ नंबरच्या दारावर टकटक केले.

“कौन है?” आतून रेश्मा ओरडली.

काय सांगावे त्याला प्रश्न पडला.

“मी. शंतनू…”

“कोण शंतनू?”

“मी सुंदरवाडीहून आलोय. श्वेताचा मित्र.”

त्याला जाणवले पीपहोलमधून कुणीतरी पाहात होते.

“अर्चना दिदी, पण मला चांगल्याच ओळखतात. Family फ्रेंड आहे मी त्यांचा.”

पुन्हा आतून काहीच आवाज आला नाही.

“शार्दूल पण मला चांगले ओळखतो.”

“काय हवाय काय तुम्हाला?”

“मला तुमच्याशी बोलायचेय. शार्दूलशी बोलायचेय.”

“कशाबाबत?”

“एकंदरीतच. हा जो गोंधळ चाललेला आहे. त्याबद्दल’.”

“कसला गोंधळ?”

“तुम्ही दार उघडा ना. मी प्रामाणिक पणे बोलतोय.”

तितक्यात त्याला आतून शार्दूलचा आवाज आला.

“शार्दूल, मी शंतनू अंकल. ओळखलेस ना मला?”

आणि त्याला जाणवले आतून शार्दूलने बाहेर जायचा हट्ट धरला होता. ती त्याला मना करत होती. आणि तो दार उघडून बाहेर जाण्यासाठी आग्रही होता.

त्यात बराच वेळ गेला.

आणि दरवाजा उघडला गेला. शार्दूल धावत धावत बाहेर आला. आणि त्याने त्याच्या पायाला मिठी मारली.

त्याने खाली बसून त्याला जवळ घेतले.

"अंकल मला जायचेय मम्मीकडे."

"हो हो. तुला मम्मीकडे घेऊन जायलाच आलोय मी."

रेश्मा दरवाज्यात उभी राहून दोघांकडे भांबावलेल्या नजरेने बघत होती.

तितक्यात तिकडून जाणारा एक वेटर रोखून तिघांकडे बघत होता.

"तुम्ही आत या. आत बोलू या आपण." रेश्माने शंतनूला आत यायला सांगितले.

तिघे आत गेले आणि त्यांनी दार लावून घेतले.

"बोला काय म्हणणं आहे तुमचे? कशासाठी आलाय आमचा पाठलाग करत. आमच्या मागे?"

"तुमचा गैरसमज होतोय. तुम्हाला कोणत्याही प्रकारचा त्रास अथवा हानी पोहोचवण्याचा आमचा उद्धेश नाही."

"एक मिनिट थांबा. मी अर्चानाकडे कन्फर्म करते."

तिने मोबाईल वर अर्चनाला फोन लावला.

"अर्चना, रेश्मा बोलतेय."

तिकडून कुणीतरी काहीतरी बोलले. शंतनूचा जीव कंठाशी आला होता.

"तू शंतनू नावाच्या कुणाला ओळखतेस?"

परत पलीकडून अर्चना काय बोलली त्याला कळाले नाही.

"श्वेताचा असा कुणी मित्र आहे.?"

"..............."

"ठीक आहे. मी तुला जरा वेळाने फोन करते."

तिने फोन कट केला.

"बोला. काय म्हणणं आहे तुमचे?"

"हे बघा. हे जे काही गैरसमजुतीचे प्रकार आहेत ना, त्याबद्दल मला बोलायचेय. कुठेतरी काही तरी गोंधळ आहे. शार्दूलच्या हातून खून झालेला नाहीय."

"अंकल! रोव्हर मेला," मध्येच शार्दूल रडत रडत म्हणाला.

"हो माहीताय मला."

"मी गोळी मारली त्याला?"

"काय?" शंतनू दचकला.

"एक मिनिट. काय तू? तू गोळी घातलीस?"

"हो." तो रडायला लागला." मी आता कधीच पिस्तूल साठी हटट नाही करणार"

शंतनूने शार्दूलला जवळ घेतले.

"असू दे. आपण नवीन रोव्हर आणू." त्याने त्याला कडेवर घेतले आणि शांत करायला तो खिडकी पाशी गेला.खिडकीतून बाहेर समुद्र दिसत होता. थोडा वेळाने शार्दूल शांत झाल्यावर तो वळला. तेव्हा त्याला रेश्मा दिसली नाही.

त्याला वाटले गेली असेल खाली...

तो शार्दूलला घेऊन. आपल्या १११ ह्या रूमवर आला. त्याने दार वाजवताच शलाकाने दरवाजा उघडला.

ती न्हाऊन छान केस वाळवत बाल्कनीत उभी होती.

रूमभर तिने केसाला लावलेल्या शॅम्पूचा आणि साबणाचा सुवास दरवळत होता.

अतिशय सुंदर दिसत होती ती.

तिने शार्दूलकडे बघितले

"अरे....! कोण रे....? ओळखलस मला?"

त्याने होकारार्थी मान हालवली.

तिने थोडे लाड केले त्याचे. शार्दूल आता मूडमध्ये आला होता.

त्याने पुन्हा इकडेतिकडे बघितले रेश्मा कुठे दिसते का? तिचा कुठेच पत्ता नव्हता. खाली रिसेप्शनवर असेल म्हणून तो खाली आला. तिथे पण ती दिसली नाही. हे मात्र नवलच झाले होते. तिच्यावर शार्दूलची जबाबदारी टाकली होती आणि तिच शार्दूलला सोडून निघून गेली होती. पण गेली कुठे?

त्याच वेळी एक स्त्री आणि एक शार्दूल एवढाच लहान मुलगा रिसेप्शनपाशी आले. ती बाई काहीतरी हुज्जत घालत होती.

रेश्मा कुठेच दिसेना. त्याने खांदे उडवले आणि तो रिसेप्शनवर तिची चौकशी करावी म्हणून आला तर त्याच्या कानावर ती स्त्री आणि रिसेप्शनवरची मुलगी यांचातला संवाद कानी पडला. ती स्त्री खूप श्रीमंत दिसत होती.

"Mam.... आम्हाला कस्टमर नकोत का. पण एक ही रूम रिकामी नाही म्हटल्यावर काय करणार?"

"तुम्ही काहीही करून माझी राहायची व्यवस्था कराच......हवं तर मी इथे वेटिंग रूममध्ये सुद्धा झोपायला तयार आहे. माझ्या आईच ऑपरेशन आहे पलीकडच्या हॉस्पिटलमध्ये. तिला आज ICU मध्ये ऍडमिट केलेय. मला एकदम जवळ पडेल. रात्री अपरात्री गरज असेल तेव्हा मी जाऊ शकेन. walking distance आहे. मला खूपच कंव्हीनियंट आहे."

"वेटिंग रूममध्ये राहाणे allowed नाही.आणि Mam. शेवटची रूम available होती. ती यांना दिली." ती शंतनूकडे बोट दाखवून म्हणाली.

ती स्त्री शंतनूकडे वळली.

"सर! एक रिक्वेस्ट! तुमची अडचण नसेल तर मला ही रूम तुम्ही स्पेयर कराल? माझी अडचण समजून घ्या. तुम्ही दुसऱ्या लॉजमध्ये

राहिलात तर. I am ready to pay all your charges...please Sir...! Please Sir. It's a humble request.खूप क्रिटिकल ऑपरेशन आहे."

शंतनू गोंधळला.

"थांबा. काहीतरी मार्ग काढू. माझ्याकडे आत्ता दोन रूम्स आहेत. १०१ आणि १११. यातल्या १०१ मध्ये याना आपण adjust करू.पण आत्ता त्या १०१ नंबर मध्ये जाणाऱ्या Madam दिसल्या का. तुम्हाला?"

"हो, घाईघाईने इथून बाहेर जाताना दिसल्या खऱ्या."

तो विचारात पडला. गेली असेल एटीएम मध्ये. पण सांगून नाही का जाता येत?येईल जरा वेळाने. असा विचार करून तो रीसेप्शनिस्टकडे वळाला.

"मिस! यांना. सध्या मी आजच बुक केलेली माझी रूम द्या १०१. आम्ही समोरच्या १११ रूम मध्ये राहू. एकच रात्रीचा प्रश्न आहे.यांचा प्रॉब्लेम genuine आहे.माझी तरी काही हरकत नाही."

"काहीच हरकत.नाही पण तुम्ही एकाच रूममध्ये राहिल्यास. थोडे ज्यादा चार्जेस द्यावे लागतील. बेडचे.".

"मी. यांचे जेवढे काही बिल आहे मी भरेन." ती स्त्री म्हणाली.

तो हसला.

तिने त्याला तोंड भरून आशीर्वाद दिले.

आणि ती त्याच्या मागे निघाली. दोघे जेव्हा सामोरासमोर असलेल्या रूमपाशी आले. तेव्हा १०१ रूमचे दार उघडे होते. आणि १११ रूम मध्ये शलाका आणि शार्दूल. गप्पा मारत होते...

शंतनू वेटर ला म्हणाला.

"इनको फिलहाल यही सामने वाला १०१ नंबरका रूम दिजीये बादमे देखते हैं हम आगे क्या करना हैं"

ती स्त्री मुलाला घेऊन १०१ नंबरच्या रूममध्ये गेली.

ती खूप आनंदित झाली होती.

पण तिला माहीत नव्हते. तिच्यासमोर काय वाढून ठेवलेय ते.

रात्रीचे दहा वाजले होते.

शलाका आणि शंतनू 'ला-फ्लोर' हॉटेलच्या बाल्कनीत सामोरासमोर खुचीत बसले होते.

शार्दूल आत शांत झोपला होता.

समोर चांदणे समुद्राच्या एका मागून एक उठत असणाऱ्या लाटावरून परावर्तीत होत होते.

ती समुद्राची धीरगंभीर गाज कानावर पडत होती. लाटा निर्माण होताना खळाळणारा, वर चढत जाणारा आवाज. मग ती धावत किनाऱ्याकडे जाताना येणारा वेगळा आवाज आणि ती लाट किनाऱ्यावरील वाळूत विरून जाताना क्षीण होत जाणारा तो आवाज. तो संपायच्या आत पुन्हा दुसरी, तिसरी, चवथी न संपणाऱ्या गाजा.

एकामागून एक आवर्तने चालूच होती. अविरतआणि ती चालूच राहाणार होती. जगाच्या अंतापर्यंत कोणाला माहीत कदाचित याच लाटा सर्व मानव वंशाच्या नाशाला कारणीभूत ठरणार असतील या पृथ्वीच्या तरी

पण तरीसुद्धा मानव स्वार्थ, प्रेम, सूड आणि कित्येक असंख्य भाव भावनांचे विविधरंगी खेळ करत असतो या क्षणभंगुर जीवनात.

"काय झालं असेल रेश्माचे?" शलाकाने विचारले

"खरं रहस्यच आहे. कुठे हवेत गायब झाली ती. देव जाणे."

"हे सगळं गुढ वाढतच चाललेय. कोणत्याच प्रश्नाचे खरे उत्तर मिळत नाहीय. इंद्रजितचा खून कुणी केला? मला लेटर कोण पाठवत होतं? रोव्हरचा मृत्यू कसा झाला? शार्दूलला हे असे गोव्यात ठेवण्याचे प्रयोजन काय? रेश्मा का गायब झाली?"

"शार्दूलच्या म्हणण्याप्रमाणे त्या रात्री त्याने झाडलेली गोळी रोव्हरला लागली होती."

“मला वाटतेय, या दोघा बहीण भावांचाच हात आहे असावा. बघ ना प्रत्यक्ष कुणीच साक्षीदार नाही. केवळ रमेश सांगतोय म्हणून सगळे, विशेष करून अर्चना विश्वास ठेवतेय की शार्दूलच्या हातून इंद्रजितची हत्या झालीय. ते पिस्तूल रमेशच होतं. त्यात गोळी राहिली कशी? किती गलथानपणा? यात नक्कीच काहीतरी गौडबंगाल आहे हे मात्र निश्चित आणि ही रेश्मा आता सगळ्या प्रश्नांची उत्तर द्यायची सोडून निघून गेली.”

“चला.पण म्हणजे एक नक्की झाले की शार्दूलच्या हातून इंद्रजितची हत्या झालेली नाही. म्हणजे तो निर्दोष आहे. पण मग प्रश्न असा उरतो की खुनी कोण?”

दोघ गप्प बसले.

शंतनू तिच्या सुंदर मुखाकडे पाहात होता

“काय पाहातोस?”

“तुला”

“प्रथमच बघतोयस का?”

“नाही. पण उद्या आपण परत जाणार. तुझा सहवास संपणार.किती छान वाटत होते. तुझ्याबरोबर फिरायला. बसायला, जेवायला. एका वेगळ्या विश्वात वावरत होतो मी. हे दोन दिवस.”

“शंतनू, पुढच्या जन्मी मी नक्की देवाकडे तुला मागेन.”

“या जन्मी का नाही?”

“कारण या जन्मी ते शक्य नाही. या जन्मी फार मोठी किंमत मोजावी लागेल आपण काही वेडेपणा केला तर.”

“माझी तयारी आहे.”

“तुला तुझे मित्र. मैत्रिण “ मैत्रीण या शब्दावर जोर देत ती म्हणाली “आई वडील. बहीण. इतर नातेवाइक सगळ्यांना गमवून बसावे लागेल. माझ्यासाठी”

तो उठला व तिच्यासमोर गुढघे टेकून बसला. आणि तिच्या मांडीवर हात ठेऊन तीच्या डोळ्यात बघत म्हणाला

“मी तुला आवडत नाही?”

तिने दुसरीकडे नजर वळविली.

“शंतनू, प्लीज मला मोहात पाडू नकोस रे. या जन्मी खरच ते शक्य नाही.”

“जर माझ्या घरातून परवानगी मिळाली तर?

ती त्या भोळ्या जीवाकडे असहाय्यपणे पाहात होती.

“मला कुणाची ताटातूट करायची नाहीय. शंतनू श्वेता तुझी वाट पाहात असेल. श्वेता तुझ्यासाठी एकदम योग्य आहे.”

“मला तू देखील हवीस शालू....!”

तो उभा राहिला आणि तिला घट्ट मिठीत पकडून ठेवली.

तिच्या हृदयाची धड धड त्याला जाणवत होती.

दोघे किती तरी वेळ तसेच त्या अवस्थेत होते.

दोघांच्या डोळ्यातून अश्रू वाहात होते.

त्याच वेळी....

समोरच्या १०१ नंबरच्या रूममध्ये एक अपहरण नाटय आकार घेत होते.

प्रोब डिटेक्टिव्ह एजन्सीचे काही कर्मचारी वेटरच्या मदतीने लॉंड्रीच्या लोकांच्या पोशाखात १११ मध्ये झोपलेल्या माय लेकराना प्रथम क्लोरोफोर्मने बेहोश करून बाहेर काढत होते.

सकाळची वेळ.

शेवटी त्याला पर्यायच नव्हता. डॉक्टरांनी शर्थीचे प्रयत्न केले होते पण श्वेताच्या तब्येतीत काहीच फरक न पडल्याने तिला हॉस्पिटलमध्ये अडमिट करण्याचा निर्णय घेण्याखेरीज पर्यायच नव्हता.

अर्चनाला श्वेतांबद्दल खूपच वाईट वाटत होते. निरोगी श्वेताला असे काय बरे झाले होते? का तिची जगण्याची इच्छाच मेली होती.

अँम्ब्युलन्स आली आणि श्वेताला हॉस्पिटलमध्ये घेऊन गेली. तिच्या बरोबर तिचे आई वडील होते. अर्चना मागे राहिली घरातली थोडी कामे आटोपून ती नंतर हॉस्पिटलमध्ये जाणार होती.

तेवढयात मोबाईल वाजला. तिला वाटले रेश्माचा फोन असणार. धावत धावत जाऊन तिने तो उचलला. कॉलर म्हणून प्रतापरावांचा फोटो होता.

प्रताप्ररावांचा फोन होता तो. एका क्षणात किती विचार येऊन गेले तिच्या मनात.

त्यांनी आपला निर्णय बदलला असेल का? त्यांनी शार्दूलला मदत करायची तयारी दर्शवली असेल का? शेवटी त्यांचा नातू होता. त्यांचेच रक्त होते. त्यांच्या खानदानाचा कुलदीपक होता.

“बाबूजी.” तिचा आवाज रडवेला झाला होता.

“अर्चना, शार्दूल माझ्या ताब्यात आहे”

क्षणभर तिचा काय ऐकतेय याच्यावर विश्वासच बसेना.

“काय?” तिने पुन्हा विचारले.

“मी माझे गुप्तहेर शार्दूलच्या मागावर ठेवले होते. प्रथम तू त्याला मडगावमध्ये फ्रासीस अन्जेलो रोड वरच्या बंगल्यात ठेवला होतास.”

तिला रेश्माचे शब्द आठवले. तिने तिला फोनवर बोलताना सांगितले होते की तिच्या बंगल्याभोवती काही माणसे संशयास्पद अवस्थेत फिरत होती.

"नंतर त्याला हॉटेल 'ला-फ्लोर'मध्ये हालवलेस आणि तिथूनच काल रात्री माझ्या माणसांनी त्याला ताब्यात घेतले. त्या बाई सकट."

"पण का, कशासाठी करताय तुम्ही हे?"

"तू हे घर सोडून गेलीस तडकाफडकी. कारण काही असो. आत्ता मला त्यावर चर्चा नकोय. तू मला आणि इंद्रजित दोघांना एका क्षणात पोरक करून गेलीस. त्याचाच बदला घेतोय असं समज."

"बाबूजी" अर्चनाने बोलायला सुरूवात केली पण त्यांनी तिला बोलू न देता पुढे बोलणे चालू केले.

"शार्दूलच्या हातून इंद्रजित मारला गेला" ते थोडे भावना प्रधान झाल्यासारखे वाटले. "असे तू मला सांगितलेस. असू ही शकेल. मी आता पूर्ण शहानिशा करणार आहे. जरी शार्दूलच्या हातून तसे काही घडले असेल तरी तो एक अपघात होता. आणि शार्दूल आता माझी जगण्याच एकच आशास्थान आहे. मी त्याला माझा सगळा पैसा. शक्ती खर्च करून वाचवणारच. त्यासाठी मला वेळ हवाय. तो तू द्यायचास.

तिला कळेना त्यांना काय हवंय.

"पोलीस स्टेशनवर जाऊन. इंद्रजितच्या खुनाचा आरोप स्वत:वर घ्यायचास."

"बाबूजी."

"हो. तू जाऊन तिथे सांग की तो खून तू केलायस. मग त्यासाठी काहीही (Alibi) ऍलिबाय दे."

"पण हे कशासाठी?"

"मला वेळ मिळायला. पोलीस या केसकडे वेगळ्या कोनातून बघतील आणि मला शार्दूलला वाचवायला वेळ मिळेल. शार्दूलची काळजी करू नकोस. तो माझ्याकडे अत्यंत सुखात राहील. जे मी इंद्रजितकडून माझ्या ज्या काही अपेक्षा होत्या पूर्ण करून घेऊ शकलो नाही ते मी शार्दूलकडून करून घेणार आहे. सरदेसाई घराण्याचे नाव उज्वल करणारा शार्दूल इंद्रजित सरदेसाई - माझा नातू."

थोडा वेळ शांततेत गेला.

"तुला दुसरा पर्याय नाही."

फोन बंद झाला.

अर्चना मटकन खाली बसली. मोठा आघात होता तिच्यावर हा.

अर्चना सिटी हॉस्पिटलमध्ये पोहोचली.

कार पार्क करून ती वर गेली

तिचे आईवडील बाहेर कॉरीडॉरमध्ये बसले होते. दोघे ही चिंताक्रांत दिसत होते.

"काय झाले?"

"तिला ICU मध्ये ठेवलय. तिचा पल्स रेट स्लो व्हायला लागला होता. प्रवासाची दगदग तिला सहन झाली नाही."

अर्चना पुतळ्यासारखी स्तब्ध झाली.

तिची विचारशक्ती कामच करेनाशी झाली.

"अर्चू...." तिची आई तिला हालवत होती. ती भानावर आली "अर्चू ठीक आहेस ना?"

" हो......"तिने स्वतःला सावरले."...मी भेटून येते श्वेतुला"

"ये...."

"तिथल्या वार्डनला सांगून ती आत गेली.

श्वेताची अवस्था बघितल्यावर तिला वाईट वाटले. तिचा गुलाबासारखा सुंदर चेहरा कोमेजून गेला होता. डोळे मिटून ती क्लांत पहुडली होती. तिचा काळा दाट केशसंभार. पांढऱ्याशुभ्र उशीच्या अभ्र्यावर विखुरला होता.

कोरीव भुवयांच्या धनुष्याच्या कमानीची वक्रता कमी झाली होती.

डोळे मिटलेले होते.

किती शांत तरी प्रसन्न.

"श्वेतू."

तिने तिच्या दाट केसातून हात फिरवला.

श्वेताने डोळे उघडले. कमळाचे फुल उमलावे तसे.

"कशी आहेस.मन्या."

ती कशीनुशी हसली. व तिने अर्चनाचा हात हातात घेतला आणि ओठाशी नेला. त्यावर हलकेच ओठ टेकवले.

थकव्याने पुन्हा तिने डोळे मिटून घेतले.

आणि एक अश्रूश्वेताच्या डोळ्यातून ओघळला आणि उशीवर झिरपला.

अर्चनाला हुंदका आवरेना आणि तो श्वेताला दिसू नये म्हणून ती पटकन तिथून बाहेर पडली.

एका भिंतीपाशी उभी राहून ती गदगदून रडू लागली. खूप रडून झाल्यावर तिने डोळे पुसले. तिच्या चेहऱ्यावर एक निश्चय स्पष्ट दिसत होता.

त्या दिवशी शंतनू आणि शलाका थोडे उशिराच जागे झाले.

शार्दूल शांत झोपला होता.

प्रसन्न उबदार उन्हे वर आली होती. एकदम छान निरागस झोपला होता.

दोघे वेटरने आणून दिलेला चहा पीत बाल्कनीत बसले होते.

रात्रीचं समुद्राचं रूप आणि आत्ताचं रूप किती जमीन अस्मानाचा फरक होता. त्यावेळीस गूढ भयप्रद वाटणारा, तोच समुद्र आता किती रमणीय वाटत होता.

कोवळ्या सूर्याच्या किरणांनी सगळीकडे चांदी पसरावी तसं पाणी चमचम करत होतं.

कालचा त्याचा धीरगंभीर आवाज आता कमी झाला होता. रात्री न दिसणारी माडाची डुलणारी बन दिसत होती. पक्षी दिसत होते.

शंतनूलाही वाटले की झाले. आपले सगळे प्रश्न चुटकीसरशी या वातावरणासारखे सुटलेत. शार्दूल ताब्यात आला ही बाब त्याला एक मोठ्ठी लढाई मारल्यासारखी वाटत होती.

त्यात शलाकाचा सहवास....

गोव्याचे वातावरण......

"आपण निघायचे कधी?"

"शालू खरे सांगू निघावेसेच वाटत नाही."

तिने डोळे मोठ्ठे केले आणि विचारले "मग काय करायचे? शार्दूल आहे आपल्याबरोबर.तुझे आईवडील वाट बघत असतील. श्वेता वाट बघत असेल. खरंतर शार्दूल आपल्या हाती लागल्या लागल्या आपण अर्चनाला कळवून मोकळे व्हायला हवे होते.आपण तसेही केले नाही"

"खरं सांगू माझ्याही मनात आले होते. की अर्चनाला कळवून टाकावे. पण मग आपला सहवास संपला असता. लगेच जावे लागले असते किंवा कुणीतरी आले असते."

ती त्याच्याकडे बघून सहेतूक हसली.

"पण शंतनू त्या रेश्माचे मात्र मला आश्चर्य वाटते. कुठे हवेत गायब झाली? आपण किती तरी वेळ वाट पाहिली तिची. रात्री कधीतरी ती परत येईल असे तिला वाटले होते.पण ती परत आलीच नाही. जणू हवेत गायब झाली होती. काय गौडबंगाल आहे. तिचा काय आणि किती सहभाग आहे या सर्वात? बरं कामधंदा सोडून ती का बरं या शार्दूलला सांभाळत बसली? भावाच्या सांगण्यावरून? जितक्या अचानकपणे ती या प्रकरणात आली, तितक्याच अचानक गायब झाली. बरं गेली असेल कुठे?"

शंतनू तिच्या देखण्या चेहेऱ्याकडे पाहात वेगळाच विचार करत होता. एकदा वसंतवाडीला गेलो की पुन्हा शलाकाला भेटणे दुरापास्त होणार. रोज संध्याकाळी काळे कपडे घालून जायचे. अंधार पडेपर्यंत बाहेर दोस्तांबरोबर थांबायचे. कधी दोस्त लवकर निघून गेले तर उगीच इकडेतिकडे लायब्ररीत रेंगाळायचे आणि अंधार पडल्यावर गुपचूप तिच्या घरी जायचे. तेव्हा कुठे तिचा सहवास लाभतो.

"ओये. मास्टरजी! कुठे हरवलास?"

तो भानावर आला.

"काय म्हणत होतीस?"

"म्हणजे इतका वेळ मी हवेशीच बोलत होते का? त्या रेश्माबद्दल बोलतेय मी......"

"हो ना..."

"आता फोन करायचा का अर्चनाला?. तिला असेल रेश्माबद्दल काहीतरी कल्पना."

"नको. आपण आता सरळ शार्दूलला घेऊन तिकडे धडक मारू. बघू काय होतेय ते. एक नक्की. शार्दूलच्या हातून इंद्रजित सरदेसाईचा खून झालेला नाही हे तर नक्की शालू." तो अचानक गप्प झाला.

"काय झाले?" तिने विचारले.

"तुझे मला खूप वाईट वाटते रे. जर सगळे व्यवस्थित झाले असते आणि इंद्रजित सरदेसाईशी तुझे लग्न झाले असते तर तू आज कुठल्या कुठे असतीस ना?"

"हे काय नवीन?"

"हो ना. किती श्रीमंत. एखाद्या राणीच्या रुबाबात राहिली असतीस. मग मात्र तुझी माझी ओळख झाली नसती."

"जे होतं ते बऱ्यासाठी होतं ना?" ती म्हणाली...

"कसलं बऱ्यापैकी.? आता तुला या सड्याफटिंग शंतनू बरोबर दिवस काढावे लागले. त्याची बाजारातली पत आत्ता काय आहे? मोठ्ठ शून्य."

ती गंभीर झाली.

"मास्टरजी. सगळं पैशाने नाही मिळत बाबा. सगळं जग तुझ्यासारख असतं ना. तर किती बरे झाले असते. सरळ सुस्वभावी तुला काय गरज पडली होती. मला इतकी मदत करायची.......!

तुला कसे समजणार? हाती धनुष्य ज्याच्या, त्याला कसे कळावे. ह्दयात बाण ज्याच्या त्यालाच दु:ख ठावे. शंतनू मनात म्हणाला.

"शंतनू अजून एक काल रात्री तुला काही आवाज ऐकू आला?"

"नाही. तुला बरे जिथे जाऊ तिथे आवाज ऐकायला येतात." तो मिस्कील पणे म्हणाला.

"अरे. चेष्टा नाही करत. काल बराच आवाज येत होता. कुणीतरी कुजबुजतय आणि अगदी दारा बाहेरच येत होता.

काहीतरी सामान हालवताहेत असे वाटत होते.रात्रीचे अडीच तीन वाजले होते."

"म्हणजे तिचं वेळ."

"पौर्णिमेच्या रात्री पिस्तुलाचा आवाज ऐकू आला तो." तो चेष्टा करायच्या मूड मध्ये होता.

"मी तुला उठवणार होते. शांत झोपला होतास तू."

इतक्यात दारावर टकटक झाले. त्याने पुढे होऊन दार उघडले. बाहेर वेटर उभा होता. आणि त्याच्या हातात चहाचा ट्रे होता.

"हा चहा झाला..."

"नाही सर. हा समोरच्या रूमसाठी होता. दार उघडेच आहे.पण आत कुणीच नाही......मला वाटले इथे बसलेल्या असतील म्हणून मी तुम्हाला त्रास दिला सॉरी."

"पलीकडच्या हॉस्पिटलमध्ये त्यांची आई एडमिट आहे कदाचित तिकडे गेल्या असतील."

"जाताना काउंटरवर दिसल्या नाहीत आणि आतले सामान सगळे तसे आहे...अस्ताव्यस्त, पर्स पण. मी बघतो."

त्याने दार लावून घेतले. तो संभ्रमित झाला होता.

इन्स्पेक्टर महेश पोलीस स्टेशन वर आला.

अर्चना सरदेसाई तिथे अगोदरच येऊन बसली होती. त्याला आश्चर्य वाटले. त्याला बघितल्यावर ती थोडी ताठ बसली. महेशने तिच्याकडे बघितले. काहीतरी बिघडले होते.

तिचा सुंदर चेहेऱ्याचा रंग रडून रडून उडून गेला होता. नाकाचा शेंडा व डोळे लाल झाले होते. ती खूप उदास दिसत होती.

"नमस्कार......." त्याने हातातली छडी आणि डोक्यावरची कॅप टेबल वर ठेवत म्हटले.

तिचे डोळे पुन्हा पाण्याने भरून आले. त्याने खुणेने कॉन्स्टेबलला पाणी आणण्यास सांगितले. पण अर्चनाने पाण्याच्या ग्लासला स्पर्श केला नाही.

"अर्चनादेवी. सगळे ठीक आहे ना? काही प्रॉब्लेम?"

तसेही तिचे प्रॉब्लेम वाढले आहेत. त्या वैशालीने तिचे नाव लिहून स्टेटमेंट लिहीलेलच आहे, महेश मनात म्हणाला.

इतक्यात एक कॉन्सटेबल आला. त्याने जिमखान्याजवळ झालेल्या अपघाताबद्दल सांगितले. आणि अपघात झालेल्या स्त्रीचा फोटो दाखवला. ती स्त्री जागच्या जागी ठार झाली होती.

महेशने फोटो बघितला आणि तो हादरला. तो फोटो वैशाली भटनागरचा होता. नुकतीच अर्चनाला बघून त्याने तिची आठवण काढली होती. काय हा योगायोग? तिला एका ट्रकने उडवले होते. आता तिने दिलेल्या स्टेटमेन्टला कितीसा अर्थ राहिला होता....? पण हा अपघात होता की काही दगा फटका?

"मी.... समोर बसलेली अर्चना घसा साफ करत. आवंढा गिळत बोलू लागली." मी काही सांगायला आलेय..."

"सांगा ना." ती त्याच्या डोळ्याला डोळा भिडवत नव्हती. चेहरा वर करून बघतसुद्धा नव्हती.

"मी मी इंद्रजित सरदेसाईचा खून केलाय."

"what....! "तो चमकला." तुम्ही काय बोलता आहात? पोलीस असून या गोष्टीवर माझा विश्वास बसणे शक्य नाही."

"माझ्यावर विश्वास ठेवा."

त्याच वेळी शंतनू, शलाका आणि शार्दूल यांची कार आंबोलीमधल्या बंगल्या समोर थांबली.

शंतनू शार्दूलला घेऊन खाली उतरला. दुसऱ्या बाजूने शलाका ते बंगल्याचे फाटक उघडून दरवाज्यापाशी आले.

बंगल्यात सगळीकडे स्मशान शांतता होती. फक्त हवा वहात होती त्याचा आवाज येत होता.

त्याने बेल वाजवली.

आतमध्ये आवाज घुमला. कामवालीने दार उघडले. कामवाली नवीन असल्याने शार्दूलला ओळखत नव्हती.

"कोणी नाही घरी?"

"नाही. बेबी ताईना ॲडमिट केलेय"

"कुठे?"

"सिटी हॉस्पिटल"

"घरी कुणीच नाही?"

"नाही"

शंतनू आणि शलाकाने एकमेकांकडे पाहिले.

"घरी जाऊ फ्रेश होऊ आणि मग हॉस्पिटलमध्ये जाऊ" शलाकाने सजेस्ट केले.

"ठीक आहे. आम्ही जातो हॉस्पिटल मध्ये." शंतनूने कामवालीला सांगितले.

आणि तिथून ते निघाले.

महेशने समोर बसलेल्या अर्चानाकडे पाहिले.

एवढी खानदानी स्त्री खून वगैरे करेल असे त्यालासुद्धा वाटले नाही आणि तो पूर्वनियोजित असणे तर शक्यच नाही. त्याला तशाच निर्ढावलेल्या स्त्रिया व मने लागतात.

हां. अपघाताने काही झाले असेल तर.

"बरं सांगा कसे घडले हे?"

"आता ती गोष्ट लपवण्यात काहीच अर्थ नाही. कारण इंद्रजित आता राहिलेला नाही."

ती अजूनही त्याच्याकडे बघत नव्हती

"इंद्रजितने डॉ.अग्रवाल यांची हत्या घडवून आणली."

महेशला चांगलाच धक्का बसला

"काय?"

"हो. इंद्रजित अत्यंत दुर्जन आणि वाया गेलेला होता. माझा नवरा होता. तो वळणावर यावा सुधारावा म्हणून बाबूजींनी म्हणजे माझ्या सासऱ्यांनी त्याला एक अट घातली की त्याने 'इंद्रधनुष्य' नावाचे आमचे जे वर्तमानपत्र आहे त्याचा खप एका महिन्यात वाढवून द्यायचा तरच त्याला संपत्तीत वाटा मिळेल. ते ध्येय पूर्ण करण्यासाठी त्याने डॉ. अग्रवाल यांची हत्या मध्यरात्री घडवून आणली आणि आपले

इप्सित साध्य केले. ते मला कळल्यावर मी घटस्फोट घेतला. अशा नीच माणसाबरोबर राहायची माझी इच्छा नव्हती. त्यानंतर त्याने शलाकाला आपल्या जाळ्यात ओढले. पण ती हुशार होती. वेळीच ती बाहेर पडली. पण तिलाही खूप भोगावे लागले. शंतनूने शेवटी आम्हाला एकत्र आणायचा घाट घातला. मी पौर्णिमेच्या रात्री एक कार्यक्रम आयोजित केला होता. तिथे दोघे येत असताना त्यांच्यावरसुद्धा प्राण घातक हल्ला झाला. आणि खरी घटना त्या रात्री तिथेच घडली."

ती थोडी थांबली. महेश तिच्याकडे रोखून बघत होता. आत्तापर्यंत तिने जे काही सांगितले ते प्रामाणिकपणे सांगितले होते. या बद्दल त्याची खात्रीहोती.

"कदाचित शलाका तिथे आहे हे माहीत पडल्याने तो तिथे रात्री आला असावा. माझ्या मुलाला - शार्दूलला टेंटमध्ये झोपायची सवय होती आणि त्याला पिस्तूल लागायचे. प्रथमपासूनच त्याला पिस्तुलाशी खेळायची आवड होती. त्यादिवशी त्याने हट्ट केला म्हणून माझे एक स्नेही, जे माझ्या शेजारीच राहातात आणि जे एक्साईज आणि कस्टम्समध्ये फिल्ड ऑफिसर आहेत त्यांनी त्यांचे पिस्तूल त्याला दिले. त्या दिवशी मी पण त्याच्या शेजारीच टेंटमध्ये झोपले होते. इंद्रजितची सावली टेंटवर पसरली. मला जाणवले कुणी तरी बंगल्यात शिरलेय म्हणून मी पिस्तूल घेऊन बाहेर आले व इंद्रजितला तिथून ताबडतोब जायला सांगितले. पण तो ऐकेना. त्याला शलाकाला भेटायचे होते व शलाकाला आपल्या ताब्यात दे असे त्याचे म्हणणे होते. त्याने पुढे होऊन माझा हात धरला व पिरगळला. त्या झटापटीत पिस्तूलमधली गोळी सुटली त्या दिवशी कशी कोण जाणे एक गोळी त्यात होती. तिने इंद्रजितचा वेध घेतला आणि त्यात त्याचा मृत्यू झाला."

तो शांत विचार करत बसला.

"मी ही गोष्ट रमेशला फोन करून सांगितली त्याने मला वाचवण्यासाठी ती डेड बॉडी इंद्रजितच्याच गाडीत घालून रॉयल क्लबच्या तिथे सोडून दिली."

"पिस्तुलाचे काय केले?"

"ते रमेशने त्याची नळी आतून damage करून तिथेच झाडीत टाकले."

महेशला तसे एक पिस्तूल तिकडे सापडले होते आणि त्याची नळी खरोखरच आतून डॅमेज केल्याने त्याच पिस्तुलातल्या गोळीने इंद्रजितचा मृत्यू झाला हे सिद्ध करता आले नव्हते. आतासुद्धा कसे सिद्ध करणार?

"पण मग दोन वेगवेगळी स्टेटमेंट झाली ही. मग ती वैशाली भटनागर खोटे बोलतेय की काय? दुर्दैवाने तिचा अपघाती मृत्यू झालाय?"

अर्चनाने चमकून वर त्याच्याकडे पहिले. तिला शॉक बसला आणि तिच्या डोळ्यासमोरून ती आंबोलीला blackmail करायला आली असताना रमेश तिला जरबेत घेऊन गेला ते दृश्य तरळले. "आम्ही शहानिशा केलीय. तो खरोखर अपघाती मृत्यू होता. तो ड्रायव्हर तिथेच थांबला होता आणि याची सगळी विधाने पडताळता तो खरंच बोलत आहे याबद्दल कोणताच संशय नाही."

"तिच्या म्हणण्याप्रमाणे खून रॉयल क्लबपाशीच झाला. तिथेच तिने तो पिस्तुलाचा आवाज ऐकला होता."

प्रकरण किती क्लिष्ट होत चाललेय. प्रथम त्या वैशालीने शलाकाकडे बोट दाखवणे. मग पुन्हा येऊन ती अर्चना असल्याचीच खात्रीअसल्याच सांगणे.

"तुम्ही जे सांगताय ते लेखी स्वरूपात द्यावे लागेल आणि एकदा का तुम्ही ते लिहून दिले की कोर्टात ते तुमच्या विरुद्ध पुरावा म्हणून वापरले जाईल."

श्वेता आणि शार्दूलच्या आठवणीने तिने दोन्ही हातांनी तोंड झाकून घेतले आणि ती रडू लागली.

महेशने एका लेडी असिस्टंटला बोलावून तिला दुसऱ्या रूममध्ये घेऊन जायला सांगितले व तिची काळजी घ्यायला सांगितले.

हे सगळे त्याच्या आकलनाच्या आणि अपेक्षेच्या पलीकडचे होते.

त्याला अजून काही प्रश्न तिला विचारायचे होते. पण ती रडू लागल्याने त्याने ठरवले कि ती जरा शांत झाल्यावरच विचारावे.

शंतनू आणि शलाका सालई वाड्यात आले.

त्यांची कार जशी बाहेर उभी राहिली. फुल तोडत असलेल्या सुलभादेवींनी ते पाहिले.

शलाका शार्दूलला घेऊन स्वतःच्या घरी गेली. शंतनू घरी आला.

विश्वासराव पेपर वाचत बसले होते.

"अरे! लवकर आलास? आठ दिवस राहाणार होतास ना?"

"तो कुठून आलाय. कुठे गेला होता. आणि कुणाबरोबर आलाय हे विचारा"

मागून फणफणत आलेल्या सुलभादेवी बोलल्या. त्यांचा चेहरा रागाने लाल झाला होता.

"कुठे गेला होतास?"

तो काही बोलेना.

कुठे गेला होतास? विश्वासरावांच्या आवाजाला धार आली.

"गोव्याला."

"कुणाबरोबर?"

पुन्हा शांतता.

"मी विचारले कुणा बरोबर?"

"शलाका"

"तुला सांगितले होते की तिच्याशी संबंध ठेऊ नकोस. तरीच दोन दिवस तिच्या घराला पण कुलूप होते."

"काय केले तिथे जाऊन?"

"शार्दूलचा शोध घेतला."

"ते कशाला?"

"श्वेताला आणि त्याच्या बहिणीला वाटले होते इंद्रजितचा खून शार्दूलच्या हाताने झालाय."

"पोलीस डिपार्टमेन्ट कशासाठी आहे?"

तो काही बोलला नाही.

"का तिच्या बरोबर आणखीन काही उद्योग करायला गेला होतास?" सुलभादेवी मध्येच ओरडल्या.

विश्वासरावांनी त्यांना हाताच्या इशाऱ्याने शांत केले.

"तू मी सांगितलेले सगळे धाब्यावर बसून घरात खोटे सांगून तिच्याबरोबर गोव्याला गेला होतास. तुला काहीच वाटले नाही.? रघुनाथ जोशीकडे जातो म्हणून सांगून तू गोव्यात दोन रात्री तिच्याबरोबर राहिलास"

त्याने मान खाली घातली

"कुठे राहिलास?"

"हॉटेलमध्ये.पण हॉटेलमध्ये राहिलो हा गुन्हा केला का?"

"तुमचे काय चाललेय मला माहीत आहे. शमाने केव्हाच सांगितले की तू तिच्याकडे रात्री चोरून जाऊन काय करतोस तुला काय वाटते? आम्हाला कळत नाही का काही गोष्टी? सुलाभादेवींना ब्लड प्रेशरचा त्रास असल्याने त्यांचा स्वत:वरचा ताबा लगेच गेला.

"पण तसे आम्ही काही केले नाही आई."

"शमा खोटे बोलतेय का? तिने रंगे हाथ पकडलेय तुम्हा दोघांना चाळे करताना.""

"आई तू पराचा कावळा करतेस," त्याच्या आवाजाची पट्टी किंचित बदलली.

विश्वासरावांनी खाडकन त्याचा श्रीमुखात वाजवली.

“ही पद्धत झाली आईशी बोलायची?” विश्वासराव.

“बाळा. खूप उपकार केलेस माझ्यावर. नऊ महिने तुला पोटात बाळगले. माझ्याच रक्ता मासावर तू वाढलास आणि चांगले पांग फेडतोयस. एका बदफैली स्त्रीसाठी तू माझ्याशी आवाज चढवून बोललास?”

“ती बदफैली नाहीय. ती काय आहे मला माहीत आहे.” आता त्याचा ही तोल गेला होता.

विश्वासराव हतबुद्ध झाले. प्रकरण हाताबाहेर चाललेय म्हटल्यानंतर त्यांनी मध्यस्थी केली.

“शमा. आईला घेऊन आत जा. मी बोलतो त्याच्याशी.”

सुलभादेवींचा तर पूर्ण तोल गेला होता.

“अरे तू अजून एवढासा आहेस गुडघ्याएवढा.तुला ही अक्कल आली कुठून? नक्की तिनेच तुला फितवले असणार. शेवटी विस्तवासमोर लोणी नेले की वितळणारच. आत्ताच्या आत्ता तिला जाऊन जाब विचारते की जगात एकटा माझा शंतनूच मिळाला का तुला हे सगळे खेळ करायला”

आणि त्या निघाल्यासुद्धा होत्या. पण शमा आणि विश्वासरावांनी त्यांना अडवले.

महेश आश्चर्यचकित झाला होता.

आतापर्यंत या प्रकरणाचा काहीच ताकास तूर लागत नव्हता आणि आता अर्चना सरदेसाईने येऊन त्याचा परदाफार्श केला होता.

इंद्रजित सरदेसाईच्या मृत्युबद्दल त्याला फारसे वाईट वाटत नव्हते. शेवटी इथले हिशेब इथेच चुकते करायचे यावर त्याचा पूर्ण विश्वास होता.

काही गोष्टी त्याला स्पष्ट झाल्या नव्हत्या. जसे की शलाकाला ती पत्र कोण पाठवत होतं? आणि हो शलाकाला त्या रात्री बंगल्यापाशी ऐकू आलेला पिस्तूलाच्या गोळीच्या आवाजासारखा भास. तिच्या किचनमध्ये सापडलेली एन्व्हलप्स, लॅपटॉप, हे तिला विचारायला हवं आणि स्टेटमेंटमध्ये लिहून घ्यायला हवं.

मात्र इंद्रजितनेच डॉ. अग्रवालचा खून केला हे ऐकून त्याला बसलेला धक्का त्याला पचवणे अवघड गेले. तो इतका पाताळयंत्री होता?

क्रौर्याच्या सगळ्याच सीमा पार केल्या होत्या त्याने.

पण आता वरिष्ठांना कसं समर्पकपणे कळवायचं?

गुन्हेगाराला तर अगोदरच मृत्यूदंडाची शिक्षा झाली आहे आणि ज्याने कुणी इंद्रजितचा खून केला त्याचे खरंतर शब्दश: आभारच मानले पाहिजेत. अजूनही त्याचा विश्वास बसत नव्हता की अर्चनानेच इंद्रजितची हत्या केली.

तितक्यात त्याला अजून एक आकर्षक स्त्री पोलीस स्टेशनमध्ये प्रवेश करताना दिसली त्याला. शहाण्याने पोलीस स्टेशनची पायरी चढू नये. या उक्तीप्रमाणे अशा अर्चनासारख्या घरंदाज, खानदानी स्त्रिया इथे कधीच दिसत नसत. पण आज अर्चना आली आणि तिच्या पाठोपाठ ही दुसरी स्त्री. बहुतेक अर्चनाच्या ओळखीची कुणीतरी मैत्रीण अथवा नातलग असावी. तिला पाहून त्याला पटकन शलाकाची आठवण झाली.

ती स्त्री कॉन्स्टेबलशी काहीतरी बोलत होती. मग हवालदाराने तिला त्याच्या समोर आणली.

"साहेब यांना तुमच्याशी बोलायचेय."

"बसा..." त्याने समोरच्या खुर्चीकडे निर्देश केला. त्याच खुर्चीवर काही वेळापूर्वी अर्चना बसली होती.

"नमस्कार. मी रेश्मा जगन्नाथ सेठ. मला काही कन्फेस करायचंय."

त्याने प्रश्नार्थक मुद्रेने तिच्याकडे बघितले.

तिने सरळ त्याच्या डोळ्यात बघितले.

"मी इंद्रजित प्रतापराव सरदेसाई यांचा खून केला आहे आणि हे सांगायला आलेय आणि मी जे काही कृत्य केलय ते कबुल करायला मला अजिबात शरम वाटत नाही."

शमा सुलभादेवींना आत घेऊन गेली खरी. पण मागच्या दाराने त्या तरा तरा....शलाकाच्या घराकडे निघाल्या. शमा त्यांना समजावत होती. पण त्या सर्वांच्या पलीकडे गेल्या होत्या.

त्यांनी सरळ मागच्या दाराने जाऊन विहीरीवरून शलाकाचे घर गाठले.

शलाका शार्दूलच्या समोर बसून त्याला भरवत होती.

तेवढयात वाऱ्यासारख्या सुलभा देवी आत शिरल्या. रागाने त्या लाल झाल्या होत्या. शमा त्यांना आवरायचा प्रयत्न करत होती.पण ऐकून घेण्याच्या मनस्थितीत त्या नव्हत्या.

त्या शलाकासमोर. रागाने थरथरत उभ्या राहिल्या.

"स्त्रीचा जन्म घेतला आहेस. तुला थोडीतरी जनाची नाही तर मनाची आहे की नाही? लाज, लज्जा, शरम हा स्त्रियांचा दागिना आहे. पण तुला त्याची पण चाड नाही?

शार्दूल गोंधळून गेला.

तेवढयात प्रसंगावाधान राखून शमाने शार्दूलचा हात धरला व त्याला घेऊन ती घराकडे आली.

"पप्पा, आईला सांभाळा, ती शलाकाच्या घरी आहे. तिचा तोल गेला आहे."

विश्वासराव आणि शंतनू लगबगीने शलाकाच्या घराकडे निघाले. त्यांना माहीत होते, सुलाभादेवी तापट स्वभावाच्या आहेत आणि त्यांना उच्च रक्तदाबाचा त्रास आहे म्हणून.

ते तिथे पोहोचले तेव्हा....

सुलाभादेवी शलाकावर बरसत होत्या. सुरुवातीला तिने त्यांना सांगण्याचा प्रयत्न केला. पण ती बोलायला लागली की त्यांचा पारा आणखीन चढत होता.

"तुला लहान भावा सारखा आहे ना तो? म्हणाली होतीस एकदा तसे. मग लहान भावाबरोबर हे असले उद्योग कोण करतो? कितीतरी लहान आहे तुझ्यापेक्षा तो. आज तुझ्यासाठी कधी नव्हे ते त्याच्या वडिलांनी त्याच्या थोबाडीत मारली. तुला हेच हवे होते का. झाले तुझे समाधान बाप लेकात वितुष्ट आणून?"

शंतनू आणि विश्वासरावांनी त्यांना समजावयाचा प्रयत्न केला. तसा त्यांना अधिक चेव आला.

"तो इंद्रजित झाला. रोज संध्याकाळी कोण तरी येतोच. आणि आता माझ्या सोन्यासारख्या पोराला फशी पाडलेस? दुसरा नाही का कुणी मिळाला?"

"आई. शांत राहा......."

"तू मला आई नको म्हणूस. तुला माय लेकरांची ताटातूटच करायची आहे. पण माझा शाप आहे तुला. तू कधी सुखी होणार नाहीस. आमचे शापच भोवतील तुला. तुझ्यासारख्या स्त्रिया पटाईत असतात लोकांची घर फोडण्यात..."

विश्वासरावांनी आणि शंतनूने त्यांना दोन्ही बाजूने धरले व बळेच त्यांना घराबाहेर काढले. तरी बाहेर जाताना त्या बेभानपणे बोलताच होत्या.

"तुझ्यापेक्षा वेश्या बऱ्या. त्या कुणाची घरे तरी फोडत नाहीत. त्यांच्याकडे जे येतात त्यांचेच मनोरंजन करतात."

सुलभादेवी रडू लागल्या.

विश्वासराव आणि शंतनू त्यांना घेऊन गेले.

शलाका पुतळ्यासारखी स्तब्ध उभी होती

तिच्या डोळ्यातून झरझर वाहाणारे पाणीच केवळ दर्शवत होते की ती पत्थर नाही. ती एक हाडांमासाची हृदय खंडीत झालेली कोमल हृदयाची स्त्री आहे.

आता मात्र इन्स्पेक्टर महेश चांगलाच हादरला होता.

ज्या गोष्टीचा काहीच छडा लागत नव्हता. आज अचानक दोन दोन स्त्रिया येऊन त्याला सांगत होत्या की त्यांनी इंद्रजितचा खुन केलाय म्हणून.

तो क्षणभर डोक्याला हात लावून बसला.

थोड सावरल्यावर त्याने विचारले.

“तुम्ही कोण म्हणालात?”

“मी रेश्मा जगन्नाथ सेठ “डॉ. मोहन अग्रवाल यांची सुनियोजित वाग्दत्त वधु होते मी. माझ्याशी त्यांचे लग्न ठरले होते. पण इंद्रजित प्रतापराव सरदेसाई याने अत्यंत निर्घृणपणे मोहनचा खून केला. त्याला जिवंत जाळले का? काय दोष होता त्याचा? काय दोष होता माझा? आमच वैवाहिक जीवन अस्तित्वात यायच्या अगोदरच त्याने हकनाक उध्वस्त केले”

प्रियकराच्या आठवणीने तिच्या डोळ्यात पाणी तरळले.

“एक मिनिट एक मिनिट. जे घडले ते खरोखरच खेदजनक आहे पण पण हे इंद्रजितनेच केले हे तुम्हाला कसे कळाले. जे पोलिसानासुद्धा जंग जंग पछाडून कळाले नाही?”

“सुनील त्रिवेदी! जे इंद्रजितकडे कामाला होते. इंदजितने त्यांच्या मुलीला नादाला लावून तिचे नको त्या अवस्थेतले फोटो काढले होते आणि नंतर तिला वाऱ्यावर सोडून दिले होते. ते तसे सोडून दिले असते तरी चालले असते. सुनिलजीनी नंतर मुलीचे लग्न लावून दिले. पण तरीसुद्धा त्याने तिला व त्यांना सोडले नाही. इंद्रजित त्यांना blackmail करायचा. त्यांच्या मुलीचे त्याच्याबरोबरचे नको त्या अवस्थेतले फोटो

दाखवून तिचा संसार उध्वस्त करेन म्हणून धमकी द्यायचा आणि सुनील त्रिवेदी यांच्याकडून बरीच अनैतिक कामे करून घ्यायचा. मोहनच्या खुनात त्याने त्यांना बऱ्याच चुकीच्या गोष्टी करायला सांगितल्या. याच टेन्शनमध्ये शेवटी त्यांनी आत्महत्या केली. बिचारे सुनीलजी"

"ओहहह...पण मला जरा सविस्तर सांगता सर्व.

"सुनीलजी त्रिवेदींनी. मला त्याच्या ऑफिसमध्ये शलाकाच्या रिकाम्या झालेल्या पोस्टवर लावून घेतले. माझी आणि सुनीलजीची खूप जवळची ओळख निघाली. वर्तमानपत्रात जेव्हा त्यांनी माझ्या आणि मोहनच्या विवाहाविषयी वाचले, त्यांनी लगेच मला फोन केला. माझ्या पप्पाचे ते चांगले मित्र होते. आम्ही भेटलो. सुनिलजीनी इंद्रजितने मोहनचा निर्घृणपणे कसा खून केला हे मला सविस्तर सांगितले. त्यात त्याने सायमन नावाच्या प्रोफेशनल किलरची मदत घेतली. त्याला तब्बल पंचवीस लाख रूपये दिले. केवळ वडिलांच्या संपत्तीमध्ये वाटा मिळावा म्हणून त्याने मोहनला रात्री अपरात्री एक खोटा फोन करून बाहेर बोलावले. त्यावेळी सगळं प्लॅनिंग करून त्याने माझ्या मोहनला त्याच्याच गाडीत जिवंत जाळले व हे काम करण्यासाठी त्याने सायमन नावाच्या भाडोत्री गुंडाचा वापर केला. सायमनचा काटा पण त्यानेच काढला." हे सांगताना पुन्हा तिच्या डोळ्यात पाणी तरळले. "आणि हे सगळे त्याने सुनील त्रिवेदींकडून करवून घेतले. त्यानंतर सुनील त्रिवेदींना हाताशी धरून त्या सायमनचा अत्यंत वाईट पद्धतीने मृत्यू घडवून आणला. आपल्या मुलीसाठी त्यांनी तोंड दाबून बुक्क्यांचा मार सहन केला. इंद्रजित जसे सांगेल तसे त्यांना करणे भाग होते. त्यांच्या साहाय्याने मग मी इंद्रजितला माझ्या जाळ्यात ओढला. अर्थात त्यात अवघड काहीच नव्हते. तो एक नंबरचा लंपट होता. तो सांगेल तसे वागून मी त्याचा विश्वास संपादन केला."

ती थोडा वेळ थांबली. तिचा घसा कोरडा पडला होता.

"पाणी मिळेल का?"

अर्चनासाठी ठेवलेला पाण्याचा ग्लास तसाच होता. इन्स्पेक्टरने तो ग्लास उचलून तिच्या हातात दिला. पाणी पिऊन ती पुढे बोलू लागली. महेशच्या मनात येऊन गेले. तिची ती सांगतेय त्यात तथ्य आहे.

"शलाकाला ती पत्रे मीच पाठवत होते, त्याच्या सांगण्यावरून. शलाका आणि अर्चना दोघींबद्दल त्याच्या मनात प्रचंड तिरस्कार होता. पौर्णिमेच्या रात्री त्यानेच शलाका आणि शंतनूवर भाडोत्री गुंड पाठवले होते व ट्रक त्यांच्या अंगावर घातला होता. प्रोब डिटेक्टिव्ह एजन्सीला हायर करून तो अर्चना आणि शलाका दोघींवर नजर ठेवत होता. त्यांच्या प्रत्येक हालचाली त्याला कळत होत्या. शलाकाला पत्र वेगवेगळ्या ठिकाणाहून पाठवायचं काम त्याच्यावतीने मीच करत होते."

अचानक त्याला आठवले.

"पण इंद्रजित गेल्यावरसुद्धा तिला पत्र आले होते."

"हो मीच पाठवले होते. गोंधळ निर्माण होण्यासाठी."

"पण ती एन्व्हलप्स, लॅपटॉप तर अर्चनाच्या घरी किचनमध्ये दिसली होती शलाकाला."

"इन्स्पेक्टर. सगळ्याचा उलगडा होणार आहे. मला सगळे मुद्देसूद सांगू द्या. काहीही दुवे बाकी राहायला नको. "ठीक सांगा." तो खुर्चीत मागे रेलून बसला.

"पोर्णिमेच्या रात्री तो लॅपटॉप आणि ती एन्व्हलप्स गाडीतच होते. अजून एक लेटर पाठवायच्या तयारीत होतो आम्ही. इंद्रजितचा खून केल्यावर मी विचार केला की निष्पाप शलाकाचे नाव यात यायला नको. अगोदरच मी तिला खूप मनस्ताप दिला होता. मी जे काही केले त्याला पण माझाही नाईलाज होता. मला त्याला माझ्या तालावर नाचवायचे होते. त्याचा विश्वास संपादन करायचा होता. तो पूर्ण माझ्यावर विसंबून राहायला लागला होता. मी त्याचा चांगल्याप्रकारे विश्वास संपादन केला होता. मग मी कोजागिरी पौर्णिमेच्या रात्री प्लान केला. ठरवल की त्याला त्याच्या पापाचा पाढा वाचवून दाखवायचा

आणि त्याला शिक्षा द्यायची. मग मी त्याला रॉयल क्लबच्या तिथे घेऊन गेले.

त्याचे पिस्तूल त्याच्या कारच्या ग्लोव्ह बॉक्समध्ये असते मला माहीत होते. प्रेमात गुंतवता गुंतवता मी ते पिस्तूल काढून घेतले आणि त्याच्यावर रोखले. त्याला वाटले हा श्रृंगाराचाच भाग आहे. मी त्याला सविस्तर सगळे सांगितले. मी कोण आहे आणि आज मी मोहनच्या खुनाचा बदला घेणार आहे हे ही सांगितले. क्षणभर तो गांगरला व त्याने झटापट करून ते पिस्तूल माझ्या हातातून काढून घ्यायचा प्रयत्न केला. मी ट्रिगर दाबला. इतक्या जवळून गोळी घातल्यावर अजून काय होणार? तो कोसळला. मी माझ्या मोहनच्या मृत्यूचा बदला घेतला होता. मग मी रमेशला फोन केला आणि जे घडले आहे ते सांगितले. खरंतर मी सरळ पोलीस स्टेशनला येऊन माझा गुन्हा कबुल करणार होते. मी रमेशला तसे सांगितलेपण. त्याचे माझ्यावर खूप प्रेम होते.तो हबकला. त्याच वेळी अर्चनाच्या बंगल्यावर पार्टी चालू होती. रमेश तिथे आला. मी त्याला सांगितले की मी आता पोलिसात जाऊन सांगणार आहे की मी खून केला म्हणून."

ती थोडा वेळ थांबली.

"रमेश खूपच हळवा झाला होता. मला घेऊन तो आमच्या घरी आला आणि मला गप्प राहायला सांगितले. मग तो पार्टीत निघून गेला. पार्टी संपल्यावर सगळी निरवानिरव झाल्यावर तो जेव्हा घरी यायला निघाला. त्याच वेळी अचानक एक अवाक करणारी घटना घडली. रमेश तिथून निघाला तेव्हा त्याच्या लक्षात आले की त्याने त्याचे खरे पिस्तूल शार्दूलकडे ठेवले आहे ते घेण्यासाठी तो जात असताना. रोव्हरला चाहूल लागली आणि तो उठून रमेशकडे येऊ लागला. त्याची सावली शार्दूलच्या टेंटवर पडली. नेमकी त्याच वेळी एक गोळी सणसणत टेंटमधून आली आणि तिने रोव्हरचा वेध घेतला. आवाज ही न करता रोव्हर निपचित पडला.याच गोष्टीचा फायदा घ्यायचे रमेशने ठरवले.माहीत नाही कसे पण त्याच्या डोक्यात एक योजना तयार झाली. त्याने रोव्हर चा मृत देह तिथेच पुरला. अर्चनाला उठवले आणि.शार्दूलच्या हातून इंद्रजितची हत्या झाल्याची बतावणी केली. अर्चना इतकी घाबरली होती.की तिने सहज या गोष्टीवर विश्वास ठेवला. मग ती रात्र खूपच खळबळजनक

ठरली. मग त्याने ठरवले. की मला वाचवण्यासाठी शार्दूलच्या हातून खून झाला हिच कहाणी पुढे आणायची. ती पुन्हा दम खायला थोडी थांबली "त्यासाठी त्याने इंद्रजितच्या पिस्तुलाची नळी आतून damage केली. जेणेकरून गोळी कोणत्या पिस्तुलातून सुटली याबद्दल गोंधळ निर्माण व्हावा. मग ते पिस्तूल तिथल्याच रॅयलच्या शेजारच्या झाडीत टाकून दिले आणि मग पिकनिकचा बहाणा करून शार्दूलला गोव्याला नेले. तिथे मडगावला आमचा एक बंगला आहे. तिथे गेल्यावर त्याने मला बोलावून घेतले. त्यामुळेच त्यांना परत यायला उशीर झाला. इन्स्पेक्टर साहेब, रमेश ने जे काही केले ते केवळ माझ्या प्रेमापोटी केले. अर्थात मी नकळत त्याच्या या प्लानमध्ये गुंतले गेले. खरंतर मला पोलीस स्टेशनला येऊन सांगायचे होते की मीच खून केला आहे म्हणून."

"लॅपटॉपचे काय झाले?" "लॅपटॉपची बॅग तिथे खुनाच्या जागी न सोडता मी बरोबर घेतली. ती तिथे सापडली असती तर शलाकाचे नाव गोवले गेले असतेच. मला ते नको होते. "पार्टीत गेल्यावर त्याने तो अर्चनाच्या किचनमध्ये लपवला आणि नेमका शलाकाला दिसला"

"पण नंतर नव्हता तो तिथे......."

"रमेशने पुन्हा तो इंद्रजितच्या गाडीत आणून टाकला. जेव्हा तो ते डॅमेज केलेले पिस्तूल रॅयल क्लबच्या तिकडे झाडीत टाकायला गेला तेव्हा त्याने सगळे ठसे खाणा खुणा नाहीशा केल्या"

"आहे खरे हे सगळे एकदम चमत्कृतीजन्य."

"मी रमेशला खूप रागावले. एका निष्पाप जीवाशी असा खेळ केल्याबद्दल. त्यात सगळेच भरडले गेले. शार्दूल, अर्चना, श्वेता. माझेच चुकले मी अगोदर येऊन हे सगळे सांगितले असते तर एवढा मोठा गोंधळ झाला नसता. पण रमेशच्या प्रेमाने मला काही काळ गोंधळात टाकले"

"आता शार्दूल गोव्यातच आहे का?"

"नाही. शंतनू आणि शलाका त्याला घेऊन इकडे आलेच असतील. ते दोघे शार्दूलचा शोध घेत आले होते गोव्याला. शलाका आणि

शंतनूला पाहून माझी खात्रीपटली की शार्दूल योग्य आणि सुरक्षित हातात आहे. मग मी ठरवले. आता हे सगळे आणखीन गुंतागुंतीचे होण्याअगोदर आपणच सर्वांचा उलगडा करावा. आणि मी सरळ इथे आले तुमच्याकडे. मला काय शिक्षा होईल याची मला पर्वा नाही. जन्मठेप, फाशी.... पण फाशी झाली तर मला माझ्या मोहनकडे जाता येईल. फक्त रमेशला यापासून दुर ठेवा.... इन्स्पेक्टर साहेब."
शलाका गोव्यात आहे हे ऐकून महेशला आश्चर्य वाटले. अर्थात इंद्रजित नसल्याने आता काही धोका नव्हता.

"रमेशला थोडी फार का होईना शिक्षा होणारच. त्याने एका खुना सारख्या गंभीर गुन्ह्यामध्ये कायद्याची दिशाभूल करायचा प्रयत्न केला आहे."

पण इन्स्पेक्टर महेश स्वत: या सगळ्या प्रकरणाने घेतलेल्या वळणाने, वा आडवळणाने थक्क झाला होता.

रेश्माकडे सगळ्या प्रश्नांची उत्तरे होती. मग अर्चनाने येऊन का सांगावे की तिनेच खून केला?

वैशालीने प्रथम शलाकाकडे का बोट दाखवले हे इन्स्पेक्टर महेशला उमजून चुकले. तिच्या शरीर यष्टीमध्ये आणि शलाकाच्या शरीरयष्टीमध्ये खूप साम्य होते. कोणीही फसले असते आणि ती तर रात्र होती.

पण नंतर तिने आपले विधान का बदलले?

कोणीतरी आहे जो हे सगळे खेळ खेळतो आहे.......

त्याने एका रायटरला बोलावून रेश्माचा कबुलीजबाब नोंदवून घ्यायला सांगितला.

आणि तो अर्चनाकडे गेला. ती मलूलपणे बसली होती.

"अर्चना देवी."

"मला तुम्हाला सांगायला आनंद होत आहे. खरा गुन्हेगार सापडला आहे."

तिला वाटले त्यामागे त्याची काहीतरी योजना आहे.

“मी तुम्हाला खरे.खरे सांगितले आहे. मी खून केलाय म्हणून”

“नाही.मी खरे तेच सांगतोय. खून रेश्माने केलाय. ती आता पलीकडे बसली आहे आणि तिचा कबुलीजबाब लिहून घ्यायचे काम चालू आहे. तुमचा शार्दूल पण सुखरूप आहे. त्याच्या हातून खून झालेला नाही. शंतनू आणि शलाका त्याला घेऊन आलेच असतील. तुम्ही त्वरित जाऊन भेटा त्यांना.”

अर्चनाचा विश्वास बसेना.

रेश्मा खुनी? आणि तिच्यावरच मी आणि रमेशने शार्दूलची जबाबदारी सोपवली होती?

शार्दूल तर बाबूजींच्या ताब्यात होता. शंतनूने त्याला कुठून मिळवले.

पण रेश्मा खुनी? कसं शक्य आहे. जी शार्दूलला सांभाळत होती.

महेशने थोडक्यात तिला जे जसे घडले ते सांगितले.

तिला विषाद याच गोष्टीचा वाटला की रमेशनेसुद्धा तिची दिशाभूल करावी. तिला रमेशचा राग आला होता. त्याने एवढयाशा शार्दूलच्या जीवाशी खेळ करावा याचा. त्याच्यावर तिने प्रेम केले होते.जरी त्याच्या बहिणीच्या जीवनमरणाचा प्रश्न होता. त्याने तिला विश्वासात घ्यायला काहीच हरकत नव्हती.त्यामुळे अर्चना शार्दूल यांना किती त्रास झाला होता. आता तिच्या स्वत:च्याच बहिणीचा - श्वेताचा जीवच धोक्यात आला होता.

आत्ता सर्वात महत्त्वाचं म्हणजे शार्दूलला भेटायला तिचा जीव उतावीळ झाला होता. तो या संकटातून दूर झाल्याने तिला खूप खूप आनंद झाला होता.

अर्चनाला खूप आनंद झाला होता...

कित्येक वर्षात ती एवढी आनंदी झाली नव्हती.“मी जाऊ शकते?”

“हो अगदी निर्धास्तपणे.......सोडायची व्यवस्था करू का?”

“Thank you”

शंतनूने विश्वासरावांच्या कानावर संपूर्ण हकीकत घातली.

अगदी काहीही न लपवता.त्यात त्याने शलाकाबद्दल त्याला काय वाटते तेसुद्धा विनासंकोच सांगितले.

विश्वासराव काळाबरोबर चालणारे होते. त्यांनी बरीच इंग्लिश वाङ्मय वाचले होते. त्यामुळे जगातल्या बदलत्या प्रवाहाबद्दल आजच्या तरुण पिढीच्या विचाराबद्दल त्यांना सहानुभूती होती.

त्यामानाने सुलभादेवी घर, मुल, चूल आणि संसार यातच रमलेल्या होत्या. त्यांना बाहेरच्या जगाशी काही कर्तव्य नव्हतं. त्यामुळे शलाकाशी त्यांचे वागणे विश्वासराव, शंतनू आणि शमा कुणालाच पटले नव्हते.

त्यांच्या घरातले वातावरण एकदम तणावपूर्ण होते.

शलाकाला एकटे सोडून सगळे इकडे आले होते आणि सगळेच सुलभादेवीला समजावण्यात गढले होते.

“याशार्दूल चे काय करायचे आता? याला घरी का आणलास?”

“आम्ही गेलो होतो आंबोलीला.पण त्यांच्या घरी कुणीच नव्हते. श्वेताला सिटी हॉस्पिटलमध्ये ॲडमिट केलीय.”

क्षणभर त्यांनी विचार केला

“मी आणि शमा शार्दूलला हॉस्पिटलमध्ये सोडून येतो. बरेच दिवस श्वेताबद्दल तू पण काहीच बोलला नाहीस? भांडण झालेय का?”

“नाही”

“किती सुंदर, सुशील मुलगी आहे ती. तुझ्यासाठी अगदी योग्य. अशा मुलींबरोबर राहायचे सोडून कोणाबरोबर ही मैत्री करतोस? मला समजतेय या वयात काही गरजा असतात. पण योग्य अयोग्य याचा सारासार विचार करायलाच हवा.”

तो काहीच बोलला नाही. त्याला स्वत:लाच कळत नव्हते त्याच्या आयुष्यात काय चाललेय ते.

शलाकाची आठवण आली की काळजात कुठेतरी एक कळ येत होती. बाकी काही नको ती आणि तिचा सहवास......त्याचे मन ओढ घेत होते तिच्याकडे.

श्वेताची आठवणसुद्धा त्याला आवडत होती. पण शलाकाचा सहवास त्याला जेवढा मिळाला तेवढा श्वेताचा सहवास त्याला नव्हता मिळाला.

विश्वासराव शार्दूल आणि शमा तिघे जीपने सिटी हॉस्पिटलकडे निघाले. त्यांच्या मनात चालले होते की आज अर्चनाला भेटून तिच्याकडे शंतनूसाठी श्वेताला मागणी घालायची.

शमाच्या वाढदिवसाला ती आली होती तेव्हाच त्यांना श्वेता आवडली होती. शलाकाकडे ओढल्या जाणाऱ्या शंतनूला दुसरीकडे कुठेतरी गुंतवणे आवश्यक होते.

त्यासाठी दोघांचा - शंतनू आणि श्वेताचा विवाह करून द्यायचीसुद्धा त्यांची तयारी होती.

जेवढं शक्य आहे तेवढं लवकर म्हणजे त्याचे ते शलाका वेड नाहीसे झाले असते.

अर्चना हॉस्पिटलमध्ये पोहोचली आणि तिने श्वेताच्या रूममध्ये धाव घेतली.

पण तिची रूम रिकामी होती. तिच्या काळजात धस्स झाले.

तिने तिथल्या सिस्टर ला विचारले.

"पेशंटला ICU मध्ये हालवलेय."

"अरे.देवा...."

ती लगबगीने ICU कडे निघाली. तेवढयात तिला समोरून शार्दूल येताना दिसला. त्याच्या बरोबर एक रुबाबदार पन्नाशीचे गृहस्थ होते आणि एक गोड मुलगी होती.

शार्दूल तिला बघताच मम्मी म्हणून तिच्याकडे धावत आला आणि तिला बिलगला.

तिने त्याला घट्ट पकडले. किती दिवसांनी दिसत होता तिला तो......... तिने त्याला मिठीत घेऊन त्याचे पापे घेऊन त्याला गुदमरून टाकले. तिच्या डोळ्यातून घळा घळा अश्रू वाहात होते. क्षणभर ती श्वेतालाही विसरली.

विश्वासराव आणि शमा ते दृश्य कौतुक मिश्रित नजेरेने बघत होते.

अर्चनाला विश्वासराव आणि शमाचे अस्तित्व जाणवले आणि ती भानावर आली. तिने डोळे पुसले.

"मी विश्वासराव मोहीते. शंतनू माझा मुलगा. आणि ही माझी मुलगी शमा." शमाने तिला नमस्कार केला.

"माफ करा.श्वेताला ICU मध्ये नेलीय.आपण तिकडेच जाऊ या...."

ते चौघे ICU पाशी आले.

अर्चनाचे आई वडील तिथे साश्रू नयनांनी बसले होते.

अर्चना आईकडे गेली.

"काय झाले आई. बाबा?"

"तिचे पल्स कमी होताहेत म्हणाले डॉक्टर."

इतक्यात डॉक्टर बाहेर आले.

त्यांचा चेहरा एकदम गंभीर दिसत होता

"काय झाले डॉक्टर.?"

"श्वेताच्या पल्स झपाट्याने कमी होत चालल्या आहेत.आम्ही पूर्ण प्रयत्न करत आहोत पण. यश येत नाही. मला वाटते फक्त प्रार्थना करणे एवढेच सध्या तरी आपल्या हातात आहे. तुम्हाला भेटून घ्यायचे तर भेटू शकता......" डॉक्टर एकदम निराश दिसत होते.

अर्चना. तिची आई वडील. विश्वासराव आणि शमा आत गेले.

श्वेता जोरजोरात श्वास घेत होती. तिला श्वास घेणं अवघड जात होते......तिचे सुंदर डोळे बंद होते.

अर्चनाने तिचा हात धरला. व तिच्या हाताचे मुके घेऊ लागली

“श्वेतू......sssssssssssss! नाही......नाही श्वेतू......डोळे......... मी कधीच त्रास देणार नाही मन्या तुला हा बघ.शार्दूल आलाय.त्याला काही पण झालेले नाही.उघड ना डोळे एकदाच......सगळे ठीक झाले आहे. शार्दूल निर्दोष आहे. त्याच्या माथ्यावर पितृहत्येचा ठपका होता. तो ही पूर्ण नाहीसा झालाय.”

“श्वेतू.........”

विश्वासरावाना पण अश्रू रोखणे अवघड झाले. काय विचार करून ते आले होते. आणि हे काय समोर उभे राहिले.

त्या खोलीतले सगळेच रडत होते.......

श्वेताने एकदाच डोळे उघडले आणि तिने सर्वाकडे पाहिले

शार्दूलकडे बघून किंचित हसल्या सारखे केले. त्याला जवळ बोलावले.त्याचा हात हातात घेतला आणि तिने थकव्याने पुन्हा डोळे मिटून घेतले...

डॉक्टर पुढे झाले त्यांनी श्वेताची नाडी तपासली.... आणि ते नर्सला म्हणाले “नर्स ऑक्सिजन मास्क घ्या लवकर.......” अर्चनाला तो आघात सहन झाला नाही. ती कोसळली.

शलाका एखाद्या पुतळ्यासारखी बसून होती.

शंतनूची आई जे काही बोलली त्याने तिच्या मेंदूच्या चिंधड्या व्हायचेच बाकी होते.

ती जन्माला तरी का आली होती.?

काय दोष होता तिचा. सुखी संसाराची स्वप्ने बघता बघता काय ही वेळ आली होती तिच्यावर?

इंद्रजितने जिवंत असताना आणि मेल्यावरही तिच्या जीवनात विषच कालवले होते. एक निर्णय चुकीचा घेऊन ती किती पस्तावली होती. पण त्यातल्या त्यात एक बाब चांगली झाली होती की शंतनू तिच्या आयुष्यात आला होता.

काही काळा पुरता का होईना?

एक धूसर आशा निर्माण झाली होती तीही सुलभादेवी ज्या पद्धतीने बोलल्या ती नाहीशी झाली होती.

किती तरी पुरुषांच्या बायका त्यांच्यापेक्षा मोठ्या असतात आणि त्यांचे संसार सुखाचे होतात. मी नक्कीच शंतनूला सुखी ठेवले असते.

पण शंतनूच्या आईवडिलांचे मन मोडून नाही. या अचानक सहवासाने शंतनू आणि तिच्यात एक रेशमी बंध निर्माण झाला होता. काय नाव ठेवता आले असते या नात्याला?

कृष्ण आणि राधेचे जे नाते होते तेच ते नाते होते......? कृष्णाच्या जीवनात दोन स्त्रिया आल्या होत्या. राधा आणि मीरा. शंतनूच्या जीवनात पण श्वेता आणि शलाका दोघी होत्या. ती कोण होती....? राधा की मीरा?

मीरेला शेवटी विष प्यावे लागले होते.

तिला कधीच रुचले नसते की त्याने आपला संसार, आपले आई वडील, बहीण यांना सोडून तिच्याकडे यावे......

त्यांना तरी कोण होते त्याच्या शिवाय?

तोच त्यांच्या वृद्धापकाळातला आधार होता.

आणि श्वेता?

हो तीही होतीच की एकट्या शंतनूला आपलेसे करून ती किती लोकांना दुखावणार होती.

नाही तिला कळून चुकले तिच्या जीवनाला काहीच अर्थ नाही.

तिला रडू कोसळले.

हमसून हमसून ती रडू लागली.

बराच वेळ रडून झाल्यावर ती शांत झाली. एक भयाण पोकळी निर्माण झाल्यासारखी वाटली तिला जीवनात. आता शंतनूशी ती कधीच बोलू शकणार नव्हती.

काय करायचे जागून तरी....?

आपण गेलो तर सगळेच प्रश्न दूर होतील.......

शंतनू थोडे दिवस दु:ख करेल.

तिचा मेंदू बधीर झाला. काय करावे?

नाही.......हेच योग्य आहे....... मीरेला विष पचवावे लागले होते......मला ही तेच करावे लागणार......जगलो तरी काय त्या जगण्याला अर्थ राहाणार? शंतनू शिवाय जगायचे.......? कोण पुरुष येईल आपल्या जीवनात? आणि या सगळ्या आठवणी विसरून ती त्या पुरुषाबरोबर बरोबर राहू शकेल? या जन्मात नाही पण पुढच्या जन्मात मात्र शंतनू माझाच असणार आहे. ती विचारांच्या पलीकडे गेली होती.

तिने मध्ये झोप येत नव्हती म्हणून झोपेच्या गोळ्या मागवल्या होत्या त्या शोधून काढल्या.मग तिने ती बाटली घेतली आणि सगळ्या गोळ्या हातावर घेतल्या. उठून ग्लास भर पाणी घेतले.

आणि त्या गोळ्या तोंडात टाकून ती पूर्ण ग्लास पाणी प्याली.... त्याचा अंमल चढत होता.........तिचा श्वास जड होत चालला होता.... डोळे जड होतं चालले होते...नाही मला मरायचं नाही.......मला माझ्या शंतनूकडे जायचेय....शंतनू SSSSSSSSS! तिच गात्र आणि गात्र त्याच्या साठी आक्रंदत होतं.

तितक्यात तिला दरवाज्यात शंतनू दिसला. तिला हायसे वाटले. तो धावत तिच्याजवळ आला. "शालू काय केलेस हे....?" त्याने तिला घट्ट मिठीत घेतले आणि आपले ओठ तिच्या ओठावर टेकवले.......

त्याच क्षणी तिला खूप बरे वाटू लागले..........तिला माहीत होते. तिचा शंतनू तिच्याकडे परत येणार होता. कुणीच त्यांच्यामध्ये येणार नव्हते.

त्याने तिचा हात धरला....आणि दोघे पिसासारखे हलके झाले....

हवेत उडू लागले.......

दूर......खूप दूर....ढगांच्या पलीकडे.........

समोर सप्तरंगी इंद्रधनुष्य पसरले होते......तिने त्यावर अंग पसरून दिले.......इतके हलके.सुखद तिला कधीच वाटले नव्हते. आणि मग मुलायम आकर्षक सप्तरंगाच्या दुलईने तिला वेढून टाकले.

श्वेताचा श्वास जड होत होता......तिच्या डोळ्यासमोर आता फक्त शंतनू होता.........आयुष्यात ती थकली होती......नुकतच तिच्या दिदीने तिला सांगितले होते. की शार्दूल खुनी नाही.........शार्दूल आणि दिदीच्या चिंता तिच्या डोक्यातून पार पळून गेल्या होत्या आता तिच्या डोळ्यासमोर फक्त शंतनू होता.........त्याच किती प्रेम होतं तिच्यावर... पण तिने त्याला कधीच हवा तसा प्रतिसाद दिला नाही......... तिची शुद्ध हरपत होती..........अचानक तिला तो प्रसंग आठवला. आंबोलीत ती आणि शंतनू उभे होते......पाऊस पडून गेला होता...... दूर आकाशात इंद्रधनुष्य उमटले होते. तिने सांगितले होते त्याला. ***"तसेच प्रेम मला तुझ्यावर करायचेय. शंतनू. अक्षय... अमर.......! तुझ्याशी लग्न नाही करू शकले तर मी तशीच राहीन. पण तुझ्यावरच प्रेम करत राहीन......तुझ्या आयुष्यात इंद्रधनुष्य बनून राहायला आवडेल मला. मग आकाशात जेव्हा जेव्हा इंद्रधनुष्य दिसेल तुला माझी आठवण येईल"***

अचानक तेच इंद्रधनुष्य एकदम प्रखर झाले. तिचे डोळे दिपून गेले. पण शंतनूच्या हाताचा विळखा तिच्याभोवती होता... ती सुखरूप होती........सुरक्षित होती.........तिने डोळे उघडले.......तिला खोकल्याची उबळ आली...

श्वेताच्या खोलीत एकदम स्मशान शांतता होती.

अर्चनाच्या हुंदक्यांचा आवाज फक्त येत होता.......विश्वासरावाना तिथे उभे राहवेना. शार्दूलला घेऊन ते बाहेर आले.........

"मास्टरजी ssss." एक क्षीण आवाज घुमला.......आणि नंतर क्षीण खोकल्याचा....

सगळ्यांनी माना वळवून श्वेताच्या बेडकडे बघितले.

तिचे ओठ थरथरत होते.

फक्त शमाला माहीत होते. शलाका शंतनूला "मास्टरजी "म्हणत असे ते.

अर्चना धावत धावत तिच्याकडे गेली. सगळे तिच्या भोवती जमा झाले...

डॉक्टर पुढे आले.

"सगळे बाजूला व्हा...."...प्लीज. हे फारच चमत्कारिक आहे. ग्रेट "त्यांनी मोनिटरकडे बघितले समोरच्या मोनिटरवर हार्ट बीट्स नॉर्मल दाखवत होते मघाशी क्षणभर तिचे पल्स बंद पडले होते. "नर्स ssssssssssss........."

त्यांनी नर्सला काही सुचना दिल्या

त्या रूममध्ये एकदम जान आली होती. अर्चनाच्या आनंदाला पारावार उरला नाही. खोलीत असलेल्या सगळ्यांच्या चेहेऱ्यावर आनंद फुलून आला.

पोलीस आले. अँम्ब्युलन्स आली आणि शलाकाचे कलेवर नेण्याची तयारी चालली होती.......

दुःख छातीत कोंडून शंतनूचे ह्रदय फुटायची वेळ आली होती.... त्याचा जीव कासावीस झाला होता.

धावत धावत जाऊन तिच्यावर अंग झोकून देऊन हंबरडा फोडून रडावे अशी उर्मी त्याला मनोमन होत होती.

तिच्याकडे जाऊन तो रडू ही शकत नव्हता......कोण होता तिचा तो?

फार थोडया काळासाठी ती त्याच्या जीवनात आली आणि चटका लावून गेली होती.

प्रचंड मोठी पोकळी त्याच्या जीवनात निर्माण झाली होती......

आक्रंदून रडावस वाटत होतं त्याला. पोरका झाला होता तो.........

जगाच्या बंधनानी, नियमांनी त्याची शलाका त्याच्यापासून दूर ओढून नेली होती इतकी दूर की ती परत येणे शक्यच नव्हते.

आता सगळे जग त्याच्यासाठी निरस झाले होते.

स्ट्रेचरवरून तिला बाहेर आणले.

"शलाका, शालू, एकदाच बघ ना माझ्याकडे अशी निष्ठुर नको होऊस. एकदाच मला 'मास्टरजी 'म्हणून हाक मार.... कोणते नाते होते आपल्यात? गुरु शिष्याचे? प्रेमिकांचे? की त्या पलीकडे ही काही? कितिसा असा सहवास मिळाला होता दोघांना एकमेकांचा.......पण दोघे किती एकरूप झाले होते...एकमेकांशी"

मला सोडून नको जाऊस ना. माझी दया नाही येत का तुला? "मनातल्या मनात तो आक्रंदत होता"

त्याच्या समोर ते तिला घेऊन चालले होते.

तिचा गरम गरम श्वास, तिच्या लुसलुशीत ओठांचा स्पर्श, तिचे खळखळून हसणे, सगळे सगळे त्याला अगदी आत्ता आत्ता घडल्यासारखे आठवत होते.... जाणवत होते...

शलाकाला ॲम्ब्युलन्स मध्ये ठेवले. दार बंद केले....आणि पोलीस व्हॅनच्या मागे ॲम्ब्युलन्स निघून गेली.

साश्रू नयनांनी त्याने तिला मूकपणे निरोप दिला.

त्याला काहीच समजत नव्हते. त्याच्या मेंदूने काम करणेच बंद केले होते.

फक्त आठवणी..........शलाकाच्या आठवणी.........

फेर धरून नाचत होत्या त्याच्या भोवती.......

त्यांची पहिली भेट जेव्हा शलाकाने त्याला विहीरीतून बादली काढून दिली होती. शमाच्या बर्थडे पार्टीत तिने म्हटलेले न ये चंद होगा.न तारे रहेंगे.

त्याच्यासमोर बसून कॅसियो वाजवणारी शलाका. तिची नाजूक, निमुळती बोटं....

त्याला चर्चपाशी येऊन भेटणारी शलाका.

तिच्या घरासमोरची गर्दी हटली.

आता तिथे एकदम स्मशान शांतता होती.

घराच्या दारावर डोके ठेऊन तो ढसा ढसा रडू लागला

"काय केलेस तू शलाका हे"

पंधरा वीस मिनिटे रडून त्याने मनात कोंडलेल्या दु:खाला वाट करून दिली.

श्वेताच्या भोवती अर्चना, तिचे आईवडील, शमा, शार्दूल आणि डॉक्टर होते.

श्वेता बऱ्यापैकी तरतरीत झाली होती.

अर्चनाच्या खांद्यावर हात ठेऊन डॉक्टर म्हणाले.

"मला वाटते तुमच्या प्रार्थनेलाच यश आले. अर्चना तिचा पुनर्जन्म आहे हा.खरोखर मेडिकल हिस्टरीमध्ये हा एक चमत्कारच मानला जाईल. काय म्हणावे याला? श्वेताची माइंड पॉवर. तुमच्या प्रार्थनेमधली उत्कटता.जे असेल ते असेल.........."

त्यांनी वर आकाशाकडे बघितले.

"या शक्ती पुढे सगळे थिटे आहे. काही प्रश्नांना उत्तरे नाहीत हेच खरे......"

"मास्टरजी ssssss "पुन्हा श्वेताच्या ओठातून एक क्षीण आवाज आला.

"ती काही सांगू इच्छितेय अर्चना." डॉक्टर म्हणाले.

अर्चना अगदी तिच्याजवळ गेली.

"बोल रे मन्या.........."

"माssस्टssरssजीss!"

"काय....? " तिला काहीच आकलन होईना.......

"माsssस्टर्जीssला भेssटायssचं"

"कोण मास्टरजी?"

"डॉक्टर ही काय म्हणतेय?"

डॉक्टर श्वेताच्या जवळ आले.......

"मsssला. माssस्टर्जीssला. भेsटाssयsचेsय......!" ती उठायचा प्रयत्न करत म्हणाली.

"तिचे कोणी शिक्षक आहेत का? ती म्हणतेय तिला कुणी मास्टरजीला भेटायचंय......"

डॉक्टरांनी अर्चनाला बाजूला घेतले. "अर्चना. आता तिच्या मनाविरुद्ध काहीच होता कामा नये......." डॉक्टर म्हणाले "कोण आहे मास्टरजी.त्याला बोलावून घ्या. किंवा तिला न्या तिकडे."

"अशा स्थितीत?" अर्चनाने आश्चर्याने विचारले...

"अर्चना तेच तिचे औषध आहे. खरे सांगू.....औषधापेक्षा काहीतरी वेगळ्याच गोष्टीच्या प्रभावाने ती ठीक झालीय.

तिला जे हवं ते द्या. ती जे म्हणेल तसे वागा. त्याने तिची तब्येत अजून सुधारेल."

अर्चना गोंधळून गेली.

“अँम्ब्युलन्स घेऊन जा. पण तिची इच्छा पुरी करा. मी हवं तर स्टाफ देतो”

“पण मास्टरजी कोण?”

“मला माहीताय.” शमा पुढे येत म्हणाली.”मला माहीताय कोण आहे मास्टरजी ते. आणि तो कुठे आहे ते ही माहीत आहे मला.

सालई वाड्यातल्या प्रॉपर्टीमध्ये मोठे गेट हे कलेवर घेऊन जाण्याऱ्या अँम्ब्युलन्ससाठी उघडले होते.

श्वेताला घेऊन येणारी अँम्ब्युलन्स त्याच गेटमधून आत शिरत होती आणि शलाकाला घेऊन जाणारी अँम्ब्युलन्स बाहेर पडत होती.......

क्षणभर श्वेताचे हात जोडले गेले....

दोन्ही अँम्ब्युलन्स एकमेकांपासून विरुध्द दिशेला गेल्या....... लांब....लांब.........

शंतनू विहीरीच्या काठावर शलाकाच्या आठवणीत हरवून बसला होता. तिच्या आठवणी त्याच्या डोक्यात पिंगा घालत होत्या.त्याचे डोळे पाण्याने डबडबले होते.

याच विहीरीतून तिने त्याला घागर काढून दिली होती.

दुरून कुठूनतरी वाऱ्यावर सूर येत होते.

***“बिछडकर चले जाये तुमसे कही***

***तो ये ना समजना.मुहब्बत नही***

***तुम्हारे लिये है. तुम्हारे रहेंगे.***

***न ये चांद होगा. ना तारे रहेंगे***

***मगर हम हमेशा तुम्हारे रहेंगे.........”***

इतक्यात मागून हाक आली.

"मास्टरजी ssssssssssss"

त्याला शलाकाच्या आवाजाचा भास झाला....

पेरुच्या झाडाखालून ती त्याला नेहमीच अशी हाक मारत असे.

"मास्टरजी...."
हा भास नव्हता.त्याची शलाका त्याला खरोखरच हाक मारत होती.

त्याने मागे वळून बघितले.

मागे श्वेता उभी होती. कृश. डोक्याभोवती स्कार्फ गुंडाळलेला

"मी आहे शंतनू."शलाकाचा आभास?

ती त्याच्याजवळ आली. त्याने तिच्या डोळ्यात बघितले. त्याला शलाकाचे डोळे दिसले.

"शंतनू प्रेमात प्रचंड शक्ती असते. मृत्युच्या दारातून मी आलेय परत तुझ्यासाठी. आपल्या मिलनात आता कुठलाच अडथळा येणार नाही."

ती आवेगाने त्याच्या बाहूपाशात शिरली. त्याने तिला घट्ट धरून ठेवले.

"आता जाऊ नकोस मला सोडून शालू........"

"नाही रे......शंतनू...."

सर्वांच्या डोळ्यातून घळाघळा अश्रू वाहात होते.

अचानक श्वेताला पुन्हा भोवळ आली....... नर्स आल्या, त्यांनी तिला शंतनूच्या घरात नेली. थोडे उपचार केल्यावर ती पुन्हा शुद्धीवर आली. अर्चना आणि शंतनू तिच्या उशाला बसले होते

श्वेताने डोळे उघडले. अर्चानाकडे बघून ती मंद पण तिचे नेहमीचे गोड हसली. मग तिने शंतनू बघितले.

"शंतनू काय झाले. मी कुठे आहे?

"तू एकदम ठीक आहेस शालू........."

"शालू?" श्वेताने चमकून त्याच्याकडे पाहिले.

"माझे नाव पण विसरलास?"

अर्चना, विश्वासराव, शमा, सुलभादेवी सगळ्यांना जाणवले. शलाकाच्या मृत्यूचा धक्का तो पचवू शकलेला नाही. पण होईल हळूहळू तो येईल तिच्या आठवणीतून बाहेर.

"श्वेता......." शंतनूने तिचा हात हातात घेतला.

श्वेता पुन्हा एकदा गोड हसली. तिच्या गालावर आता लाली आली होती....

अर्चना, अर्चनाचे आईवडील, विश्वासराव, सुलभादेवी, शमा आणि शार्दूल हा मिलन सोहळा साश्रू नयनांनी पाहात होते.

## उपसंहार

पाच वर्षानंतर.........

रमेशला तीन वर्षाची कारावासाची शिक्षा झाली होती ती भोगून तो बाहेर आला. अर्चनाने मोठ्या मनाने त्याला माफ करून त्याच्याशी विवाह केला.

प्रतापरावांना आपली चूक समजली. त्यांनी शार्दूलचा स्वीकार केला. अजून काही वर्षांनी शार्दूल सरदेसाई ग्रुप ऑफ इंडस्ट्रीजची धुरा सांभाळणार होता.

तोपर्यंत अर्चना कंबर कसून सगळी धुरा प्रतापरावांच्या मार्गदर्शनाखाली समर्थपणे सांभाळू लागली.

शंतनूने देहरादूनला एक वन खात्याचा कोर्स केला आणि तो फॉरेस्ट डिपार्टमेंटमधे ऑफिसर म्हणून मोठ्या पोस्टवर रुजू झाला. श्वेताशी त्याचा विवाह झाला.

श्वेताने 'इंद्रधनुष्य ' ची धुरा समर्थपणे सांभाळली. मुख्य म्हणजे ती तिथेच रमली आणि तिथल्या सगळ्या खाचा खोचा तिला पूर्ण ज्ञात होत्या. जणूकाही अनेक जन्म ती तिथेच काम करत होती.

राष्ट्रपतींनी विचारपूर्वक रेश्माच्या दया अर्जावर अभ्यास करून तिला पाच वर्षांची कैद एवढीच शिक्षा ठेवली होती. त्यानंतर तीसुद्धा पुन्हा आपल्या आवडत्या एअर होस्टेसच्या पदावर रुजू झाली होती.

समर्पण

अमर आहे तो आत्मा

अक्षय आहे ते प्रेम

शाश्वत आहे तो मृत्यू

आणि प्रवाही आहे ते जीवन!!१!!

जीवन आणि मृत्यू

याच प्रवाहाचे दोन अक्ष

त्यजुनी हा जीवनाक्ष

पचविले काल विष

करुनी यमदुतावर मात

निघाली परत पाऊली लावावया प्रेमाची ज्योत!! २!!

भावनांची ही तळमळ

माजवते कधीतरी खळबळ

करावया शांत ही वावटळ

स्वीकारता प्रीत फुलांची ओंजळ

समाधीलाही यावी भोवळ!! ३!!

– सुरेखा आढाव.

Made in the USA
Monee, IL
23 August 2025

23955347R00225